ஆணவக் கொலைகளின் காலம்
காதல் – சாதி – அரசியல்

ஆணவக் கொலைகளின் காலம்
காதல் – சாதி – அரசியல்
ஸ்டாலின் ராஜாங்கம் (பி. 1980)

திருவண்ணாமலை மாவட்டம் செங்கம் வட்டம் முன்னூர் மங்கலத்தைச் சேர்ந்த ஸ்டாலின் ராஜாங்கம் மதுரை அமெரிக்கன் கல்லூரி, தமிழ்த் துறையில் உதவிப் பேராசிரியர். தமிழ்ச் சமூக வரலாறு, பண்பாடு தொடர்பாகக் களஆய்வு செய்தும் எழுதியும் வருபவர். அயோத்திதாசர் குறித்து முனைவர் பட்ட ஆய்வு மேற்கொண்டவர். *காலச்சுவடு* ஆசிரியர் குழு உறுப்பினர்.

மின்னஞ்சல்: stalinrajangam@gmail.com

ஆசிரியரின் பிற காலச்சுவடு வெளியீடுகள்

- ❖ சாதியம்: கைகூடாத நீதி (சமூக-அரசியல் விமர்சன கட்டுரைகள், 2011)
- ❖ விழுப்புரம் படுகொலை 1978 (பதிப்பாசிரியர்), (கட்டுரைகள், 2012)
- ❖ அயோத்திதாசர்: வாழும் பௌத்தம் (கட்டுரைகள், 2016)
- ❖ பெயரழிந்த வரலாறு: அயோத்திதாசரும் அவர்கால ஆளுமைகளும் (2019)
- ❖ நெடுவழி விளக்குகள்: தலித் ஆளுமைகளும் போராட்டங்களும் (2022)

ஸ்டாலின் ராஜாங்கம்

ஆணவக் கொலைகளின் காலம்
காதல் – சாதி – அரசியல்

காலச்சுவடு பதிப்பகம்

ஆணவக் கொலைகளின் காலம்: காதல் – சாதி – அரசியல் ♦ கட்டுரைகள்♦
ஆசிரியர்: ஸ்டாலின் ராஜாங்கம் ♦ © ஸ்டாலின் ராஜாங்கம் ♦ முதல் பதிப்பு:
செப்டம்பர் 2016, ஐந்தாம் (குறும்) பதிப்பு: ஆகஸ்ட் 2022 ♦ வெளியீடு:
காலச்சுவடு பப்ளிகேஷன்ஸ் (பி) லிட்., 669, கே.பி. சாலை, நாகர்கோவில்
629001

aaNavak kolaikaLin kaalam ♦ Essays ♦ Author: Stalin Rajangam ♦
© Stalin Rajangam ♦ Language: Tamil ♦ First Edition: September 2016,
Fifth (Short) Edition: August 2022 ♦ Size: Demy 1 x 8 ♦ Paper: 18.6 kg
maplitho ♦ Pages: 192

Published by Kalachuvadu Publications Pvt.Ltd., 669, K.P.Road,
Nagercoil 629001, India ♦ Phone: 91-4652-278525 ♦ e-mail: publications@
kalachuvadu.com ♦ Printed at Adyar Students xerox Pvt. Ltd., No.9,
Sunkuraman Street, Parrys, Chennai 600001

ISBN: 978-93-5244-059-7

08/2022/S.No. 736, kcp 3770, 18.6 (5) uss

கண்ணகி
தமிழ்ச்செல்வி
விமலாதேவி
திவ்யா
கௌசல்யா
ஐவருக்கும்
இந்நூல்

நன்றி

கே. சாமுவேல் ராஜ், ம.செ. சிந்தனை செல்வன்,
கவிஞர் பெருந்தேவி, பா. ஆனந்த குமார்,
ஆழி செந்தில்நாதன், ப்ரேமா ரேவதி,
சுகுமாரன், கண்ணன், சந்ரு,
பாரதி புத்தகாலயம் நாகராஜன், சுபா, சுதீர் செந்தில்.

கார்த்திகேயன் தாமோதரன், சி. லட்சுமணன்,
ஜெ. பாலசுப்பிரமணியம், அ. ஜெகநாதன்,
அன்புசெல்வம், பாலாஜி, ராஜன்குறை,
ரோசா வசந்த், ந. செல்லப்பா,
தி. முரளி, பூர்ணிமா

பொருளடக்கம்

முன்னுரை	11
கலப்புமண எதிர்ப்பு அரசியல்	31
தமிழைத் தின்ற சாதி	38
தர்மபுரி வன்முறை: மாறும் அரசியல் முகங்கள்	47
கூட்டணி: கொள்கை ரீதியானதா? அரசியல் ரீதியானதா?	58
தேர்தலில் சாதியப் பெரும்பான்மைவாதம்	62
சாதி கடந்த திருமணங்களுக்கு எதிர்ப்பு: எழுப்பப்படாத கேள்விகள்	65
ராமதாஸ் இழுக்கும் சாதித்தேர்	70
இளவரசன் மரணத்தை முன்வைத்துச் சில அரசியல் விமர்சனக் குறிப்புகள்	83
தமிழகத்தில் கௌரவக் கொலைகள்: கடக்க வேண்டிய தொலைவு	91
வன்முறை மூலம் உறுதிபெறும் சாதியாதிக்கம்	99
தர்மபுரி வன்முறைக்கு முன்பும் பின்பும்	105
முகநூல் விவாதம்: ஆணவக் கொலைகள் தொடர்பான நிலைப்பாட்டில் திராவிடக் கட்சிகள்	129
இமையத்தின் மூன்று கதைகள்	145

பின்னிணைப்புகள்

1. நவம்பர் 7, 2012 அன்று தர்மபுரியின் மூன்று தலித் கிராமங்கள் மீது நடத்தப்பட்ட வன்முறை குறித்த உண்மை அறியும் குழுவின் அறிக்கை — 163

2. சேலம் ஓமலூர் தலித் இளைஞர் கோகுல்ராஜ் கொலை பற்றிய உண்மை அறியும் குழு அறிக்கை — 174

3. நீதிமன்ற ஆணை: ஆணவக் கொலையும் நீதியும் — 180

முன்னுரை

தொகுக்கப்பட வேண்டும் என்ற முன்தீர்மானத்தோடு இக்கட்டுரைகள் எழுதப்படவில்லை. வழக்கம் போல் குறிப்பான சூழல்களை ஒட்டி எழுதிய கட்டுரைகளே இவை. திரும்பிப் பார்த்தால் ஆணவக் கொலைகள் பற்றிப் பத்துக்கும் நெருங்கிய சிறிதும் பெரியதுமான கட்டுரைகள் இருந்தன. ஆணவக் கொலைகளை எதிர்கொள்ளவும் புரிந்துகொள்ளவுமான போக்கில் அமைந் திருப்பதாலும், இக்கொலைகள் தொடர்பான அரசியல் விவாதங்களின் ஆவண மதிப்பு கருதியும் இக்கட்டுரைகள் தொகுக்கப்படுகின்றன. ஆணவக் கொலை அல்லது கௌரவக் கொலை என்கிற பெயரும் அதைப் பற்றிய இன்றைய பேச்சும்தான் புதிதே தவிர, அக்கொலைகள் புதிதல்ல. இப்போது இவற்றிற்கு அரசியல் ஆதரவும் கிடைத்திருப்பதன் மூலம் சாதியக் கட்சிகளின் மையமான பேச்சாக அவை மாறியிருக்கின்றன. எல்லா வினைக்கும் எதிர்வினை இருக்கும் என்பதற்கேற்ப இதற்கு எதிர்ப்பும் வெளிப்பட்டிருக்கிறது. அத்தகைய எதிர்ப்பின் விளைவே இக்கட்டுரைகள்.

ஆணவக் கொலைகளுக்கு அரசியல் ஆதரவு கிடைத்திருப்பதில் நடந்திருக்கும் மாற்றங்கள் முக்கியமானவை. அரசியல் ரீதியாக எழுச்சிபெற விரும்பும் வட்டார ரீதியான சாதிக்கட்சிகளின் ஆதாரப்பொருளாகச் சாதிகடந்த காதல்மண எதிர்ப்பு என்பது கிடைத்துள்ளது. ஓர் எதிரியை உருவகித்துக் காட்டினால்தான் தங்கள் சாதியினரைத் திரட்ட முடியுமென்பதால் உள்ளூரில் எதிரில் வாழும்

தலித்துகள் முன்புபோல் 'அடங்கி' இல்லாமலிருப்பதையும் தங்களை 'மீறுவதையும்' சுட்டிக்காட்டித் திரட்ட எத்தனிக்கிறார்கள். தலித்துகளைப் பாரம்பரிய அதிகாரத்தின் 'அச்சுறுத்தலாக'க் காட்டுவதன் மூலம் பாதுகாப்புக்காக ஆதிக்கத்தரப்பினர் தங்களை மேலும் சாதிக்குழுவாகத் திடப்படுத்திக்கொள்வதோடு அரசியல் ரீதியாகத் தங்கள் கட்சியோடு இணைத்துக்கொள்ளவும் விரும்புவார்கள் என்று எதிர்பார்க்கப்படுகிறது. இத்திரட்சிக்கு அரசியல் அடையாளங்களைவிடப் பண்பாட்டு 'உரிமைகள்' மீதான தலித்துகளின் மீறலைச் சொல்லும்போதுதான் அது மேலும் இயல்பாகவும் ஆவேசமாகவும் வெளிப்படும் என்று எதிர்பார்க்கப்படுகிறது. சாதியென்பது உணர்ச்சிகரமானதுதான். அதிலும் சாதியமைப்பைப் பாதுகாப்பதற்கான மையமாக ஆக்கப்பட்டிருக்கும் பெண்ணுடலைத் தலித்தொருவர் தீண்ட முற்படுகிறார் என்று கூறும்போது சாதிய மனம் மேலும் உணர்ச்சிக் கொந்தளிப்புக்குச் செல்லுகிறது. அம்மனநிலையில்தான் சாதிய மனிதர்கள் தலித்துகளுக்கு எதிராக வீடெரித்தல், கொலை போன்றவற்றை மட்டுமல்ல எதையும் செய்கிறார்கள். தமிழகத்தில் இப்போது அதுதான் நடந்துகொண்டிருக்கிறது.

அரசியல் கட்சிகள்தான் (குறிப்பாக, சாதிக்கட்சிகள்) சாதியைத் தூண்டுகின்றன அல்லது பயன்படுத்துகின்றன. மக்களுக்கு இதில் பங்கிருப்பதில்லை என்பன போன்ற கருத்து களை வெகுஜனக் கட்சிகள் முதல் புரட்சிகரக் கட்சிகள்வரை வெளிப்படுத்துகின்றன. மக்களைத் தங்கள் பக்கம் திரட்ட வேண்டுமென்பதற்காகத் தெரிந்தே தரப்படும் அரசியல்ரீதியான சலுகைகளே இவை. மற்றபடி இவற்றில் முழு உண்மை இல்லை. மக்கள் எப்போதும் குழுவாகவோ சாதியாகவோ தான் வாழ்கிறார்கள். அதில் காலந்தோறும் முரணையும் நெருக்கத்தையும் கைக்கொள்கின்றனர். மக்களின் சாதியுணர்ச்சி யென்பது பாம்பின் நாக்கைப் போன்றது. அது தேவைக்கேற்ப வெளிப்படையாகவும் அமுங்கியும் செயல்படும். மக்களின் இத்தகைய இயல்பான உணர்ச்சியைத்தான் அரசியல் கட்சிகள் கூர்மைப்படுத்திப் பயன்படுத்த முயல்கின்றன. எனவே, இதில் இரண்டு தரப்புக்குமே பங்கிருக்கின்றது. இதற்கேற்பச் சமூக அமைப்பில் நடந்துவரும் மாற்றங்களும் காரணமாக்கிக் கொள்ளப்படுகின்றன.

கிராம அமைப்பில் விவசாயம், கிராம சமூகத்திற்கான பிற பாரம்பரிய தொழில் பகுப்பு முறைகள் ஆகியவற்றில் பெரும் மாற்றங்கள் நடந்துள்ளன. இதில் கிராமத்தை விட்டுப் பெரிய அளவில் தலித்துகள் வெளியேறி இருப்பதும், அதனூடாக கிராம

உற்பத்தி முறையிலும் அதிகார அமைப்பிலும் நடந்திருக்கும் மாற்றங்களும் முக்கியமானவை. கல்வி, வேலைவாய்ப்பு, சமூக விழிப்புணர்வு போன்ற பல்வேறு காரணங்கள் சார்ந்து தலித்துகள் இடம்பெயர்ந்துள்ளனர். இது தங்களுக்கான உடலுழைப்பை வழங்கியவர்களை மட்டுமல்ல, தங்கள் பண்பாட்டு அதிகாரத்தைச் செலுத்துவதற்காக இருந்த 'கீழானவர்களை'யும் இழக்கவைத்து ஆதிக்க வகுப்பினரைப் பண்பாட்டு உளவியல் பிரச்சினையில் தள்ளியிருக்கிறது. எனவே, செய்வதறியாமல் தவிக்கிறார்கள். தலித்துகள் யாரும் முன்பு போல் இல்லாதது மட்டுமல்ல, இவர்களின் பாரம்பரிய பண்பாட்டு அதிகாரத்திற்குச் சவால் விடுகிறவர்களாகவும் மாறியுள்ளனர். கோயில் நுழைவு என்ற பழைய அரசியல் வரையறைகளைத் தாண்டி கோயிலில் மரியாதை, தனிக் கோயில் போன்ற பண்பாட்டு உரிமைகளை மட்டுமல்ல, நல்ல வீடு, வாகனங்கள் என்று மாறுவதையே சுயமரியாதை வாழ்வாகக் கருதுகிறார்கள். பாரம்பரியமான பஞ்சாயத்துகளில் சொன்னதைக் கேட்டு வாழ்ந்தவர்கள் இப்போது நவீன அரசியல் வருகை காரணமாகப் பஞ்சாயத்து தலைவராகி, வார்டு மெம்பராகி இருக்கைகளில் அமர்கிறார்கள்; பேசுகிறார்கள்; விவாதிக்கிறார்கள்; சண்டையிடுகிறார்கள்.

தலித்துகளுக்கு எதிரான இன்றைய பிரச்சினைகள் அரசியல் பிரச்சினையாக இருக்கலாம்; அவ்வாறு மட்டுமே பேசப்படலாம். ஆனால் இதன் அடிப்படை ஆதிக்கத்தரப்பின் பண்பாட்டு அதிகாரத்தை இழந்த உளவியலின் புலம்பலாக இருப்பதையே பார்க்க முடிகிறது. அதனால்தான் சாதிகளைத் திரட்ட விரும்புகிறவர்கள் அரசியலைக் காட்டிலும் பண்பாட்டுக் காரணங்களைக் கைக்கொள்கிறார்கள். நவீன அரசியலும் பாரம்பரிய பண்பாடும் நுட்பமாக இணைந்துசெல்லும் வழிமுறை இது. விவசாயம் போன்ற உற்பத்தி முறைகளிலும் வாழ்க்கை முறைகளிலும் மதிப்பீடுகளிலும் நடந்திருக்கும் மாற்றங்கள், புதிய தொழில்நுட்பங்களின் வருகை போன்றவை உலகமயம் போன்ற காரணங்களையும் சேர்த்துக்கொண்டு நடந்திருக்கின்றன; என்றாலும், ஆதிக்கச் சாதிகளுக்கு அது உள்ளூரின் தலித் உள்ளிட்ட கீழ்ச்சாதியினரின் முன்னேற்றத்திற்கு வழிவிட்டுத் தங்களைக் கீழிறக்குகிறது என்ற கோபமாக மட்டுமே பார்க்கப்படுகிறது. அவர்களால் அப்படிதான் பார்க்க முடிகிறது. அது பண்பாட்டு கோபம். அதைத்தான் கட்சிகள் பயன்படுத்த விரும்புகின்றன.

ஆனால் இவை சமூக அளவில் ஏற்பட்டுவரும் இயல்பான மாற்றங்கள். இவற்றை இயல்பானதாகப் புரிந்துகொள்ளவோ அதற்கேற்பத் தங்களை மாற்றிக்கொள்ளவோ இச்சாதிகள்

தயாராயில்லை. தொடர்ந்து சாதியமைப்பு தந்துவரும் அதிகார ருசியே இதற்குக் காரணம். தலித் மக்களிடையேயும் விழிப்புணர்ச்சி, அரசியல் எழுச்சி, சட்டரீதியான பாதுகாப்பு போன்ற விசயங்கள் மேலெழுந்து சாதிய நம்பிக்கைகளுக்குச் சவால் விடுகின்றன. இவை பற்றிய அறிதலையும் விவாதத்தையும் ஆதிக்கச் சாதி மக்களிடையே ஏற்படுத்துவதற்கான குரல்களும் இன்றில்லை. மாறாக, தங்கள் அரசியல் அதிகாரத்திற்காக சாதியுணர்ச்சிகளைப் பயன்படுத்திக்கொள்ளுபவையாகவே சாதிக் கட்சிகளும், அதற்கு அடிபணிந்து செல்லுபவையாகப் பிற கட்சிகளும் இருக்கின்றன.

அரசியல் கட்சிகள் மக்களின் சாதியுணர்ச்சியைப் பயன்படுத்த விரும்புவதற்குக் காரணங்கள் இருக்கின்றன. சமகால தேர்தல் சனநாயகம் என்பது எண்ணிக்கை பலத்தை அடிப்படையாகக் கொண்டிருக்கிறது. இங்கு எண்ணிக்கை பலம் என்பதை சாதிய திரட்சியாக மாற்றினால் அது மாறாததாகவும் ஆவேசமானதாகவும் இருக்கும். எனவே கட்சிகளும் தலைவர் களும் இன்றைய அரசியல் அதிகாரத்தில் பங்கு பெறவும் பேரம் பேசவும் திரட்சியைக் கட்டமைக்கவும் அவற்றை அதிகப்படுத்திக் காட்டவும் எண்ணிக்கைப் பலம் குன்றிவிடாமல் தக்கவைக்கவும் சாதியமைப்பை நாடுகின்றனர். அதாவது, அரசியல்ரீதியான காரணத்திற்காக கட்சிகள் வெகுமக்களின் பண்பாட்டு உணர்ச்சியை எழுப்புகின்றன அல்லது பயன்படுத்திக்கொள்கின்றன. இந்த கொள்வினை கொடுப்பினையில் அரசியல் கட்சியிலுள்ள பிறருக்குத் தொடர்போ பலனோ இல்லை என்றும் கூற முடியாது. வெகுஜன அரசியல் கட்சி என்பது தலைவர், நிர்வாகி, தொண்டர் என்ற படிநிலையில் அதிகாரப் பங்கீடொன்றைத் தங்களுக் குள்ளேயே நிகழ்த்திக்கொள்கிறார்கள். எனவே, இதுபோன்ற விசயங்கள் யாருக்கும் தெரியாமல் நடப்பதில்லை. இதைச் சமூகம் மௌனமாக நிகழ்த்திக்கொள்ளும் கூட்டு ஒப்பந்தம் எனலாம். உள்ளூரில் இந்தப் புதிய அரசியல் வழிமுறையினூடாக உருவாகும் வருவாயும் சமூக அதிகாரமும் தேவைப்படுகிறது. இந்த வகையில் சாதிய ரீதியான திரட்சி இன்றைய அரசியல்வர்க்கத்தின் அடிப்படையாக்கப்பட்டிருக்கிறது.

கல்வி, வேலைவாய்ப்பு, போக்குவரத்து, தொழில்நுட்பம் போன்றவை காரணமாக இடப்பெயர்ச்சியும் தொடர்பும் பரவ லாகிறது. அருகருகே வாழ நேர்கிற ஆணுக்கும் பெண்ணுக்கும் இயல்பாக உருவாகும் காதல், திருமணம் இச்சூழலில் அதிகரிக் கிறது. இது ஏற்கெனவே பதற்றத்தில் இருக்கும் சாதிய அமைப்பை மேலும் அச்சம்கொள்ள வைக்கிறது. இந்நிலையில்தான், சாதி

ரீதியான எண்ணிக்கைப் பலமும் அது சிதறிவிடக்கூடாது என்ற நோக்கும் கொண்ட சாதி அமைப்புகளும் கட்சிகளும் இம்மாற்றங்களுக்கு எதிராக பேசத் துவங்குகின்றன. மக்களின் மனநிலையைக் கட்சிகள் பயன்படுத்துவது தங்களின் கொதிப்பைக் கட்சிகள் பிரதிபலிக்கின்றன என்று கருதி சாதிய சமூகம் ஆதரவு தருவது சொல்லிக்கொள்ளப்படாத ஒருவித இணைவாக இத்தளத்தில் உருவாகிறது. இச்சூழலைத் தக்கவைக்கவும் வளர்த்தெடுக்கவும் எளிமைப்படுத்தப்பட்ட – உடனடியான எதிர்வுகளைக் கட்டமைக்கிறார்கள். பேசுவது சாதிக்கட்சிகளாக இருந்தாலும் வட்டாரரீதியான எண்ணிக்கைப் பெரும்பான்மைச் சாதிகளை ஓட்டுக்காக நம்பிவரும் பெரிய கட்சிகளும் மௌனம் காக்கின்றன. மேலும் பெரிய கட்சிகளின் அதிகாரத்திலிருக்கும் கட்சிக்காரர்களின் ஆதரவு உள்ளூர் ஆதிக்கச் சாதியினருக்கு ஊக்கம் தருவது அல்லது அவர்களை வழக்குகளிலிருந்து காப்பாற்றுவது போன்றவற்றிற்கே பயன்படுகிறது. சாதிகடந்த காதல், திருமணம் போன்றவற்றிற்கான இன்றைய எதிர்ப்பு இவ்வாறே உருவாகி சமூக ஏற்பைப் பெற்றிருக்கின்றன. இன்றைய ஆணவக் கொலைகளின் சமூக உளவியல் இதுதான். இப்பிரச்சினையில் ஒன்று தலித்துகளைக் கொல்கிறார்கள்; அல்லது பெண்ணுடலை வைத்துக் கட்டப்பட்ட கலாச்சாரம் என்ற முறையில் தங்கள் பெண்களையே கொல்கிறார்கள்.

○

பொதுவாக என் கட்டுரைகள் தலித் மக்களின் சமூக கலாச்சார அரசியல் பிரச்சினைகளை விவாதப்படுத்துவதற்காக எழுதப்படுகின்றன. இவை குழுவாதம், கவன ஈர்ப்பு என்று சிறுபத்திரிக்கைத்தனமுடைய அறிவுஜீவிகள் மாறிமாறிப் பேசிக் கொள்வதற்காக எழுதப்படுவதில்லை. அதனாலேயே என் கட்டுரைகள் மீது இந்நோக்கில் எழுதப்படும் விமர்சனங்களுக்குப் பதிலளிப்பதை எப்போதும் தவிர்த்து வருகிறேன். விவாதத்திற்கு வாய்ப்பு தென்படும் இடங்களில் மட்டும் தலைகாட்டுகிறேன். ஆனால் இந்த வாய்ப்பும் சிறுபான்மையாகவே அமைகிறது என்பது நம் சூழலின் விதி என்றே சொல்ல வேண்டும். அறிவுஜீவி களுக்காக எழுதப்படவில்லையெனினும் இவை அறிவுலகத்தை நோக்கியே எழுதப்படுகின்றன. பொதுவாக சமூகப் பிரச்சினை யொன்றின் சரிதவறு பற்றிய விவாதம் அறிவுலகத்தினரால் மட்டுமே நடத்தப்பட முடியும். அவ்வாறு விவாதிக்கப்பட்ட ஒன்றுதான் அடுத்தடுத்த தளத்திற்கோ அரசியல் தளத்திற்கோ நகர முடியும். அரசியல் தளம் போன்று உடனடித் தீர்வு, கண்டனம், தாட்சண்யம் என்றமைந்து போகாமல் ஆழமாக

ஆய்வுப் பார்வையோடு அமைய முடியும் என்பதாலேயே அறிவுலகை நோக்கி நாம் பேசுகிறோம். ஆனால் அரசியல் தளம் போன்றே அறிவுலகமும் கண்டனம், அறிக்கை என்றே இருக்க முடியுமென்றால் சாதிய சிந்தனைகள் மீதான புதிய பார்வைகள் எங்ஙனம் பிறக்கும்?

தமிழ் அறிவுலகம் தலித் பிரச்சினைகளின்போது ஆழமாக விவாதிப்பதற்கு மாறாக அரசியல்வாதிகள் போன்று கண்டனம், கண்ணீர், ஆவேசம் என்றடங்கிக்கொள்கிறது. இப்பின்னணியிலிருந்துதான் ஆணவக் கொலைகள் தொடர்பாக எழுப்பப்படாத கேள்விகளை முன்வைத்து அறிவுலகினரையும் சேர்த்து விவாதிக்க முற்படுகின்றன என் கட்டுரைகள். அறிவுலகில் ஏற்கெனவே கட்டமைக்கப்பட்டிருக்கும் பார்வை அல்லது தீர்வொன்றின் போதாமை, எழும் கேள்விகள் ஆகியவை சார்ந்தே என் கட்டுரைகள் சமூகப்பரப்பிலிருந்து தரவுகளை எடுத்துச் சென்று அறிவுத்தரப்பிடம் பேசுகின்றன. ஆனால் இங்கிருக்கும் சூழல் ஏற்கெனவே புழங்கிவரும் இலக்கிய / அறிவுஜீவித சச்சரவிற்குள்ளேயே என் பேச்சுகளை முடக்குகின்றது. அந்நிலையை ஒருபோதும் விரும்பியதில்லை என்றாலும் அதுவே நேர்கிறது.

பொதுவாக, ஆணவக்கொலை பற்றிய இன்றைய பேச்சுகள் தர்மபுரி வன்முறைக்குப் (2012) பின்னரே பேசப்படுகின்றன. ஆனால் தர்மபுரி வன்முறைக்கு முன்பே சாதிகடந்த மணங்களுக்கு எதிராக எழுந்த பாமக மாநாட்டின் பேச்சுகளை இத்தகைய அபாயமொன்றிற்கான முன்னறிவிப்பு என்றும், அதைச் சாதாரணமாக எடுத்து மௌனம் காப்பது நல்லதல்லவென்றும் ‘கலப்புமண எதிர்ப்பு அரசியல்’ (*காலச்சுவடு*, நவம்பர் 2012) என்ற கட்டுரையாக எழுதினேன். அதுதான் இத்தொகுப்பின் முதல் கட்டுரை. 2012 செப்டம்பர் மாதம்தான் இமையம் ‘பெத்தவன்’ என்ற சிறுகதையையும் எழுதியிருந்தார். யாரும் எதிர்பாராதவண்ணம் நவம்பர் மாத இறுதியில் தர்மபுரி வன்முறை நடத்தப்பட்டது. தலித் பிரச்சினை மீதான ஓர்மை உருவாக்கிய அவதானிப்பே இக்கட்டுரை.

பரமக்குடி துப்பாக்கிச் சூடு சம்பவத்திற்கு உண்மையறியும் குழுவாகச் சென்றுவந்த பிறகு அதுபோன்று போகக்கூடாது என்பது என் தனிப்பட்ட எண்ணமாக இருந்தது. குழுவாகச் சென்று வருவோர் வெவ்வேறு தருணங்களில் தலித் தொடர்பாக வெளிப்படுத்தும் கருத்துகளைத் தலித்துகளை ஏற்கவைப்பதற்கான, விசுவாசக் கண்ணியாகவும், ஏற்காதிருப்போரைத் தாக்குவதற்கான உரிமையாகவும் பயன்படுத்திக்கொள்கின்றனர். உண்மையறியும் குழுவில் சென்றுவிடுவதாலேயே தலித்தாக வாழுகிறவரைவிட

அவர்கள் பிரச்சினையைத் தீர்மானப்பதில் தங்களுக்கு அதிகம் உரிமையிருப்பதாகக் காட்டிக்கொள்வதும் சுடும் உண்மை. தங்களின் அரசியல் சரித்தன்மையை நிரூபித்துக்கொள்ளவும் தலித் பிரச்சினைகளில் நாங்களும் ஈடுபட்டிருக்கிறோம் என்று முன்னிறுத்திக்கொள்ளவும் விரும்புகிறவர்களுக்கு இந்த வடிவம் உகந்ததாக இருக்கிறது. இதைச் சொல்லுவதனால் அவர்கள் தலையிடுவதை மறுக்கிறோம் என்பது பொருளல்ல. மாறாக, அதுபோன்ற தலையீடுகளுக்கு வேறு நோக்கங்கள் இல்லாம லிருப்பது அவசியம் என்று கருதுகிறோம்.

ஆனால் தர்மபுரி வன்முறைக்குப் பிறகு அங்கு போவதற்கு ஒரு வடிவம் தேவை என்றபோது உண்மையறியும் குழு என்ற வடிவம்தான் கிடைத்தது. இதுபற்றி நானும் பேராசிரியர் சி. லட்சுமணனும் பேசினோம். குழுவிற்கு நபர்களைத் தேர்வு செய்வதில் தொடங்கி அறிக்கையெழுதி, பெயர்களைச் சேர்ப்பது வரையிலும் இதிலும் ஒருவிதப் பிரச்சினை இருந்தது என்றாலும் வன்முறையின் தீவிரம் அத்தகைய சிக்கலை ஒருவாறு மட்டுப் படுத்தியது பெரிய ஆறுதல். குழுவில் ஆதவன் தீட்சண்யா, சுகிர்தராணி, கவின்மலர் போன்றோர் ஈடுபட்டது பெரிதும் பயனுள்ளதாயிருந்தது.

தர்மபுரிக்குச் சென்றுவந்த பின்னால் உண்மையறியும் அறிக்கைக்கு வெளியே என்னுடைய புரிதல்களை வைத்து எழுதப்பட்டதே தொகுப்பிலுள்ள ‘தமிழைத் தின்ற சாதி’ என்ற கட்டுரை. வன்முறை பற்றிய தகவல் பதிவாக இல்லாமல் அதை ஒட்டிய அரசியல் தொடர்பான விமர்சனமாக அக்கட்டுரை அமைந்திருந்தது. அதுவரையிலும் தமிழின் பெயரால் ராமதாஸ், திருமாவளவன் ஆகியோர் ஏற்படுத்தியிருந்த கூட்டணி பற்றி நான் எழுதிவந்த விமர்சனத்தின் தொடர்ச்சியே அக்கட்டுரை.

ராமதாஸ், திருமாவளவன் இணைந்து ஏற்படுத்தியிருந்த தமிழ்ப் பெயரிலான கூட்டணி அடிப்படையிலேயே பல்வேறு பிரச்சினைகளைக் கொண்டிருந்தது. இவை அரசியல் ரீதியான கூட்டாக மட்டுமே இருந்தது. அரசியல் கூட்டைச் சமூகப் பண்பாட்டுக் கூட்டாக விஸ்தரித்துக்கொள்ள உள்ளூர்ச் சாதி யமைப்பில் முகாந்திரம் உருவாக்கப்படவில்லை. தலைவர்கள் மட்டுமே கைகோத்தார்களே ஒழிய அடித்தளத்தில் ஏதும் மாற்றங்கள் ஏற்படவில்லை. அதற்கான பூர்வாங்க முயற்சிகளில் இவர்கள் ஈடுபடவில்லை. அதாவது, இருவேறு பெரும்பான்மைச் சாதிகளை ஓட்டுக்களாக ஒன்றுதிரட்டுவதில் மட்டுமே இதன் நோக்கம் தேங்கிவிட்டது. விஜயகாந்த் எழுச்சியை ஒட்டி ராமதாஸுக்கு இத்தகைய கூட்டு தேவைப்பட்டது. ஆனால்

உள்ளூரில் முரண்பாட்டுடனே வாழ்ந்த இவ்விருசாதிகளின் ஓட்டு இருவரும் இருந்த கூட்டணியில் திரளவில்லை. அந்நிலையில்தான் ராமதாஸ் தலித் வெறுப்பை முன்வைத்து அடுத்த கட்ட அரசியலுக்குத் தயாரானார். அதன் தொடக்கம்தான் தர்மபுரி வன்முறை.

ஒடுக்கப்பட்ட மக்களின் அரசியலை கூடுதல் விழிப்புணர் வோடு கொண்டுசென்றிருக்க வேண்டிய திருமாவளவனும் தன்னை அரசியல் ரீதியாகப் பரிசீலனை செய்து செயற்பட்டிருக்க வேண்டும். தொடர்ந்து மக்களை அணிதிரட்டி அழுத்தம்தரும் போராட்ட இயக்கமாகவோ அதிகாரபேரத்திற்கான இயக்க மாகவோ மாறாததால்தான் கூட்டணியைத் தீர்மானிக்க முடியாமல் அலையுறுகிறார். தலித்துகளை எதிர்கொள்ள திருமாவளவனைக் காரணமாக்கிக்கொள்கிறார் ராமதாஸ். ஆனால் அதை எதிர்கொள்ளத் திருமாவளவனும் கட்சியும் தயாரில்லை. இவ்வாறு காட்டிக்கொள்வதால் ஊடகங்கள் முதல் முகநூல் போராளிகள்வரை திருமாவளவனுக்கு நல்ல பெயர் கிடைக்கலாம். ஆனால் இதனால் பாதிக்கப்படும் மக்களுக்கு கிடைக்கப்போகும் பயன் என்ன?

சாதியை ஒழித்து அதன்மேல் தமிழின ஒற்றுமை கட்டப்படுவ தாக அரசியல் ரீதியாகச் சொல்லிக்கொண்டாலும் எதார்த்தத்தில் தமிழ் சாதிகளை இணைப்பதாகவே இதுவரையிலான தமிழ் அடையாள முயற்சிகள் இருந்துவிட்டன. ஒருவகையில் தத்தம் சாதிய முகத்தை ஒளித்துக்கொள்வதற்கான பெயராகவே இருந்துவந்த தமிழ் அடையாளம் இப்போதும் அவ்வாறே இருக்கிறது. உள்ளேயிருக்கும் சாதிய உணர்வை வேறுபெயரில் மறைத்துக்கொள்வதால் ஒடுக்கப்பட்டோருக்குத் தற்காலிகமான ஆசுவாசம் போன்று ஏதோவொன்று கிடைக்கலாமே ஒழிய ஆதிக்கச் சாதியினருக்குத்தான் அது அதிகம் பயன்பட்டிருக்கிறது என்பதே அனுபவம். எதிர்த்தரப்பை விமர்சிப்பதைப் போலவே தம்மையும் பரிசீலனை செய்து பார்க்க வேண்டும் என்ற பின்னணியில்தான் என் கட்டுரைக்குத் 'தமிழைத் தின்ற சாதி' என்ற தலைப்பிட்டேன்.

இக்கட்டுரையின் வாதங்கள் பலவற்றை ஏற்றுக்கொண்ட விடுதலைச் சிறுத்தைகள் கட்சிப் பொதுச் செயலாளர் சிந்தனைச் செல்வன் இத்தலைப்பு பற்றி கேட்ட கேள்வி என்னை யோசிக்க வைத்தது. பிற்போக்கானதாகிய சாதி தமிழைத் தின்றுவிட்டது; இதன்படி தமிழ் அடையாளம் முற்போக்கானது என்றாகிவிடுகிறது; இதன்மூலம் தமிழ் அடையாளம் சாதிக்கு அப்பாற்பட்டது என்கிற அர்த்தம் வருகிறதா என்று கேட்டார். உண்மையில் தமிழ்

அடையாளம் சாதிமயமானதாகவே இருந்திருக்கிறது. தமிழன் உள்ளிட்ட இந்திய தேசிய இனங்களின் உள்ளார்ந்த உணர்வாக சாதி மட்டுமே இருந்துள்ளது. சாதியுணர்வு கொள்வதற்கான எல்லாவித நியாயங்களும் இனவுணர்வு கொள்வதற்கும் பொருத்தப்படுகிறது.

O

தர்மபுரி வன்முறைக்குப் பின்னால் பல்வேறு அரசியல் பரிமாணங்கள் உருவாயின. 'தர்மபுரி வன்முறை: மாறும் அரசியல் முகங்கள்' என்ற இத்தொகுப்பின் மூன்றாவது கட்டுரை அவ்வாறு எழுதப்பட்டதேயாகும்.

இக்கட்டுரை *காலச்சுவடு* (ஜனவரி 2013) இதழில் வெளியானது. அப்போது தொடங்கவிருந்த *தமிழ் ஆழி* மாத இதழிலும் தர்மபுரி பற்றிய கட்டுரை கேட்கப்பட்டதால் *காலச்சுவடு* கட்டுரையிலிருந்து திருத்தப்பட்ட சுருங்கிய வடிவம் ஒன்றை வழங்கினேன். அக்கட்டுரை இத்தொகுப்பில் சேர்க்கப்படவில்லை. மாறாக, புதிதாக இடம்பெற்ற ஒரே பத்தி மட்டும் 'தர்மபுரி வன்முறை: மாறும் அரசியல் முகங்கள்' கட்டுரையில் சேர்த்து ஒரே கட்டுரையாக்கியிருக்கிறேன்.

ஆனால் சாதி கடந்த காதல் மணம் பற்றிய இக்கட்டுரையை விவாதிக்கவந்த (தலித் தரப்பின் அரசியல்ரீதியான கேள்விகளைத் தனிப்பட்டு இழிந்துப் பேசி இப்போது சமமான வர்க்க மற்றும் சொந்த சாதியில் அந்தஸ்தாக திருமணம் முடிந்து செட்டிலாகியிருக்கும்) அ. மார்க்ஸின் கலக அடிப்பொடி ஒருவர் *தமிழ் ஆழி* இதழுக்கு என்னை மறுத்து வசையொன்றை விமர்சனமாக எழுதியிருந்தார். அவர் *தமிழ் ஆழி* கட்டுரைக்குப் பதிலெழுதியிருந்தாலும் அதில் என் கட்டுரையின் மற்றொரு வடிவத்தை வெளியிட்டிருந்த *காலச்சுவட்டையே* வசைபாடியிருந்தார். எதிராக மட்டுமே பார்க்க பழக்கப்படுத்தப்பட்டுவிட்ட பார்ப்பன என்ற சொல்லை விவாதமொன்றில் எடுத்ததுமே எதிர்தரப்பின் மீது குத்திவிட்டால் தம் வாதத்தை எளிமையாக்கி எதிராளியைக் காலிசெய்துவிடலாம் என்ற நோக்குதான் எனக்கு எதிரான அவரின் கட்டுரையிலிருந்தது. மற்றபடி என் கட்டுரையின் அரசியல்ரீதியான கேள்விகளுக்கு அவரேதும் பதிலளித்துவிடவில்லை. திருமாவளவன் திராவிட இயக்கத்தை ஆதரிக்கிறார் என்பதைக் காட்டி இப்போது என்ன சொல்கிறீர்கள் என்று கேட்டிருந்தார். திருமாவளவன் போன்ற தேர்தல் அரசியல் நிலைப்பாட்டில் இருக்கும் ஒருவரின் கூற்றைக் கருத்தியல் சார்ந்த விவாதத்தில் தரவாகக் கொள்ளமுடியுமா? என்பது அந்த அடிபொடிக்கே வெளிச்சம். இதே திருமாவளவன்

இவர்கள் விரும்பும் நிலைப்பாட்டில் இல்லாததினால் அவரை விமர்சித்து சிறுவெளியீடுகள் கொணர்ந்தவர்கள் தானே இவர்கள். எனவே தனக்குகந்த இடத்தில் திருமாவளவனின் கூற்றை மேற்கோளாக்கிக் கொள்வது இல்லாதிடத்து திட்டுவது என்றியங்கும் இந்தக் குழு என்னிடம் மட்டும் திருமாவளவன் இப்படி கூறியிருக்கிறாரே என்றுகூறி நியாயம் பேச முயல்வது சரியானதாகாது.

மேலும் அக்கட்டுரை *காலச்சுவடில்* என் பங்களிப்பைக் காட்டி பார்ப்பனரிடம் கைகட்டி வாய்ப்பொத்தும் தலித்தாகக் கூறப்பட்டிருந்தது. அந்நிலையில்தான் *காலச்சுவடு* இதழில் ஸ்டாலின் ராஜாங்கம் விவாதபூர்வமாகவும் சுதந்திரமாகவும் இயங்குகிறார் என்பதைச் சுட்டி நண்பர் *காலச்சுவடு* கண்ணன் மறுப்பு கடிதம் ஒன்றை எழுதியிருந்தார். இது போதாதா? அவர் மீதும் வசை. விவாதிப்பதற்கான அடிப்படை பண்புகூட இல்லாத இடத்தில் எழுத எழுதுவுமில்லை என்று கருதி நான் இதில் எந்த பதிலும் எழுதவில்லை. இந்த கலக அடிபொடிகளைப் பொறுத்தவரை விவாதமென்பது விவாதத்திற்கே. தாங்களாகவே கட்டமைத்துக்கொண்ட இலக்கிய மற்றும் அறிவுகலக 'எதிரி'களை எதிர்கொள்வதற்கும் தொடர்ந்து எதிரிகளாகக் காட்டுவதற்கும்தான் தங்களின் எழுத்துகளை இவர்கள் பயன்படுத்திவருகின்றனர். ஆனால் எழுத்து நமக்கு அப்படியானதல்ல. அ. மார்க்ஸ் தர்மபுரி வன்முறைச் சூழலை வைத்துக்கொண்டு வேறு தளத்தில் விவாதிக்க வேண்டிய அறிவுலகக் கருத்துகளைப் பேசுவதிலுள்ள பிரச்சினைப்பாடுகளை இப்பின்னணியிலிருந்தே *தமிழ்ஆழி* மற்றும் *காலச்சுவடு* இதழ்களில் வெளியான என் கட்டுரைகள் அமைந்திருந்தன.

பொதுவாக, இத்தகைய எதிர்கொள்ளல்களின் அடிப்படைகள் இவைதாம்: ஒன்று தங்கள் பிம்பத்தை நிறுவுவது அல்லது தக்கவைத்தல்; மற்றொன்று பிரச்சினைகளைப் புரிந்துகொள்வதில் புதிய பார்வைகளும் பரிசீலனைகளும் தேவை என்பதைவிடத் தாங்கள் சொல்லிவந்த கருத்துகள் புதிய பார்வைகளினால் தவறாகிவிடக்கூடாதென்ற அறிவுஜீவித வீம்பு. மற்றொன்று தனக்குகந்த கருத்தை மட்டுமே எதிர்பார்ப்பது அல்லது அனுமதித்தல் அல்லது கட்டமைத்தல்.

தர்மபுரி வன்முறையைக் கண்டித்து எழுத்தாளர்களை அழைத்து தன் மதுரை பிஆர்ஓ ஒருவர் மூலம் கூட்டம் நடத்திய அ. மார்க்ஸ் என்னையொத்த தலித் நண்பர்களை மட்டும் அக்கூட்டத்திற்கு அழைப்பதைத் தவிர்த்தார். இவ்வாறுதான் முற்போக்குத் தளத்தில் நிலவும் கருத்துகளுக்கு மாற்றாக

விவாதத்திற்குரிய பார்வைகளை வைப்பதாலேயே எங்கள் கருத்துகளை விடுத்து, முத்திரை குத்தப்படுகிறோம், புறக்கணிக்கப் படுகிறோம்.

○

கோகுல்ராஜ், காதல் தொடர்பாகவே கொல்லப்பட்டார் என்பதை அறிந்து பல்வேறு விசயங்களில் ஒத்த கருத்துகளைப் பகிர்ந்து கொண்டு வந்த நண்பர்களாகிய நாங்கள் (சி. லட்சுமணன், ஜெ. பாலசுப்பிரமணியம், அ. ஜெகநாதன், அன்புசெல்வம், கார்த்திகேயன் தாமோதரன்) பெரிய திட்டமேதும் இல்லாமல் சேலம் கிளம்பினோம். கோகுல்ராஜ் கொலை பற்றி அறியச் சென்ற ஒரே உண்மையறியும் குழு எங்களுடையதுதான். நாங்கள் சந்தித்தவர்களில் ஓமலூர், திருச்செங்கோடு உள்ளிட்ட ஊர்களில் உறவினர்கள், அதிகாரிகள் எனப் பலரும் அடங்குவர். (நாங்கள் சந்தித்தவர்களில் திருச்செங்கோடு டிஎஸ்பி விஷ்ணுபிரியாவும் முக்கியமான ஒருவர்.) எந்தத் தரப்பிலிருந்தும் எங்களுக்கு முழுத் தகவல்கள் கிடைக்காத நிலையில் நாங்கள் தூங்க முடியாத அளவிற்கு இரவுதான் எதிர்பாராத திசைகளிலிருந்தெல்லாம் தகவல்கள் கிடைத்தன. கோகுல்ராஜ் கொலை தொடர்பாகச் சில புதிய தகவல்கள் வெளிவந்தன. ஒன்று, எல்லோரும் கருதுவதுபோல ஒரு ஆணும் பெண்ணும் கோவிலில் பேசிக்கொண்டிருந்தபோது வந்த யுவராஜ், கோகுல்ராஜை அழைத்துச் சென்று ஆத்திரத்தில் கொலை செய்யவில்லை. மாறாக, அது நன்கு திட்டமிட்டு செய்யப்பட்ட கொலை. மற்றது, யுவராஜின் சாதிய அரசியல் பின்புலம். அதாவது கொங்கு வட்டாரத்தில் கவுண்டர் சாதி அரசியலில் மேலெழ முயன்று வந்த யுவராஜ் அப்பின்னணியின் தொடர்ச்சியில் செய்த கொலையே இது என்பதை எங்கள் குழுவால் அறிய முடிந்தது. மேலும் பெருமாள்முருகனுக்கு எதிரான உள்ளூர் அச்சுறுத்தலை ஏற்படுத்துவதிலும் பங்குகொண்டிருந்த யுவராஜ் தான் கோகுல்ராஜைக் கொலை செய்ததிலும் எங்கள் அறிக்கை தான் சொன்னது. (பெருமாள்முருகனுக்கு எதிரான யுவராஜின் பேச்சு கண்டுபிடிக்கப்பட்டு, யூடியூப்பில் வலம் வந்தது பலருக்கும் நினைவிருக்கும்.)

அடுத்ததாக, கோகுல்ராஜோடு கோயிலில் பேசிக்கொண்டிருந்த சுவாதி என்ற பெண் அவரின் நண்பராயிருக்க வாய்ப்பில்லை என்பதை அறிவதற்கான உறுதியான தகவல்கள் கிடைத்தன. அப்பெண்ணின் எதிர்கால நலன் போன்ற காரணங்களை முன்னிட்டு (இப்படியொரு வார்த்தையை டிஎஸ்பி விஷ்ணு பிரியாவே எங்களிடம் குறிப்பிட்டார்) சுவாதி பெயர் ஊடகங்களிலும்

வழக்கிலும் பதிவிடப்படவில்லை; என்றாலும் அப்பெண்ணை வழக்கிற்குள் கொணருவது மூலம் மட்டுமே இதில் உண்மையை வெளிக்கொண்டுவர முடியும் என்பதை அறிந்தோம். காதல், பெண்ணின் குடும்பம், சாதி, கௌரவம், யுவராஜின் தலையீடு என்ற தொடர்ச்சியில்தான் இக்கொலை நடந்தது என்பதை யூகிப்பதற்கான தரவுகள் கிடைத்தன. இதையெல்லாம் ஒரு அறிக்கையாக எழுதிவிட்டு மறுநாள் இரவு நண்பர்களில் மூவர் மட்டும் மதுரைக்குக் காரில் திரும்பிக்கொண்டிருந்தோம். அப்போது இக்கொலை தொடர்பான செய்தியொன்று மேஜிக் போல எங்களை வந்தடைந்ததை நம்புவதா நம்பாமல் இருப்பதா என்ற நிலைக்கு ஆளானோம். ஆனால் அச்செய்தி கொலை தொடர்பாக எங்களுக்குக் கிடைத்திருந்த செய்தியை உறுதிப்படுத்துவதாகவே இருந்தது.

நடுநிசியைத் தாண்டும் வேளையில் பரமத்திக்கு முன்பு காரைக்கால் என்ற கிராமத்திலிருந்து சற்றுத் தள்ளி இருந்த டீக்கடையில் வண்டியை நிறுத்தினார் எங்கள் ஓட்டுநர். நான் வண்டியிலேயே அமர்ந்திருந்தேன். பாலுவும் ஜெகனும் இறங்கி நின்றார்கள். டீக்கடைக்காரரோடு அவர்களின் சகஜமான பேச்சு தொடர்ந்தது. பால்வாங்கும் நேரம், கடைதிறக்கும் நேரம், வேலையாட்கள் என்று தொடங்கிய கடைக்காரரின் பேச்சு சற்று நேரத்தில் அமுங்கிய குரலில் எங்களை வழிப்போக்கர்கள் தானே என்று கருதிக்கொண்டு இரண்டொரு நாட்களுக்கு முன் தண்டவாளத்தில் செத்துக்கிடந்த கோகுல்ராஜ் பற்றிப் பேசினார். கோகுல்ராஜின் தோழியாகச் சொல்லப்பட்ட சுவாதியின் மாமா அவர் என்பதையும், சுவாதிக்கும் கோகுல்ராஜுக்கும் இடையேயான உறவு, சுவாதி குடும்பத்தின் எதிர்வினை, தானும் போலீஸால் விசாரிக்கப்பட்டமை, அதனால் இரண்டொரு நாட்களாகக் கடையை முறையாக நிர்வகிக்க முடியாமை போன்றவற்றை எங்களிடம் இயல்பாக அவர் விவரித்தார். கோகுல்ராஜுக்கும் சுவாதிக்கும் காதல் என்பதைத் தற்செயலாக தெரிந்துகொண்ட தருணம் அது. இதை நாங்கள் அறிக்கையில் சேர்த்துக்கொள்ளவில்லை. சுவாதி, கோகுல்ராஜ் ஆகிய இருவரின் உறவுநிலை பற்றிய எங்கள் முடிவிற்கான தற்செயலான ஆதாரமாகவே இதை இங்கு முதன்முறையாகப் பதிவுசெய்கிறேன். எங்கள் அறிக்கையின் முடிவுகள் உரிய அளவில் கவனத்தில் எடுக்கப்பட்டிருந்தன.

சுவாதி, கோகுல்ராஜ் தொடர்பை நட்பு என்று முன்பு குறிப்பிட்டிருந்த திருமாவளவன் எங்கள் அறிக்கை பத்திரிகைகளில் வெளியான பிறகு விடுத்த அறிக்கையில் காதலர்கள் என்று மாற்றிக் குறிப்பிட்டார். இவ்வாறு எங்களின் அறிக்கை கோகுல்ராஜ்

பற்றிய கொலை பற்றிய தகவல்களில் குறிப்பிடத்தக்க தாக்கத்தை ஏற்படுத்தியது. பிறகு யுவராஜின் வாட்ஸ் அப் சவால்கள், டிஎஸ்பி விஷ்ணுபிரியா சாவு, யுவராஜ் சரண் போன்ற சம்பவங்கள் அடுத்தடுத்து நடந்ததை நாமறிவோம்.

கோகுல்ராஜ் கொலையோ யுவராஜ் தலையீடோ தனித்தனி யான சம்பவங்களல்ல. மாறாக, இவற்றை மொத்தச் சூழலின் பின்னணியில் வைத்துப் புரிந்துகொள்வதும் விவாதிப்பதும்தான் தேவை. இப்பின்னணியில்தான் சாதிபற்றிய இன்றைய பரிமாணங் களை ஆராயும் விதமாக நண்பர்களான நாங்கள் ஐவர் (சி. லட்சுமணன், அ. ஜெகநாதன், ஜெ. பாலசுப்பிரமணியம், அன்பு செல்வம், நான்) சேர்ந்து 'சாதி இன்று' என்ற நூலை வெளி யிட்டோம். ஆனால் அந்நூல் சரியாகவோ தவறாகவோ விவாதிக்கப்படாமல் 'அறிவுஜீவிகள்' பார்த்துக்கொண்டனர். ஆனால் கோகுல்ராஜ் கொலைக்குப் புலம்பல்கள், கண்டனங்கள், கூட்டங்கள் என்பதைத் தாண்டி எதுவுமே நடைபெறவில்லை. தமிழகத்தில் இதுபோன்ற வன்முறைகள் தொடர்வதும் எதிர்வினைகளும் நின்றுவிடுவதும் நடைமுறையாகிவிட்டன. நிலவும் அரசியல் சூழல்மீது புதிய கேள்விகளே இல்லாமல் இதுபோன்ற பிரச்சினைகளுக்கான காரணங்களை விவாதிக்க முடியாது. ஆனால் தமிழகத்தில் நிலவும் அரசியல் சூழல் என்பது பிராமணரல்லாத ஆதிக்க வகுப்பினரின் நலனோடு பிணைந்திருக்கிறது. இந்நிலையில் அது உடைந்துவிடவும் கூடாது. தலித்துகள் தாக்கப்படும்போது பேசாமலும் இருந்துவிடக்கூடாது என்ற நிலையில் அதைத் தக்கவைத்துக்கொள்வதற்கான அடையாளங்களாகவே இத்தகைய கண்டனம், எதிர்ப்புக் கூட்டம் போன்றவை அமைகின்றன. குஜராத்தைப் போன்ற அரசியல் எழுச்சி இங்கு எழாமல் போவதற்கான வெளியிலிருக்கும் காரணங்களை யோசிக்கும் நாம் உள்ளிருக்கும் காரணங்களை ஏன் யோசிப்பதில்லை? இன்றைய பெரும் சமூகவலைதளப் பின்னலுக்குள் ஒன்று கவன ஈர்ப்புக்காகச் சூழலுக்கு பொருத்தமற்ற அதிரடி கருத்துகளைச் சொல்லுகிறார்கள் அல்லது முற்போக்கு என்கிற பெயரில் நிலைத்துவிட்ட அரசியல் பொதுப்புத்திக்கு எதிராக பேசாமல் அரசியல் சரித்தன்மையைப் பேணத்தக்க அளவில் எதையாவது பேச விரும்புகிறார்கள்.

பொதுவாக என் கட்டுரைகளில் திராவிட இயக்கம் பற்றிய விமர்சனங்கள் அதிகமுள்ளன. அதற்கான காரணங்கள் கட்டுரைகளிலேயே ஆங்காங்கு சொல்லப்பட்டுள்ளன. தங்களை உருவகித்துக்கொண்ட பிம்பத்தின்படி ஆணவக் கொலை உள்ளிட்ட தலித் மீதான வன்முறைகளை எதிர்கொள்ள வேண்டிய வரலாற்று ரீதியான பொறுப்பு அவர்களுக்குண்டு. மாறாக அவை

மௌனம் காப்பது மட்டுமல்ல; ஒடுக்கும் சாதியினரின் அதிகாரப் பின்புலமாகவும் இயக்கம் இருக்கின்றது. இந்நிலையில்தான் அவை வரலாற்று விளைவு என்ற முறையில் வெறும் பிராமண எதிர்ப்பு இயக்கமாக மட்டுமே எஞ்சிவிட்ட நிலையைப் பார்க்கிறோம். இன்றைய திராவிடக் கட்சித் தொண்டர்களிடம் பிராமண எதிர்ப்பு எண்ணங்கள் ஏதுவுமில்லை. ஆனால் திராவிடக் இயக்கக் கருத்தியல் என்பது பிராமணரல்லாத பெரும்பான்மைச் சாதிகளின் அதிகாரத்திற்கு வலுச்சேர்ப்பதாகவே இருக்கிறது. இந்தச் சாதிகளின் ஒடுக்குமுறையைத்தான் தலித்துகள் இப்போது சந்திக்கிறார்கள்.

களஎதார்த்தத்தைப் பொறுத்தவரையில் தலித்துகளுக்கும் சூத்திரர்களுக்கும் இடையே நேரடியான முரண்பாடு நிகழ்கிறது. இதற்கிடையில் பிராமண எதிர்ப்பு, பொது எதிரி, இந்துத்துவம் போன்ற எந்த வஸ்துவுக்கும் இடமிருப்பதில்லை. இப்பின்னணியில் தலித்துகள் மேற்கொள்ளும் அரசியல் பரிசீலனையில் திராவிட இயக்கத்தின் கடந்தகாலப் போதாமையை மட்டுமல்ல சமகால சாதியப் பின்னணிகளையும் விமர்சிக்கிறார்கள். நடைமுறையில் தலித்துகள் மீதான வன்முறையின்போது எதையும் செய்யமுடியாத சிறுபான்மையான திராவிட இயக்க அறிவுஜீவிகள்; திராவிட இயக்க விமர்சனம் என்று வந்துவிட்டால் மட்டும் தலித்துகள்மீது பாய்கிறார்கள்; முத்திரை குத்துகிறார்கள். தலித்துகளிடம் பேச முடிந்த இவர்களால் திராவிட இயக்கங்களை நோக்கியோ பெரும்பான்மை சாதியமைப்புகளை நோக்கியோ ஒருபோதும் பேச முடிவதில்லை. ஆனால் இழப்பைச் சந்தித்துவரும் தலித்துகள் பேசவிடாமல் பார்த்துக்கொள்கிறார்கள். நுட்பமாகப் பார்த்தால் இது மீண்டும் சாதி இந்துக்களைக் காப்பாற்றுவதிலேயே முடிகிறது. சமூகரீதியான சூத்திரசாதிகளின் உடல் வன்முறைக்குச் சற்றும் குறையாத அரசியல்ரீதியான சூத்திரர்களின் அறிவு வன்முறை இது. நெருங்கிச் சென்று நீங்கள் பேசினால் இவ்வாறு விமர்சிப்பதால் யாருக்கு நட்டம் என்று கேட்டுவிடுகிறார்கள்; அதாவது பெரும்பான்மையினர் அப்படித்தான் இருப்பார்கள்; வாழ வேண்டுமெனில் நீங்கள்தான் பணிந்துபோகவேண்டும் என்பதே அதன்பொருள்.

முற்போக்கானதாக எதைச் சொன்னாலும் அதைத் தங்களுடைய பங்களிப்பு என்று கூறிகொள்வார்கள். பிற்போக்கு அம்சம் ஒன்றைச் சுட்டினால் அதை எதிர்தரப்புடையதாக அதாவது பார்ப்பனியத்தினுடையதாகக் காட்டிவிடுவார்கள். இது எளிமைப்படுத்தப்பட்ட சட்டகம். தமிழகத்தில் மதமோதல்கள் இல்லாமைக்குத் திராவிட இயக்கம்தான் காரணம் என்பர்.

ஆனால் சாதிச்சண்டை எப்படி என்று கேட்டால் பிராமண சூழ்ச்சி யென்பார்கள். அதேபோல்தான் இன்றைய ஆணவக் கொலை உள்ளிட்டவற்றைப் பேசும்போது சமகால எதார்த்தத்தையே தொடாமல் கடந்தகாலத்தை மட்டுமே காட்டிப் பேசிவிட்டு நகர்ந்துவிடுவார்கள். இப்பின்னணியில்தான் திராவிட இயக்க விமர்சனம் கட்டுரைகளில் உலவுகிறது.

இடதுசாரி இயக்கங்களைப் பொறுத்தவரையில் கருத்து சார்ந்து முரண்பாடுகள் இருக்கின்றன. ஆனால் சமகாலத்தில் ஆணவக் கொலை உள்ளிட்ட தலித் வன்முறைகளுக்கு எதிராகத் தொடர்ந்து போராடி வருகிறவர்கள் என்ற அளவில் அவர்களின் பணி போதுமான அளவில் கணக்கில் எடுக்கப் பட்டுள்ளன. அதேபோல் தலித் தலைவர்களில் டாக்டர் கிருஷ்ணசாமியின் தொடர்ச்சியான குரல் முக்கியமானது. மூன்று பின்னிணைப்புகளில் இரண்டு உண்மையறியும் குழு அறிக்கைகள். மூன்றாவது, நீதிமன்ற ஆணை. உசிலம்பட்டிக்கு, அருகில் தலித் இளைஞன் திலீப்குமாரைச் சாதிகடந்த காதல் மணம் செய்த விமலாதேவி என்பவரை ஆணவக் கொலை செய்தனர். இப்பிரச்சினையை மார்க்சிஸ்ட் கம்யூனிஸ்ட் கட்சியின் தீண்டாமை ஒழிப்பு முன்னணியே எடுத்துச் செயல்பட்டது. அப்பிரச்சினையில் தொடர்ந்து செயல்பட்டு திலீப்குமார் பெயரிலேயே சிபிஐ விசாரணை கேட்டு வழக்குத் தொடுத்தார்கள். சிபிஐ விசாரணைக்கான ஆணையோடு ஆணவக்கொலைகள் பற்றிய பொதுவான வழிகாட்டுதல்களை நீதிமன்றம் வழங்கியது. ஆணையை அனுப்பி உதவியவர் தீண்டாமை ஒழிப்பு முன்னணி யின் மாநிலப் பொறுப்பாளர் தோழர் கே. சாமுவேல்ராஜ். அரியானா உயர்நீதிமன்ற நீதிபதி ஆணவக்கொலைகளைத் தடுக்க வழிகாட்டு நெறிகளைச் சொன்னபோது அவற்றை மேற்கோள்காட்டி வந்த தலித் 'சிந்தனையாளர்கள்' சிலரும்கூட ஏனோ தமிழகத்திலிருந்து வழங்கப்பட்ட இந்த ஆணையை முக்கியத்துவம் தந்து பேசவில்லை. இந்நிலையில்தான் அந்த ஆணை பின்னிணைப்பில் தரப்பட்டுள்ளது. இதேபோல மதுரை எவிடன்ஸ் அமைப்பு ஆணவக் கொலை பிரச்சினைகளைத் தொடர்ந்து கவனித்து சட்டரீதியான முன்னேற்றங்களையும் ஆவணமாக்குதலையும் செயல்படுத்தி வருகிறது என்பது குறிப்பிடத்தக்கது.

○

ஆணவக் கொலைகள் தொடர்பான நிலைப்பாட்டில் திராவிடக் கட்சிகள் என்ற தலைப்பிலான முகநூல் விவாதக் கட்டுரை பற்றியும் சில தகவல்களைக் கூறவேண்டும். மார்க்சிஸ்ட்

கம்யூனிஸ்ட் கட்சி மாநிலச் செயலாளர் ஜி. ராமகிருஷ்ணன் அவர்களின் பேச்சு ஒன்றைப் பற்றி என் முகநூல் பக்கத்தில் இட்ட பதிவொன்றிற்குத் தொடர்ந்து திமுகவுக்கு ஆதரவாக எழுதிவரும் நண்பர் ராஜன்குறை பின்னூட்டமிட்டதிலிருந்து விவாதம் தொடங்கியது. முதலில் என் கேள்வி, பிறகு அதை விவாதிக்க வரும் நண்பர்களின் (அதிலிருந்து விலகிய) கேள்விகள், கருத்துகள், பின்னர் விலகல்களைச் சுட்டும் ரோசா வசந்த், பாலாஜி ஆகியோரின் பெரிதும் சிறிதுமான பதிவுகளை மட்டுமே ஓரளவு திருத்தம் செய்து ஆணவக்கொலை பற்றிய அரசியல் விவாதத்தின் இன்றைய நிலைக்கான சான்றாக இணைத்துள்ளேன். தமிழில் எப்போதும் கேட்கப்படும் கேள்விகள் தங்களுக்கு உகந்த வடிவிலோ அல்லது கேள்வியெழுப்புகிறவர் பற்றிய முன்முடிவிலோதான் விவாதங்கள் நடத்தப்படுகின்றன. ராஜன்குறை அத்தகைய குறை கொண்டவர் அல்ல. ஆனால், அவரின் மிதமிஞ்சிய திமுக ஆதரவு அவரை அவ்வாறாக்குகிறது என்பது என் எண்ணம். தலித் பிரச்சினை எழும்போது திராவிட இயக்க ஆதரவாளராக இருந்துகொண்டே அதன்மீது அவர் எப்போதுமே கேள்வியை எழுப்புவதில்லை. மாறாக, தலித் தரப்பிடம் திராவிட இயக்கத்தை எவ்வாறு புரிந்துகொள்ள வேண்டுமென்று தொடர்ந்து வற்புறுத்தி வந்திருக்கிறார்.

பாலாஜி குறிப்பிடுவதைப்போல் திராவிட இயக்கத்தின்மீது அவர் சிறுவிமர்சனத்தை வைத்துவிட்டாலும்கூட உடனே அவர் சாதியடையாளத்தோடுதான் எதிர்கொள்ளப்படுவார். சாதி ஒரு கூறு என்றாலும் அதை மட்டுமே விமர்சனத் தரவாக்கிக் கொள்பவர்களாக தலித் முன்னோடிகள் இருந்ததில்லை.

தலித் தரப்பிலிருந்து திராவிட இயக்கத்தின்மீது ஆழமான விமர்சனமே இன்னும் பிறக்கவில்லை. இதுவரையிலானவை உடனடி எதிர்வுகள் சார்ந்தவை மட்டுமே. ஆனால் இந்தத் தொடக்கநிலை விமர்சனங்களேகூடத் தமிழில் கண்ணியத்தோடு அணுகப்படவில்லை.

தரவுகள், தர்க்கங்கள் தாண்டி, தன்னுடையது பிராமண பிறப்பு என்பதால் இவ்வாறு பார்ப்பதுதான் நியாயம் என்று ராஜன்குறை விவாதத்தின் ஓரிடத்தில் கூறுகிறார். எனில், தலித்தாக இருப்பதால் இப்படி எதிர்மறையாகப் பார்ப்பதற்கான நியாயமிருக்கிறது என்று கூறிக்கொள்ளலாமா? ஆனால் நமக்கு அதற்கான வரலாற்று நியாயம் இருக்கிறதெனினும் அத்தகைய சலுகையை ஏதும் நாம் கேட்கவில்லை. அனுபவங்கள் மற்றும் தரவுகள் சார்ந்தே விவாதிக்கிறோம்.

எங்கள் விவாதத்தோடு தொடர்புடைய தம் கருத்துகளைத் தனியாக எழுதியிருப்பாரேயானால் ராஜன்குறையால் விரிவாகக் கூட எழுதியிருக்க முடியும். ஆனால், என் பதிவுக்குப் பதில் என்ற குறுகிய முகநூல் சட்டகத்தில் அது நடக்கவில்லை. எனினும், குறிப்பிட்ட பொருள்பற்றிய விவாதம் மீதான எதிர் கொள்ளல் என்றாலும் எந்த அளவிற்கு எங்களின் கேள்விகள் குறுக்கப்படுகின்றன என்பதற்கான ஆதாரமாக இக்கட்டுரை தொகுப்பில் இணைக்கப்பட்டுள்ளது. இப்பதிவின் தொடர்ச்சியாக ராஜன்குறையின் ஆய்வுச் சட்டகம் பற்றிய என் புரிதலையும் முகநூலிலேயே எழுதியிருந்தேன். இவ்விவாதத்தின் பொருளுக்கு நேரடி தொடர்பற்றது என்ற முறையில் அது இங்கு சேர்க்கப்பட வில்லை. அதேபோல, ராஜன்குறை எனக்கிட்ட பதிவைப் பின்னணி ஏதும் குறிப்பிடாமல் தனிப்பதிவாக இட்டுக்கொண்டபோது அதைத் தம் பக்கத்திற்குப் பகிர்ந்துகொண்ட மேகவண்ணன், என் பெயரைக் குறிப்பிடாமல் பதிலெழுதிய சுகுணா திவாகர் ஆகியோரின் அது தொடர்பான பதிவுகளை அவர்களின் திரியில் இருந்தது என்பதால் சேர்க்கவில்லை. ஆனால் அவர்களின் பதிவில் இருந்த ஓரிரண்டு சொற்களை மட்டும் என் பதிவிற்கு பதில் என்ற முறையில் கணக்கில் எடுத்துக்கொண்டேன்.

பொதுவாக, ஊடகங்களிலும் முகநூல்களிலும் திராவிடக் கட்சிகளுக்கு ஆதரவாகவும் தலித் விமர்சனங்களுக்கு எதிராகவும் கொந்தளிப்பவர்களைக் கண்டால் மிஞ்சுவது பரிதாபமே. திராவிடக் கட்சிகள் தங்கள் இருப்புக்காகச் சாதி உள்ளிட்ட பொதுப்புத்தி அம்சங்களை மென்மேலும் நெருங்கவே செய்கின்றன. இந்நிலையில் பாதிக்கப்படும் தலித்துகளைவிடவும் சாதி இந்துக்களிடம்தான் இந்த விமர்சகர்கள் அதிகம் பேச வேண்டும். ஆனால் அவர்கள் தங்கள் முற்போக்கு கற்பை நிறுவ தலித்துகளிடம் மட்டுமே வருகிறார்கள். இந்துத்துவத்தை / பார்ப்பனியத்தை வீழ்த்தும் பொறுப்பைத் தலித்துகளிடம் மட்டுமே வற்புறுத்துவதும் பார்ப்பனரல்லாதாரிடம் வலியுறுத்த முடியாமையும் என்ன உளவியல்? உண்மையில், பெரியார் இந்துத்துவத்தால் நெருங்கமுடியாத நெருப்பு என்றால் அவர் கொண்டுசெல்லப்பட வேண்டிய இடம் தலித்துகளிடம் அல்ல, சாதி இந்துக்களிடம்தான். ஆனால் இங்கு பெரியார் பற்றிய விவாதம், அவரைத் தலித்துகள் ஏற்கிறார்களா இல்லையா என்பதிலேதான் மையம் கொண்டிருக்கிறது. மொத்தத்தில் இந்த விவாதங்கள் சாதி இந்துக்களைக் காப்பாற்றுவதாக அல்லாமல் சாதி ஒழிப்பின் பொறுப்பிலிருந்து அவர்களை விடுவித்துவிட்டு சாதியின் பலன்களைச் சத்தமில்லாமல் அனுபவிப்பவர்களாகவும் தக்கவைக்கிறது.

தலித் பிரச்சினைகளில் பெரும் அழுத்தம் ஏற்படும்போது மௌனம் காத்துவிட்டு உடனடி அழுத்தம் குறைந்த பின்னால், தங்களுக்கு அரசியல் நலன் உருவாகும் சூழ்நிலையில் மட்டுமே ஒரு அறிக்கை அல்லது தீர்மானம் என்ற அளவில் திராவிடக் கட்சிகளின் சுட்டிக்காட்டல் அமைகிறது. சூழலில் அது எந்த விதத்திலும் அரசியல் அழுத்தமாக மாறாமல் பிற்காலங்களில் கேள்வியெழும்போது தாங்களும் குரல் கொடுத்திருக்கிறோம் என்பதைச் சொல்லிக்காட்டுவதற்கான வகையில் மட்டுமே அவை இருக்கின்றன. அந்த அறிக்கையிலும் தீர்மானத்திலும் தலித் பற்றிய 'அக்கறை' நேரடி வார்த்தைகளில் அல்லாமலும் பல்வேறு விஷயங்களில் ஒன்றாகவும் இருப்பதையே பார்க்க முடிகிறது. கடந்த நாடாளுமன்றத் தேர்தல் அறிக்கையில் திமுக கந்துவட்டிக் கொலை உள்ளிட்டவற்றைக் கண்டித்து வரும் வரிசையில் சாதிக்கொலை என்பதையும் குறிப்பிட்டிருந்தமையே இதற்குச் சரியான சான்றாகும்.

இத்தொகுப்பின் தொடக்கக் கட்டுரைகளில் அப்போது பயன்படுத்தப்பட்ட கௌரவக்கொலை என்ற சொல்லையே பயன்படுத்தினேன். தொடக்கநிலை கட்டுரைகளில் அச்சொல் மாற்றப்படாமல் அப்படியே இருக்கின்றது. பிந்தைய கட்டுரைகளில் ஆணவக் கொலை என்ற சொல் பயன்பாட்டைக் கைக்கொண்டேன். இக்கொலையைக் குறிப்பதற்கான பெயர்கள் பற்றிய விவாதங்கள் உண்டு. கௌரவக்கொலை என்பது ஆங்கிலத்தை அப்படியே தமிழில் எழுதிய சொல்லாகும். கௌரவக்கொலை என்ற சொல்லைக் காட்டிலும் பொருத்தமுடையது என்ற பொருளிலேயே ஆணவக் கொலை என்ற சொல் கையாளப்படுகிறது. கௌரவம் என்ற சொல் பாதிப்பை ஏற்படுத்துகிறவரின் தரப்பை நேர்மறை யாகக் குறிப்பிடுகிறது. எப்போதும் பாதிக்கப்பட்டவரிலிருந்தே பெயர் சூட்டிவருகிற நிலையிலிருந்து மாறி, பாதிப்பை ஏற்படுத்து வோரை எதிர்மறையாக்குகிறது ஆணவக் கொலை என்ற சொல். அதேவேளையில் தங்களைச் சாதியாகச் சொல்வதில் கூச்ச மடையாமல் பெருமைப்படுகிற நம் சமூகத்தில் இச்சொல்லின் எதிர்மறை அர்த்தத்தினால் என்ன மாறிவிடப் போகிறது என்பதை யும் கேட்டுப் பார்த்துக்கொள்ள வேண்டியிருக்கிறது. அறம் குன்றிவரும் சமூகத்தில்தான் ஆணவமாக இருக்கிறோம் என்று சொல்வதற்காகக் கூச்சப்பட்டுவிடுவார்களா என்ன?

இலக்கியப் பதிவுகளைப் பொறுத்தவரையில் சாதி கடந்த காதல் பற்றிய நம்முடைய சமூகம் எதிர்கொண்டுள்ள அனுபவங்கள் குறைவாகவே பதிவாகியுள்ளன என்பது வியப்பாக இருக்கிறது. ஆனால் இதற்கு மாறாக சினிமாவில் சாதிமத

வர்க்கநிலைகளைக் கடந்த காதல், காதல் மணம் போன்றவை பேசப்பட்டு வந்துள்ளன. இந்நிலையில் ஆணவக்கொலை தொடர்பான சமகாலப் பதிவுகளைக் கணக்கில்கொண்டு முறையே சினிமா, இலக்கியம் பற்றிய கட்டுரைகள் இடம்பெற்றுள்ளன. என்னுடைய 'தமிழ் சினிமா: புனைவில் இயங்கும் சமூகம்' என்ற நூலிலிருந்து ஆணவக்கொலையோடு சினிமாவின் தொடர்பைப் பற்றி எழுதியிருந்த 'தர்மபுரி வன்முறைக்கு முன்பும் பின்பும்' என்னும் கட்டுரை சிற்சில திருத்தங்களோடு இத்தொகுப்பில் இடம்பெற்றுள்ளது. அதேபோல் தர்மபுரி வன்முறைக்கு முன்னாலும் பின்னாலும் இமையம் எழுதிய மூன்று கதைகள் முக்கியமானவை. அதைப் பற்றிய கட்டுரை இத்தொகுப்பிற்காகவே எழுதப்பட்டது. இமையத்தின் கதைகள் பற்றி எழுதப்பட்டாலும் அம்பை, மாரிசெல்வராஜ் போன்றோரின் கதைகளும், பெருமாள்முருகன் எழுதிய 'பூக்குழி' நாவலும் *(காலச்சுவடு),* பெருந்தேவி *காலச்சுவடில்* இரண்டு இதழ்களாக (ஆகஸ்ட், செப்டம்பர் 2015) எழுதிய 'கௌரவக் கொலை எனும் பயன்பாடு' என்ற கட்டுரையும், டி. தர்மராஜன் எழுதிய 'தலித் அல்ல காதலன்' கட்டுரையும் ச. சிவலிங்கம் எழுதிய 'ஒடுக்கப் பட்ட சாதிகள்: இறையாண்மை, அரசு, அமைப்புகள்' (*புலம்,* மார்ச் 2015) என்ற நூலும் குறிப்பிடத்தக்கன.

இந்நூலை ஐவருக்கு சமர்ப்பணம் செய்துள்ளேன். முருகேசன், (புதுகூரைப்பேட்டை) இளவரசன், கோகுல்ராஜ் ஆகிய தலித் இளைஞர்களின் கொலை நம்மை உலுக்கக்கூடியது. அவர்களின் பெயர் தமிழகச் சமூக வரலாற்றில் ஓர் துயரக் குறியீடாக நிலைத்துவிடக்கூடியது. ஆனால் ஆதிக்கச் சாதியில் பிறந்திருந்தாலும் சாதி ஆதிக்கம், சாதி ஒழிப்பு என்பதையெல்லாம் யோசித்தே பார்க்க வாய்ப்பில்லாமல் இயல்பான காதலுணர்வால் இந்த இளைஞர்களை நேசித்த காரணத்தால் மரணம் அல்லது மரணத்திற்கு இணையான குற்றவுணர்வு என்ற நிலைக்கு தள்ளப்பட்ட புதுக்கூரைப்பேட்டை கண்ணகி, தர்மபுரி திவ்யா, உடுமலைப்பேட்டை கௌசல்யா, சிவகங்கை தமிழ்ச்செல்வி, உசிலம்பட்டி விமலாதேவி ஆகியோருக்கு இந்நூலைச் சமர்ப்பிப்பதில் சமாதானம் கொள்ள முயல்கிறேன்.

மதுரை — இங்ஙனம்

20.08.2016 — **ஸ்டாலின் ராஜாங்கம்**

கலப்புமண எதிர்ப்பு அரசியல்

விவாதத்திற்கான சில அரசியல் குறிப்புகள்

2003ஆம் ஆண்டு ஜூலை மாதம் கடலூர் மாவட்டம் விருத்தாசலம் அருகிலுள்ள புதுக்கூரைப் பேட்டை என்னும் கிராமத்தில் சாதிமீறிக் காதலித்த காரணத்திற்காகத் தலித்தான முருகேசன் வன்னியர் சாதியைச் சேர்ந்த கண்ணகி ஆகிய இருவரையும் ஊரின் ஆதிக்கச் சாதியினர் கொடூர மாகக் கொலைசெய்தனர். வன்னியர்களின் இக் கொடூரச் செயலுக்குப் பாட்டாளி மக்கள் கட்சியின் மறைமுகமான ஆதரவு இருந்ததாகச் சொல்லப் பட்டது. இக்கொடூரக் கொலையில் ஈடுபட்ட ஊர்க்காரர்களைச் சட்டத்தின் பிடியிலிருந்து காப்பாற்றுவதற்கு அக்கட்சி சட்டரீதியாக உதவியதாகவும் கூறப்பட்டது. இந்தப் புகாரை அந்தக் கட்சி இதுவரை மறுக்கவில்லை. வன்னியர் பெண்களைப் பிற சாதி ஆண்கள் காதலிக்கவோ மணக்கவோ அனுமதிக்கக் கூடாது என அக்கட்சியின் முன்னணித் தலைவர்களில் ஒருவரான காடு வெட்டி குரு, கடந்த 2012ஆம் ஆண்டு ஏப்ரல் மாதம் மாமல்லபுரத்தில் நடந்த வன்னியர் இளைஞர் மாநாட்டில் ராமதாஸ் முன்னிலையில் பேசியது சாதிமறுப்புத் திருமணம் குறித்த அக்கட்சியின் நிலைபாட்டைத் தெளிவாகிவிட்டது. புதுக்கூரைப்பேட்டைக் கிராமத்தில் நடந்த இரட்டைக்கொலை விவகாரத்தில் அக்கட்சியின் மௌனத்திற்கான காரணத்தையும் குரு இதன் மூலம் தெளிவுபடுத்திவிட்டார்.

அரசியல் மேடையொன்றில் சாதி மறுப்புத் திருமணத்திற்கு எதிராக இது வெளிப்படையாக விடுக்கப்பட்ட அறைகூவல். வடமாவட்டங்களில் அரசியல் ஆதரவோடும் சாதி வெறியோடும் ஆதிக்கச் சாதியினரால் தொடர்ந்து மேற்கொள்ளப்பட்டுவரும் இப்படுகொலைகளைக் குறித்து இமையம் எழுதியுள்ள 'பெத்தவன்' என்ற தேர்ந்த சிறுகதையும் (*உயிர்மை, செப்டம்பர் 2012*) அண்மையில் வெளியாகியுள்ளது.

இதேபோலக் கடந்த சில வருடங்களாகக் கொங்கு மண்டலத் தின் ஆதிக்கச் சாதியான கொங்கு வேளாளர் அமைப்புகளில் சில வெளிப்படையாகச் சாதி மறுப்புத் திருமணத்திற்கு எதிராகப் பேசத் தொடங்கியுள்ளன. சாதி கடந்த காதல், திருமணங்களைக் கொலை உள்ளிட்ட கொடூரமான வழிமுறைகளின் மூலம் தடை செய்துவரும் அச்சாதியினர் அரசியல்ரீதியில் தமக்குள்ள செல்வாக்கைப் பயன்படுத்திக்கொண்டு சாதிமறுப்புத் திருமணங் களுக்கெதிரான தம் சட்ட விரோதச் செயல்பாடுகளுக்கு அரசின் அங்கீகாரத்தை வெளிப்படையாகக் கோரத் தொடங்கியுள்ளனர். ஆதிக்கச் சாதியினரிடமிருந்து தலித்துகளைப் பாதுகாக்கும் தலித் வன்கொடுமைச் சட்டத்தை ரத்துசெய்யக் கோரி கடந்த பல வருடங்களாக அரசை வலியுறுத்திவரும் சில கொங்கு வேளாளர் அமைப்புகள் கடந்த அக்டோபர் 14 அன்று கோவையில் நடத்திய கூட்டமொன்றில் கலப்புத் திருமணச் சட்டத்தைத் தடை செய்ய வேண்டுமென்னும் தீர்மானத்தை நிறைவேற்றியுள்ளன. கூட்டத் திற்கு வந்திருந்தவர்கள் கலப்புத் திருமணத்திற்கு எதிராக உறுதி மொழி எடுத்துக்கொண்டதாகச் செய்திகள் வந்தன. கலப்பு மணச் சட்டத்தை ரத்துசெய்யும்படி அரசைக் கோரியுள்ள இந்த அமைப்புகள் தமக்கென இணையதளம் ஒன்றையும் தொடங்கப் போவதாக அறிவித்திருக்கின்றன.

கொங்குப் பகுதியின் முதன்மை ஆதிக்கச் சாதியினரான கொங்கு வேளாளர்களை அரசியல்ரீதியில் ஒன்றிணைக்கவும் சாதி அடையாளத்தை ஓட்டுவங்கி அரசியலுக்குப் பயன்படுத்தவும் மேற்கொள்ளப்பட்டுவரும் முயற்சிகளின் தொடர்ச்சியே இது போன்ற நடவடிக்கைகள். சமூக மாற்றத்தின் காரணமாக இயல்பாக நடைபெற்றுக்கொண்டிருக்கும் காதல், கலப்பு மணங்களைக் கண்டு ஆதிக்கச் சாதிகள் பதற்றமடைந்திருப்பதன் அடையாள மாகவும் இதை எடுத்துக்கொள்ளலாம். எண்ணிக்கை யில் பெரும்பான்மைச் சாதிகள் மட்டுமல்லாது எண்ணிக்கையில் சிறுபான்மை இந்து சாதி அமைப்புகளும் இதே கோரிக்கையை ஆங்காங்கு எழுப்பத் தொடங்கியுள்ளன. சாதி ஒதுக்கீடுகளும் பிரதிநிதித்துவமும் 'சமூகநீதி'யாகிவிட்ட நம் சூழலில் தத்தம்

நலன்களைப் பாதுகாத்துக்கொள்ள விரும்பும் ஒவ்வொரு சாதியும் தங்களின் எண்ணிக்கையைச் சிதறிவிடாமல் காக்க விரும்புகின்றன. கடந்த சில பத்தாண்டுகளில் பெரும் எழுச்சிபெற்றுவரும் ஒடுக்கப்பட்டோரின் அரசியல், ஆதிக்கச் சாதியினருக்குப் பெரும்பதற்றத்தை உருவாக்கியுள்ளது. காதல் திருமணங்கள் மூலம் சாதியமைப்பு சிதைவதைக் கண்டு சாதியமைப்புகள் வெளிப்படையாக இவ்வாறு பேசத் தொடங்கியுள்ளன. சாதி அமைப்பைப் பாதுகாப்பதற்கும் அதை மேலும் இறுக்கமானதாக மாற்றுவதற்குமான முயற்சிகளை ஆதிக்கச் சாதி அமைப்புகள் மேற்கொண்டுவருகின்றன. இவை போன்ற நடவடிக்கைகள் கிராமப்புறங்களில் வாழும் தலித்துகளுக்குப் பெரும் அச்சுறுத்தல் என்பதில் சந்தேகமில்லை. இது போன்றதொரு தீர்மானத்தை நிறைவேற்றியுள்ளதன் மூலம் அந்த அமைப்பு இந்திய அரசியல் சாசனத்தின் நோக்கங்களுக்கு வெளிப்படையாகச் சவால் விட்டிருக்கிறது என்றே சொல்ல வேண்டும். பிற்போக்கான, காட்டு மிராண்டித்தனமான இத்தீர்மானத்திற்கு எதிர்ப்பு தெரிவிக்க வேண்டிய அறிவுஜீவிகளும் ஜனநாயகச் சக்திகளும் அரசியல் கட்சிகளும் மௌனம் காப்பது கடும் கண்டனத்திற்குரியது.

அம்பேத்கர் 1916ஆம் ஆண்டு கொலம்பியாப் பல்கலைக் கழகத்தின் மானுடவியல் கருத்தரங்கில் இந்தியாவில் சாதியின் அமைப்பியக்கம் பற்றிச் சமர்ப்பித்த கட்டுரையில் சாதி முறையின் தோற்றுவாய்க்கும் அது நீடித்திருப்பதற்குமான காரணங்களில் முக்கியமானதாக அகமணமுறையைக் குறிப்பிட்டார். ஒத்த குழுவில் ஆண் பெண் விகிதத்தில் நிகழும் வித்தியாசம் அதை யொட்டிப் பெண்கள்மீது திணிக்கப்படும் விதவைக் கோலம், உடன்கட்டை ஏறுதல், ஆண்களின் துறவு, வயது குறைந்த பெண்ணை மணம் முடித்தல் போன்ற போக்குகளை இதன் தொடர்ச்சியாக விவரித்தார். 1936இல் சாதிஒழிப்பு என்ற தலைப்பில் தயாரித்த உரையொன்றில் சாதியொழிப்புக்கு உண்மையான வழி கலப்பு மணம்தான் என்று தான் நம்புவதாகக் குறிப்பிட்டார். இதைத் தவிர வேறெதுவும் சாதியைப் பலவீனப் படுத்த முடியாது என்றும் இதைப் புரிந்துகொள்வதே நோயின் மூலத்தைக் கண்டறிவதாகும் என்றும் அறிவித்தார்.

சமூகத்தை எதிர்த்து நிற்கும் சீர்திருத்தவாதி அரசாங்கத்தை எதிர்க்கும் அரசியல்வாதியைவிடத் தீரம் மிக்கவன். இச்சூழல் சார்ந்து ஏற்படும் சவாலான நிலையையும் அவர் குறிப்பிட்டார். ஆனால் சமூகத்தின் பொதுப் புத்தியாகிவிட்ட சாதியச் சூழலைச் சமரசமில்லாமல் எதிர்கொள்ளும் சீர்திருத்தவாதியென்று யாரையும் நம்மால் குறிப்பிட முடியவில்லை. அரசியல்வாதிகளிலிருந்து

நூலிழை இடைவெளியிலேயே அறிவுலகமும் உலகமும் செயற்பட்டுவருகிறது.

பிராமணரல்லாதோரின் சாதியமைப்பு பற்றிய அறிவுத்துறை விவாதங்கள் சாதியமைப்பைப் பாதுகாப்பதில் அவற்றுக்குள்ள பங்களிப்பைக் குறித்து முறையாக விவாதிப்பதைத் தவிர்க்கின்றன. இந்த விஷயத்தில் எல்லோருமே மௌனம் காக்க விரும்புகிறார்கள். கலப்பு மணத்திற்கு எதிரான தற்போதைய சாதி இந்துக்களின் குரல்கள் அரசியல் தளத்தில் பேசப்பட்டுவந்த சாதி ஒழிப்பு அல்லது சாதி மறுப்பு என்னும் கருத்தியலைத் தீவிரமாக மறுபரிசீலனை செய்யக் கோருகிறது.

சாதி மறுப்புத் திருமணம் என்பது கிட்டத்தட்ட ஒரு நூற்றாண்டுக் காலத்துக்கும் மேலாகத் தமிழக அளவில் இயக்க ரீதியிலேயே முன்னெடுக்கப்பட்டுவந்த ஒன்று. பிராமண ஆதிக்கத்திற்கெதிராகத் தமிழகத்தில் உருவான பிராமணரல்லாத இயக்கத்தின் அடையாளமாகவே இது இருந்துவந்தது. இப்போது அந்த அடையாளத்தின் எச்சங்கள்கூட இல்லை. சாதி மறுப்பு கைவிடப்பட்டுச் சடங்கு மறுப்பு என்பதாகச் சுய மரியாதைத் திருமணங்களின் சீர்திருத்த எல்லை சுருங்கிவிட்டது. தாலி மறுப்பு, சடங்கு மறுப்பு போன்ற சாதியக் கட்டுமானத்தில் எந்த விரிசலையும் ஏற்படுத்தாத சுயமரியாதைத் திருமணங்களைக் கண்டு ஆதிக்கச் சாதியினர் ஒருபோதும் பதற்றமடைவதில்லை. அத்தகைய திருமணங்கள் சமூகக் கட்டமைப்பில் எந்தவிதமான மாற்றத்தையும் ஏற்படுத்தாதவரை அவற்றை வரவேற்பதிலும் அவர்களுக்குப் பிரச்சினையில்லை. சாதி மறுப்புத் திருமணங் களுக்கு இருந்துவந்த சமூகப் பாதுகாப்பு பலவீனமடைந்ததற்குப் பின்னால் உள்ள அரசியல்ரீதியான காரணங்கள் தீவிரமாகப் பரிசீலிக்கப்பட வேண்டியவை.

ஆனால் சாதாரண மனிதர்களிடையே சாதி கடந்த காதல், கலப்பு மணங்கள் இயல்பான செயல்பாடுகளாக நீடித்துக்கொண்டுதான் இருக்கின்றன. இத்திருமணங்கள் பற்றிய பிரகடனங்கள் ஏதும் அவர்களிடம் இருப்பதுமில்லை. சாதி கடந்த காதல், கலப்புமணத்திற்கு எதிரான ஆதிக்கச் சாதியினரின் வன்முறை சாதியத்தின் ஒரு பகுதியாக எப்போதுமே இருந்துவந்திருக்கிறது. சாதிக்கட்டுமானத்தை மீறும் சொந்தக் குழந்தைகளைக் கொலைசெய்தாவது சாதியின் கௌரவத்தைக் காப்பாற்றிக்கொள்வதற்கு ஆதிக்கச் சாதியினர் தயங்குவதே இல்லை. அதைப் பற்றிய பெருமிதமும் சாதிய மனத்தின் ஒரு கூறு என்றே சொல்லலாம். நாகரிகச் சமுதாயம் சாதிய வன்முறை களுக்கும் கௌரவக் கொலைகளுக்கும் எதிராக இருப்பதுதான்

சாதியத்திற்குப் பெரிய சிக்கல். முன்புபோல அவற்றை எளிமை யாகச் செய்ய முடியவில்லை. ஆகவேதான் அதற்குச் சட்ட அங்கீகாரத்தைக் கோருகிறார்கள். இதற்கு முதல் காரணம் சமூக அடிநிலைச் சக்திகளான தலித்துகளுக்குக் கல்விரீதியாகவும் அரசியல்ரீதியாகவும் ஏற்பட்டுள்ள விழிப்புணர்வு. நவீன வாழ்வு சார்ந்த மாற்றங்கள் மற்றொரு முக்கியக் காரணம். இதன் விளைவாகக் காதலும் கலப்பு மணங்களும் திட்டமிடப்படாத, இயல்பான போக்காக வளர்ந்து வருகின்றன. காதல், திருமணம், குடும்பம் சார்ந்த மதிப்பீடுகளும் கருத்தியல்களும் வேகமாக மாறிவருகின்றன.

சாதி கடந்த திருமணங்களுக்கு ஆதரவாக இருந்துவந்த, முன்பு சாதி ஒழிப்பை ஒரு வேலைத்திட்டமாகக் கொண்டிருந்த திராவிடக் கட்சிகள் இவ்விஷயத்தில் மேற்கொண்டுவரும் மௌனம் பரிசீலிக்கத்தக்கது.

சாதி ஆதிக்கத்தைப் பாதுகாக்கும் நோக்கில் எழுந்துள்ள இக்குரல்களில் தீவிர தலித் எதிர்ப்பு வேர்கொண்டுள்ளதையும் கவனிக்க வேண்டும். அதனால்தான் திராவிட இயக்க அமைப்பு களோ தமிழ்த் தேசிய அமைப்புகளோ சாதியமைப்புகளின் கலப்புமண எதிர்ப்பைத் தீவிரமாக எதிர்கொள்ளவில்லை. பெரியார் திராவிடர் கழகம் தவிர வேறு யாரும் இதற்கு எதிராகப் போராட்டம் நடத்தியதாகத் தெரியவில்லை. மேற்படி கூட்டம் நடந்த மண்டபத்துக்கு வெளியே அதைக் கண்டித்து அமைதியான முறையில் ஆர்ப்பாட்டம் நடத்த முயன்ற பெரியார் திராவிடர் கழகத் தொண்டர்களைத் தமிழகக் காவல் துறை கைதுசெய்திருப்பது கண்டனத்துக்குரியது. இதுபோன்ற பிரச்சினைகளின்போது அவற்றைக் கண்டனம் செய்வதன் மூலம் நாம் திருப்தியடைந்துவிடுகிறோம். கண்டனம் தெரிவிப்பதும் ஆர்ப்பாட்டம் நடத்துவதும் சடங்காக மாறிவிட்ட சூழலில் குறிப்பிட்ட பிரச்சினையின் கருத்தியல் பின்னணியையும் அது ஏற்படுத்தி வரும் மாற்றங்களையும் கணக்கிலெடுத்துக்கொள்வது அவசியம். இதற்கான விவாதங்களை அறிவுஜீவிகள் மட்டுமே உருவாக்க முடியும். மேற்கண்ட சாதியினர் சாதியமைப்பால் பயன்படுத்தப்படுகிறவர்கள் என்ற கருத்தைப் பரிசீலிக்க வேண்டி யுள்ளது. இன்றைய சாதியமைப்பின் நலன்களைப் பாதுகாப்பதில் இவர்களுக்குப் பெரும்பங்கு இருக்கிறது. இந்நிலையில் பிராமண ரல்லாத சாதிகளின் குரலாகச் செயல்பட்ட திராவிட இயக்கங் களின் கருத்தியல் பின்னணிகளைப் பேசுவதில் ஈடுபட்டுவந்த எஸ்.வி. ராஜதுரை, அ. மார்க்ஸ் உள்ளிட்ட திராவிடச் சார்பு மற்றும் இடதுசாரி அறிவுஜீவிகள் தற்போதைய சூழலில் இயக்கக் கருத்தியல் குறுக்கீடுகளை நிகழ்த்த வேண்டியது அவசியம்.

ஒரு காலகட்டத்தில் திராவிட இயக்கத்தால் சாதி மறுப்புத் திருமணங்கள் கொள்கையளவில் வற்புறுத்தப்பட்டிருந்தாலும் அந்த இயக்கத்தின் மையச் சக்திகளாக விளங்கிய ஆதிக்கச் சாதிகள் அதை ஏற்கவில்லை. சாதியை ஒழிப்பதற்கான வழிமுறைகளில் முக்கியமானவையாகக் கருதப்பட்ட சமபந்தி போஜனம், கலப்புமணம் ஆகிய இரண்டு கொள்கைகளுக்கும் ஆதரவில்லாமல் இருப்பது ஏன் என்ற கேள்வியைத் தன்னுடைய சாதி ஒழிப்பு (1936) என்னும் நூலில் எழுப்பும் அம்பேத்கர் இவ்விரண்டு கொள்கைகளும் இந்துக்களின் புனிதமான நம்பிக்கைகளுக்கு எதிரானவையாக இருப்பதானாலேயே அவை நடைமுறைப்படுத்தப்படவில்லை என்கிறார். இங்கிருக்கும் ஒவ்வொரு சாதியினரும் தங்களை இந்துக்களாகக் கருதிக் கொள்கிறார்கள். இந்து மதத்தின் மொத்தப் பிரதிநிதியாகப் பிராமணர்கள் காட்டப்பட்டு எதிர்க்கப்பட்டாலும் பிற இந்து சாதிகளிடம் இந்து மனோபாவமே செயற்படுகிறது. ஓர் இந்துவுக்குச் சாதியே முதல் அடையாளம். கலப்புமணம் பற்றிப் பேசும் அம்பேத்கர் சாதியைப் போற்றும் மதத்தைக் கற்பிக்கும் சாஸ்திரங்களை எதிர்க்க வேண்டும் என்கிறார்.

சாஸ்திரங்களைப் புறக்கணித்தால் மட்டும் போதாது, அவற்றின் அதிகாரத்தையே மறுக்க வேண்டும் என்றார். இங்கு, சாஸ்திரத்தின் குறியீடான பிராமணன் மட்டுமே புறக்கணிக்கப்பட்டான். மாறாக சாஸ்திரம் கற்பிக்கும் சாதி அதிகாரம் புறக்கணிக்கப்படவில்லை. ஒவ்வொரு சாதி இந்துவின் உளவியலிலும் சாதி என்னும் அதிகாரம் இவ்வாறுதான் குடிகொண்டிருக்கிறது. அதுதான் இன்றைய எதிர்ப்பின் கருத்தியல் அடிப்படை. இவ்விடத்தில் மற்றொன்றையும் கவனிக்க வேண்டும். தீண்டாமை வன்கொடுமைத் தடுப்புச் சட்டத்தை நீக்கக் கோரித் தொடர்ந்து குரல்கொடுத்துவந்த சாதி அமைப்புகளே இப்போது கலப்புமண எதிர்ப்பிலும் ஒருசேரக் குரலெழுப்புகின்றன. கலப்புமண எதிர்ப்பைக் கூர்மையாக்கும் கொங்கு வேளாளர் அமைப்பும் தலித் வன்கொடுமைத் தடுப்புச் சட்டத்தை ரத்துசெய்யக் கோரிவரும் தேவரினப் பாதுகாப்புப் பேரவை போன்ற பிற சாதி அமைப்புகளும் அணிசேர்க்கத் தொடங்கியுள்ளதை இங்குக் கவனிக்க வேண்டும். மறுபுறம் தம் சாதி பற்றி இந்த அமைப்புகள் உருவாக்கிப் பரப்பிவரும் பிம்பங்கள் கூர்ந்து கவனிக்கத்தக்கவை. தம்மை ஆண்ட பரம்பரையாகக் காட்டிக்கொள்ளும் முனைப்பு ஒவ்வொரு சாதிக்கும் இருக்கிறது. அதற்கான வரலாற்றுச் சான்றுகளை அவை தேடுகின்றன. ஆனால் இட ஒதுக்கீடு முதலான சலுகைகளைக் கோருவதற்காகத் தங்களை ஒடுக்கப்பட்டவர்களாகவும், வஞ்சிக்கப்பட்டவர்களாகவும்

காட்டிக்கொள்ளவும் முற்படுகின்றன. தீரன் சின்னமலையைக் கொங்கு வேளாளர் சாதியைச் சேர்ந்தவர் என நிறுவுவதில் வெற்றிபெற்றுவிட்ட கொங்கு வேளாளர் அமைப்புகள் தம்மை மிகவும் பிற்பட்டோர் பட்டியலில் சேர்க்க வேண்டுமென நீண்ட காலமாகக் கோரிவருகின்றன. ஆதாயங்களுக்காகத் தம்மைத் தலித்துகளைவிட மோசமாக ஒடுக்கப்பட்டவர்களாகக் காட்டிக் கொள்வதற்கும் தயங்குவதில்லை. பலவேளைகளில் தாழ்த்தப் பட்டோருக்கு அளிக்கப்பட்டுள்ள சலுகைகளுக்கு இணையாகத் தங்களுக்கும் சலுகைகள் அளிக்கப்பட வேண்டுமெனக் கோருகின்றனர்.

பெரியாரியத்தைப் பின்பற்றுவதாகச் சொல்லிக்கொள்ளும் திமுக உள்ளிட்ட திராவிடக் கட்சிகள் சாதி கடந்த திருமணத்திற் கெதிரான இத்தகைய அமைப்புகளின் நடவடிக்கைகளைப் பற்றி எந்தக் கருத்தும் தெரிவிக்காமல் மௌனம் காப்பதற்குக் காரணமுண்டு. வாக்குவங்கி அரசியல் முக்கியக் காரணம். சாதி ஆதிக்கத்தையும் தங்களுடைய நலனையும் ஒருசேரத் தக்கவைத்துக்கொண்ட இக்கட்சிகள் இச்சாதியினரையோ சாதி அமைப்புகளையோ பகைத்துக்கொண்டு அரசியல் நடத்த முடியாது. இந்நிலையை உருவாக்கியது இக்கட்சிகளே. அரசியல் பெரும்பான்மைக்காக எண்ணிக்கை சிதையாமல் காப்பது, சிறு சிறு குழுக்களை ஒன்றாக்குவது என்றெல்லாம் சாதிப் பெரும்பான்மை வாதம் கூர்மைபெற்றுவருகிறது. தமிழகத்தில் மதச் சார்புடைய கட்சி செல்வாக்குப் பெறமுடியாமல் போகலாம். ஆனால் சாதியைப் பகைத்துக்கொள்ளும் எந்தக் கட்சியும் இங்கு ஆட்சிக்கு வர முடியாது என்பதே கசப்பான உண்மை.

காலச்சுவடு, நவம்பர் 2012

தமிழைத் தின்ற சாதி

தர்மபுரி வன்முறை பற்றிய குறிப்புகள்

நவம்பர் 7 அன்று வன்னியர்களால் மிக மோசமாகத் தாக்கப்பட்ட தர்மபுரியின் மூன்று கிராமங்களுக்கு எழுத்தாளர் குழுவாக நவம்பர் 10 அன்று சென்றிருந்தோம். செப்பனிட முடியாத அளவுக்கு எல்லா வீடுகளும் முற்றிலுமாகச் சூறையாடப்பட்டிருந்தன. உடல்மீதான வன்முறையைத் தவிர்த்துவிட்டு வீடுகளை மட்டுமே குறிவைத்துத் தாக்கிய திட்டமிட்ட சம்பவம் இது. மூன்று நாட்களாகியும் பாதிக்கப்பட்ட மக்களின் கண்ணீர் வற்றவில்லை. எங்கள் குழுவில் மறைமுகமாகவாவது கண்ணீரைத் துடைத்துக் கொள்ளாதவர் யாருமில்லை. வாழ்விடத்தை இல்லாமலாக்குவது சாகடிப்பதைவிட மோசமான வன்முறை. இந்நிலைமை பாதிக்கப்பட்டவனின் இருப்பையே அழிக்கிறது. உயிரை மட்டும் விட்டு வைப்பதன் மூலம் இழப்பு ஏற்படுத்திய வலியிலேயே அவனை உழலவைக்கும் உளவியல் தந்திரம் இது. எலி வளையானாலும் தனிவளை என்பது தமிழ்ப் பழமொழி. தலித் ஒருவன் வீடு கட்டுவது அசாதாரணமானது. முதலீடும் உழைப்பும் கால அளவும் அளப்பரியன. குறைந்தபட்ச வசதிகளோடு ஒரு வீட்டைக் கட்டிவிடுவது தலித்தின் வாழ்நாள் சாதனையாகிவிடுகிறது. மூன்று கிராமங்களிலும் எல்லா வீடுகளும் சீர்குலைக்கப்பட்டிருப்பதோடு வீடுகளின் எல்லாப் பொருட்களும் அழிக்கப்பட்டுள்ளன. வன்னியர்களுக்கான இட ஒதுக்கீட்டுக்கு 1987இல் வன்னியர் சங்கம் நடத்திய போராட்டம்

தொடங்கி இன்றுவரையிலும் தலித்துகளின் குடிசைகளைக் கொளுத்துவதும் வீடுகளை அழிப்பதும் வன்னியர்களின் வன்முறை வடிவங்களாக இருந்துவருகின்றன.

மூன்று கிராமங்களில் கொண்டம்பட்டி என்னும் ஊரில் ஒரு வீட்டில் முழுக்கக் கருகல் நெடி. ஏறக்குறையப் பத்து மூட்டை நெல் தீக்கிரையாக்கப்பட்டுள்ளது. எரிந்து சிதைந்த வீட்டிற்கு வெளியே வீடிழந்த பெண் குத்துக்காலிட்டுக் கதறியழுதுகொண்டிருந்தார். அவருக்கு இன்னும் பைத்தியம் பிடிக்காததுதான் வியப்பு என்றார் ஒருவர். மறுபுறம் பக்கத்துக் கிராமங்களின் உறவினர்களும் ஆர்வலர்களும் திரட்டித் தந்த உணவையும் உடைகளையும் பெற்றுக்கொள்ளப் பாதிக்கப்பட்ட மக்கள் வரிசையில் நின்றிருந்தார்கள். வரிசையில் வந்துகொண்டிருந்த ஒரு பெண் என்ன நினைத்தாரோ அவற்றை வாங்க மறுத்துக் கதறியழுதார். இத்தகு அழிவுகளையும் வலிகளையும் புரிந்துகொள்ள ஒருவர் தலித்தாக இருக்க வேண்டிய அவசியமில்லை. மனிதனாக இருந்தாலே போதுமானது. ஆனால் தலித்துகளின் துயரக் குரலை எந்தவிதத்திலும் பொதுச் சமூகம் பொருட்படுத்துவதில்லை. இத்தகைய அழிவிற்குப் பின்னும் அம்மக்கள் யார்மீதும் சிறு கல்லும் எடுத்தெறியவில்லை. சாதியமைப்பின் பகுதியாகிய இத்தகைய 'சகிப்புணர்வைப்' பயன்படுத்திக் கொண்டு நம் சமூகம் தலித்துகளைத் தொடர்ந்து சுரண்டுகிறது.

நாங்கள் சென்றிருந்தபோது மூன்று கிராமங்களிலும் மார்க்ஸிஸ்ட் கம்யூனிஸ்ட் கட்சியினரும் விடுதலைச் சிறுத்தைகள் கட்சியினரும் மட்டும் இருந்தனர். அடுத்தடுத்துத் தலித் அமைப்புகளும் செயல்பாட்டாளர்களும் அப்பகுதிக்கு வந்துவிட்டனர். சில நாட்கள் கழித்துச் சில அமைப்புகள் கண்டனம் வெளியிட்டன. எனினும் தமிழகத்தின் பிரதானக் கட்சிகள் இப்பிரச்சினையில் எந்த அக்கறையும் காட்டவில்லை. அல்லது தலித்துகளுக்கு முகம் காட்டி, வன்னியர்களுக்கும் பாதகமில்லாமல் பேச விரும்புகிறார்கள். தலித் ஆணும் வன்னியப் பெண்ணும் காதலித்துத் திருமணம் செய்து கொண்டதை யொட்டி இப்பிரச்சினை ஏற்பட்டது. வன்னியர் சங்கமான பாட்டாளி மக்கள் கட்சியும் கொங்கு வேளாளக் கவுண்டர் அமைப்புகளும் சாதி மறுப்புத் திருமணத்துக்கு எதிராக விடுத்த சவாலைக் கண்டுகொள்ளாமலிருந்த தமிழகத்தின் பெருவாரியான அமைப்புகளையும் அறிவுஜீவிகளையும் தர்மபுரிச் சம்பவம் பேச வைத்துள்ளது. இதற்கு மூன்று தலித் கிராமங்கள் அழிய வேண்டியுள்ளது. தலித்துகள்மீது நடந்த தாக்குதல் மட்டுமல்லாது சேதத்தின் அளவும் அரசியல் நெருக்கடியும் சேர்ந்தே இவ்விவாதத்தை உருவாக்கியிருக்கின்றன.

பெரியார் முன்னெடுத்த அரசியல் கருத்தாக்கத்திற்கே பெரிய நெருக்கடி என்ற முறையில் பெரியார் இயக்கங்கள் இதில் கூடுதல் கவனம் செலுத்தியுள்ளன. ஏற்கனவே போராட்டம் நடத்திய பெரியார் திராவிடர் கழகம் தவிரத் தமிழகத்தில் கடந்த காலங்களில் நடந்துவந்த பல்வேறு சாதி வன்முறைகளுக்கு உரிய எதிர்வினையை ஆற்றாத திராவிடர் கழகத் தலைவர் கி. வீரமணி போன்றோர் சம்பவப் பகுதிகளுக்கு வந்ததோடு, கலப்பு மணத்திற்கு ஆதரவான மாநாடு, போராட்டங்களை அறிவித்துள்ளனர். எனினும் தர்மபுரிப் பிரச்சினையைக் கண்டிக்க அவர்களுக்குப் பிராமண எதிர்ப்பு அடையாளமும் தேவைப் படுகிறது. 'பிராமணர்கள் கபே' எதிர்ப்பு மட்டுமே போதாது, பிற ஆதிக்கச் சாதிப் பெயர்களையும் நீக்க வேண்டும் எனத் தலித் செயல்பாட்டாளர்கள் பேசத் தொடங்கிய பிறகே எல்லாச் சாதிப் பெயர்களையும் நீக்குவதென்னும் மாற்றம் ஏற்பட்டது. எண்ணிக்கையில் பெரும்பான்மையான ஆதிக்கச் சாதிகளின் எதிர்ப்பைச் சார்ந்து பல்வேறு ஆதிக்கச் சாதிகளும் கலப்பு மணத்துக்கு எதிராகப் பேசத் தொடங்கியுள்ள நிலையில், கொளத்தூர் மணியின் திராவிடர் விடுதலைக் கழக அமைப்பின் போராட்ட அறிவிப்பில் எதிர்ப்பிற்குரிய முதல் சாதியமைப்பாகப் பிராமணர் சங்கத்தின் பெயர் இடம்பெற்றுள்ளது. பிராமணர் சங்கம் எதிர்க்கப்படக் கூடாதது என்பதும் நம் கருத்தல்ல. மாறாகப் பெரும்பான்மை வன்முறையை எதிர்ப்பதற்குப் புழக்கத்திலிருந்துவரும் அரசியல் நம்பிக்கை தேவைப்படுகிறது. இங்குப் புதிதாய் ஏற்பட்டுள்ள பல்வேறு மாற்றங்களுக்குத் தங்களை உட்படுத்திக்கொள்ள யாரும் தயாராயில்லை.

கலப்புத் திருமணத்துக்கு எதிரான காடுவெட்டி குருவின் பேச்சைக் கண்டிப்பதிலும் போராட்டம் நடத்துவதிலும் அக்கறை காட்டும் பெரியாரிய அமைப்புகளும் பல்வேறு முற்போக்கு அமைப்புகளும் கவுண்டர், வன்னியர் போன்ற பெரும்பான்மைச் சாதியினர் இம்முடிவுக்கு வந்தடைந்த விதத்தையும் அவர்களிடம் தீவிரம்பெற்றுள்ள தலித் வெறுப்பையும் ஆராய வேண்டும். இட ஒதுக்கீட்டுக்காகப் போராடிய சாதிகள் என்பது முதற்கொண்டு இன்றுவரையிலும் அச்சாதிகளிடம் இட ஒதுக்கீடும் அரசியல் அதிகாரமும் ஏற்படுத்தியுள்ள மாற்றங் களையும் கணக்கிலெடுத்துக்கொள்ள வேண்டும். மேலும் தமிழக அளவிலும் அச்சாதிகள் மத்தியிலும் செயல்பட்டுவந்த சாதி சாராத அமைப்புகளும் சாதிய அமைப்புகளும் ஏற்படுத்தியுள்ள தாக்கங்களையும் தீண்டாமையையும் தலித்துகள் பற்றிக் கொண்டிருந்த சித்தரிப்புகளையும் பரிசீலிக்க வேண்டும். இத்தகு மாற்றங்களையெல்லாம் கொண்டு அதற்கேற்பச் சாதி

மறுப்புச் சொல்லாடல்களைக் கட்டமைக்காதபட்சத்தில் இது போல் ஆண்டுக்கொரு காடுவெட்டி குருவை நாம் கண்டிக்க வேண்டிவரலாம். இந்திய அளவிலான பிராமண அதிகாரம் தகர்ந்துவிடவில்லையெனினும் வட்டார அளவிலான பெரும்பான்மை ஆதிக்கச் சாதி அதிகாரம் வலுவடைந்திருப் பதையும் தேவையெனில் அது பிராமண அதிகாரத்தோடு கூட்டணி ஏற்படுத்திக்கொள்வதோடு பிராமணர்களைக் கட்டுப்படுத்தியும் வைக்கிறது. இவ்வாறு சாதி தரும் அதிகாரம் ஒடுக்கப்பட்ட சாதிகளை அமுக்கி வைப்பதோடு இந்திய ஜனநாயகத்திற்குப் பெரும் அச்சுறுத்தலாகவும் மாறியிருக்கிறது. இந்திய ஜனநாயகத்திற்குச் சாதிப் பெரும்பான்மை வாதம் பெருந்தடையாக மாறும் என்ற அம்பேத்கரின் கவலை நடைமுறையில் நிரூபணமாகிவருவதைப் பார்க்கிறோம்.

காடுவெட்டி குருவின் கலப்பு மண எதிர்ப்பு உரையோடு முரண்படும் அமைப்புகள் பலவும் சாதிப் பெரும்பான்மை வாதத்தைக் கண்டுணராதது மட்டுமல்ல அதையே கடந்த காலங் களில் சமூக நீதி என்று பேசியும் செயல்பட்டும் வந்துள்ளன என்பதுதான் சாதிசார்ந்து இன்றைக்கு ஏற்பட்டுள்ள மாற்றங் களைக் கணக்கிலெடுக்காமல் போவதற்கான முக்கியக் காரணமாகும். மொத்தத்தில் இன்றைக்குச் சாதி என்பது தீண்டாமையா பண்பாட்டு அடையாளமா அதிகாரமா அல்லது இவையெல்லாம் இணைந்த வடிவமா? இத்தகு அம்சங்களில் கூர்மையடைந்திருப்பதும் மழுங்கிப் போயிருப்பதும் எவையெவை? இப்படியெல்லாம் இன்றைய உலகமயமாதல் சூழலில் ஆழமாக அணுகிச் சாதியச் சொல்லாடலைக் கட்டமைக்க வேண்டியுள்ளது. அத்தகு அக்கறை நம் சூழலில் அழுத்தம் பெறாததாலேயே நம் சமூகம் சாதிய வன்முறைகளுக்குக் கண்டனம் தெரிவிப்பதோடு நிறுத்திக்கொள்கிறது.

மார்க்சிஸ்ட் கட்சி, திராவிட அமைப்புகளில் பெரியாரிய அமைப்புகள் தவிரப் பிரதானக் கட்சிகள் வன்முறையை மட்டும் கண்டித்திருக்கின்றன. காடுவெட்டி குருவின் பேச்சையோ சாதி மறுப்புத் திருமண எதிர்ப்பையோ அவை பேசாமல் தவிர்த்துள்ளன. மதிமுக சார்பாகக் குழுவொன்று அக்கிராமங்களுக்குச் செல்லும் என்னும் வைகோவின் அறிக்கை சாதி, தலித், ஒடுக்குமுறை போன்ற எந்தச் சொல்லும் இடம்பெறாமல் கவனமாகத் தயாரிக்கப் பட்டிருப்பதைப் பார்க்கலாம். ராமதாஸின் சாதி மறுப்புத் திருமண எதிர்ப்பைவிடத் திராவிட அடையாளம்மீதான அவரது எதிர்ப்பே திராவிடக் கட்சிகளை அதிகம் கோபப்படுத்தியிருக்கிறது. ராமதாஸுக்கு எதிரான பெரியாரிய இயக்கங்களின் எதிர்ப்பில்

இந்த அம்சத்திற்கும் இடமுண்டு. கடந்த நவம்பர் 18 அன்று மறைமலைநகர் திமுக இளைஞரணிக் கூட்டத்தில் பேசிய கருணாநிதி திராவிட அடையாளத்துக்கு எதிரான ராமதாஸின் விமர்சனத்தை மறைமுகமாகச் சாடியிருந்தாரே ஒழிய அவரது அண்மைக்காலச் சாதியப் பேச்சுக்கு எதிராக எந்தச் சொல்லையும் உதிர்க்கவில்லை. திராவிட அடையாளத்தின் முக்கிய அம்சமாகக் கொள்ளப்பட்டிருந்த பிராமண எதிர்ப்பினூடான சாதிய எதிர்ப்பை மீண்டும் பேசிச் சாதி சார்ந்த ஓட்டுகளை இழப்பதைவிடத் திராவிடமா தமிழனா எனப் பேசிவிடுவது கருணாநிதிக்குச் சுலபம். அதிகாரிகளால் வழங்க முடிந்திருக்கிற அரசு உதவித் தொகையை அமைச்சர் ஒருவரை அனுப்பி வழங்கச்செய்வதன் மூலம் தன் தரப்பை நிறுவிக்கொள்ளப் பார்க்கிறார் முதலமைச்சர் ஜெயலலிதா. ஆதிக்கச் சாதிகள் பற்றியோ வட்டாரரீதியான பெரும்பான்மைச் சாதிகள் பற்றியோ வெளியாகும் தவறான சித்தரிப்புகளுக்கு தமிழகத்தில் உள்ள எல்லா அரசியல் கட்சிகளும் போராட்டமும் கண்டனங்களும் தெரிவிப்பது மட்டுமல்ல ஒரு அரசே அவற்றுக்கு ஆதரவாக எதிர்வினையில் ஈடுபடுகிறது. ஆனால் ஒடுக்கப்பட்ட வகுப்பினருக்கோ வாழிடங்கள் எல்லாம் அழிக்கப்பட்டாலும் அந்த நியாயம் பொருந்துவதில்லை. ஓட்டு சாராத 'தமிழ்த் தேசிய' அமைப்புகள் பலவும் இதைக் குறித்துப் பேசுவதையே தவிர்த்துள்ளன. கண்டனம், எதிர்ப்பு என்ற வகையில் திராவிட இயக்கம் சாதகமாகத் தெரிகிறபோதிலும், தலித் அக்கறை என்ற அளவில் திராவிடத் தேசியத்திற்கும் தமிழ்த் தேசியத்திற்கும் தூரம் அதிகமில்லை என்பதே உண்மை.

❍

தர்மபுரி நாயக்கன் கொட்டாய்ப் பகுதியில் நடந்த வன்முறை என்ற அளவில் இந்தப் பிரச்சினை அரசியல்ரீதியான கவனத்தை ஈர்த்துள்ளது. 1980களில் நக்சல்பாரி இயக்கம் செயல்பட்ட பகுதி இது. இரட்டைத் தம்ளர் ஒழிப்பு போன்ற தீண்டாமை ஒழிப்புப் பணிகளில் ஈடுபட்ட நக்சல் பாரிச் செயல்பாட்டாளர்கள் காவல் துறையால் கொல்லப்பட்டனர். அதேபோல வன்னியர்களைப் பொறுத்தவரை கடலூர், அரியலூர் பகுதிகளில் ஆயுதம் தாங்கிய தமிழ்த் தேசிய குழுக்கள் செயல்பட்டுள்ளன. இது போன்ற காலங்களில் அமுங்கிப்போயிருந்த சாதி உணர்வு 1987இல் வன்னியர்களின் இட ஒதுக்கீட்டுப் போராட்டத்தின்போது ஒன்றுதிரட்டப்பட்டது. வன்னியர் சங்கம் பாட்டாளி மக்கள் கட்சியாக மாற்றப்பட்டபோது, சிதறிக்கிடந்த தமிழ்த் தேசிய குழுக்களும் கட்சி சாராமல் செயல்பட்டுவந்த மார்க்சியர்களும்

அக்கட்சியை ஆதரித்தனர். எஸ்.சி. – பி.சி. ஒற்றுமை மேடைகளில் வலியுறுத்தப்பட்டது. ஆனால் பாமக தேர்தல் கட்சியாக மாற்றம்பெற்றபோது, அது வன்னியர்களின் சாதி உணர்வை முன்னெடுத்தது. நாடாளுமன்ற ஜனநாயக அரசியல் அதிகாரத்தை எட்டுவதற்காகச் சாதித் திரட்சியும் அதற்கான சாதி உணர்வும் பயன்படும் என்கிறபோது சாதி மறுப்பு போன்று சவாலான நிலைப்பாட்டை எடுக்காமல் சமூகத்தின் சாதியப் புத்தியைப் பயன்படுத்திக்கொள்வதோடு அதைக் கூர்மைப்படுத்தும் செயல்பாடுகளிலும் பாமக ஈடுபட்டது. அக்காலகட்டத்தில்தான் கடலூர் மாவட்டத்தில் தலித்துகள் மத்தியில் பரவிய விடுதலைச் சிறுத்தைகள் இயக்கம் வன்னியர்களால் வன்முறையோடு எதிர் கொள்ளப்பட்டது.

தர்மபுரி வன்முறையில் கணக்கில் கொள்ள வேண்டிய மற்றுமொரு அரசியல் காரணி பாமக – விடுதலைச் சிறுத்தைகள் கூட்டணி பற்றியதாகும். வன்னியர்களையும் தலித்துகளையும் பிரதிநிதித்துவப்படுத்தும் இயக்கங்களாகச் செயல்பட்ட இக் கட்சிகள் கடந்த பத்தாண்டுகளாக அரசியல் தளத்தில் இணைந்து செயல்பட்டதால் இச்சமூகங்களிடையே சாதகமான மாற்றங்கள் உருவாகும் என எதிர்பார்க்கப்பட்டது. தங்கள் கூட்டணிக்கான நியாயமாக அக்கட்சிகளும் சமூக நல்லிணக்கம் என்ற வார்த்தையைப் பயன்படுத்தின. ஆனால் இக்கூட்டணி வெறும் தோற்றமே என்பதைத் தர்மபுரியின் எதார்த்தம் காட்டியிருக்கிறது. வன்னியர்கள் மத்தியில் இக்கூட்டணி எவ்விதத் தாக்கத்தையும் ஏற்படுத்தவில்லை என்பதையே அறிய முடிகிறது.

இவ்விரண்டு கட்சிகளின் அடையாளரீதியான கூட்டணி, உள்ளூர் நிலவரம் ஆகியவற்றை அறிந்தவர்களுக்கு இத்தகைய அனுபவம் வியப்பானதாக இருக்க முடியாது. முரண்படும் இரண்டு வகுப்பினரின் கட்சிகள் என்ற முறையில் முரண்பாட்டுக்கான காரணம், அதைக் களைவதற்கான தொடர்முயற்சிகள் என்பதாக இக்கட்சிகளின் கூட்டுச் செயல்பாடுகள் அமையவில்லை. மாறாகத் மொழி போன்ற எளிதில் உணர்ச்சியைத் தூண்டும் பிரச்சினைகளின் அடிப்படையில் இக்கூட்டணி அமைந்தது. தமிழ் அடையாளம் என்னும் அளவில் கல்விமொழி, நிர்வாக மொழி என்றுகூட ஆக்கபூர்வமாக அமையாமல் சினிமா பெயர் மாற்றம், ஈழப் பிரச்சினை என்ற அளவில் உணர்ச்சி பூர்வமான செயல்களோடு நின்றுகொண்டன. சாதி மறுப்பு என்ற செயல்திட்டத்தோடு முரண்பட்டு வாழும் மக்கள் குழுவினரிடம் சென்று செயலாற்றும் சவாலான நிலைமையை அக்கட்சிகள் ஏற்படுத்திக்கொள்ளவில்லை. உண்மையில்

இக்கூட்டணி தேர்தலில் இரு பெரும்பான்மை வகுப்பினரின் ஓட்டுகளைத் திரட்டும் நோக்கில் ஏற்படுத்தப்பட்டது. எனவே சாதிய அமைப்பு ஒழுங்கில் எவ்வித உடைவையும் ஏற்படுத் தாமல் முற்றிலும் வேறொரு அடையாளத்தின் பெயரால் இக்கூட்டணி உருவாக்கப்பட்டது. தமிழகத்தில் நீண்டகாலமாக நிலவிவரும் அரசியல் நம்பிக்கையான தமிழ் அடையாளம்தான் இக்கூட்டணிக்கான காரணமாக அமைந்தது. அக முரண்பாடுகளை மறைத்துப் பொது எதிரியொருவரைக் காட்டி ஒன்றுதிரளும் அரசியல் உத்தி, உணர்ச்சிபூர்வமாக ஒன்றுதிரளுதல் என்ற வகையில் தமிழ் அடையாளம் அவர்களுக்கு உதவ முடியும் எனக் கருதப்பட்டது. இரண்டு வகுப்பினரின் அரசியல் அதிகார நிலைப்பாடுகளோடு தமிழ் அடையாளத்தை இணைப்பதில் நிறைய முரண்பாடுகள் இருந்தன. தேர்தல் மூலமான அரசியல் அதிகாரம் என்னும்போது சாதியாகவும் பிறவேளைகளில் தமிழ் உள்ளிட்ட முற்போக்கு அடையாளமாகவும் மாறிவந்ததே ராமதாஸின் கடந்தகால வரலாறு. பெரும்பான்மைச் சாதி என்ற முறையில் வன்னியர்களின் கட்சி ஆளும் கட்சியாக மாற வேண்டுமானால் முதலில் திராவிடக் கட்சிகளை எதிர்கொள்ள வேண்டும். அடுத்து மற்றொரு பெரும்பான்மைச் சாதி ஒன்றோடு சேர வேண்டும். இந்த நிலைமையில் வன்னியர்களுக்கு அடுத்துப் பெரும்பான்மையான தலித்துகளோடு கூட்டு சேர ராமதாஸ் விரும்புகிறார். சொந்தச் சாதித் திரட்சியையும் விட்டுவிடாமல் மற்றுமொரு சாதியைச் சேர்த்துக்கொள்ள வேண்டும் என்பதற்காகத் தமிழ் அடையாளம் ராமதாஸுக்குக் கைகொடுத்தது.

விடுதலைச் சிறுத்தைகள் கட்சியைப் பொறுத்தவரையில் திராவிடக் கட்சிகளின் பெரும்பான்மைவாத அரசியலால் புறக்கணிக்கப்பட்ட தலித்துகளின் குரலைப் பிரதிபலித்து எழுச்சி பெற்ற அமைப்பாகும். தலித்துகளைத் திரட்டுவதில் வேகம் காட்டிய அந்த இயக்கம் அரசியலில் தலித் சார்பான குரலெழுப்பும் குழுவாக மாறியது. எனினும் தேர்தல் கட்சியாக வடிவமெடுத்த இக்கட்சியும் பாமகவின் அரசியல் நோக்கத்தை ஒத்த பண்புக்கு இணங்கியது. பெருவாரியான மக்கள் திரட்சியின் நோக்கமான சாதி ஒடுக்குமுறையை எதிர்கொள்வதற்கான செயல்பாடு என்பதை விடுத்துத் திருமாவளவனின் சொந்த விருப்பமான தமிழ் அடையாளம் கட்சியின் பிரதான முழக்கமாயிற்று. தமிழ் அடையாளமானது ராமதாஸைச் சார்ந்து வன்னியர்களிடம் பெற்றிருக்கும் அழுத்தத்தைவிடத் திருமாவளவனைச் சார்ந்து தலித்துகளிடம் பெற்றிருக்கும் அழுத்தம் அதிகம். எனவே இங்கே தமிழ் அடையாளம் அரசியல் நோக்கத்திற்கேற்பக்

கையாளப்பட்டு உண்மையில் விவாதிக்கப்பட்டிருக்க வேண்டிய சாதி மறுப்பு சார்ந்த செயல்பாடு பின்னுக்குத் தள்ளப்பட்டு விட்டது. இந்நிலையில்தான் தர்மபுரியில் தமிழைச் சாதி தின்று தீர்த்திருக்கிறது.

தமிழ் அடையாளத்தை முன்னெடுத்த காலத்தில் விடுதலைச் சிறுத்தைகள் கட்சி அதற்காக அதிக விலை கொடுத்திருக்கிறது. சாதி எதிர்ப்பை எதிர்கொள்வதில் ஏற்பட்டுவிட்ட சமரசங்களே அவை. மாவீரர் தினத்திற்குத் தன்னெழுச்சியாக போஸ்டர் ஒட்டும் அக்கட்சியினரிடமிருந்து தர்மபுரிச் சம்பவத்திற்கு எதிராகத் தமிழகத்தில் எங்கும் சிறு சுவரொட்டியோ மறியலோகூட இல்லாமல் போனது இயல்பானதல்ல. தர்மபுரியில் பத்திரிகை யாளர் ஒருவர் வன்முறைக்குப் பிறகு வன்னியர்கள் பயப்படுவது எஸ்.சி. – எஸ்.டி. சட்டத்திற்கு மட்டுமே என்று என்னிடம் கூறியது பொய்யல்ல.

ஈழ அரசியல் விஷயத்திலும் ராமதாஸுடன் கசப்பான அரசியல் அனுபவம் என்ற முறையிலும் திருமாவளவன் அனுதாபம் தேடுவதை விடுத்து ஒடுக்கப்பட்ட வகுப்பினரின் தலைவர் என்னும் முறையில் பொறுப்போடு கற்றுக்கொள்வதற்கான அனுபவங்களை இந்த அரசியல் சூழல் அவருக்குத் தந்திருக்கிறது. தர்மபுரி வன்முறைக்குப் பிறகு ராமதாஸை நோக்கிய சீறல், ஆர்ப்பாட்டம் என்பதைத் தாண்டி மற்ற எவற்றையும் அவர் செய்யத் தெரியாமல் இருப்பதையே பார்க்கிறோம். இப் பிரச்சினையை அவர் மைய நீரோட்ட அரசியல் லாபியில் வைத்தே பேச முனைகிறார். தலித் பிரச்சினைகளை உடனடி தேர்தல் நோக்கில் இல்லாமல் பரந்த அளவிலான அணுகுமுறையை நோக்கி எடுத்துச்செல்லும் தொலைநோக்கு எதுவும் அவரிடம் இல்லை. தர்மபுரிப் பிரச்சினையில் தலித்துகளுக்கு ஆதரவாக இருக்க விரும்பும் ஊடகங்கள் திருமாவளவனுக்கு ஆதரவாக நின்றுகொள்ள விரும்புகின்றன. வன்முறைக்குப் பிறகான ராமதாஸ் கருத்துகளையும் திருமாவளவன் கருத்துகளையும் ஒப்பிட்டு திருமாவளவனின் பக்குவம் பற்றி பேசப்படுகிறதே ஒழிய சாதி எதிர்ப்பு அரசியல் பயணத்தில் திருமாவளவனின் கடந்தகால செயல்பாடுகளின் விளைவுகள், தர்மபுரி போன்ற பிரச்சினைகளின்போது சடங்காகிவிட்ட ஆர்ப்பாட்டங்கள் என்பதைத் தாண்டி இப்பிரச்சினைகளில் அவரின் ஆக்கபூர்வ அழுத்தம் என்னவாக அமையப் போகிறது என்ற விமர்சனக் கண்ணோட்டத்திலான அணுகுமுறை முன்வைக்கப்படவில்லை.

ஏறக்குறையப் பிற்படுத்தப்பட்ட சாதிகளின் கூட்டணியைக் காட்டித் தலித்துகளை எதிர்கொள்ளும் அரசியல் முயற்சி

எழுச்சிபெறத் தொடங்கியுள்ளது. கொங்கு வேளாளர் பேரவை யின் மணிகண்டன் கலப்புத் திருமண எதிர்ப்பை வலியுறுத்தி மாநாடு அறிவித்திருப்பதும் ஏனைய சாதி இந்துச் சமூகங்களை ஒன்றிணைக்க முயல்வதாகக் கூறுவதும் சாதிச் சங்கத்தின் குரல் மட்டுமல்ல; தமிழகத்தில் கடந்தகால முற்போக்கு நடவடிக்கைகளின் பலனை அறுவடைசெய்து கொண்ட இயக்கங்களின் குரலாகவும் மாறியிருப்பதைப் பார்க்கிறோம். தர்மபுரி வன்முறை குறித்துக் கருத்துத் தெரிவித்த ராமதாஸ் வன்முறையை நியாயப்படுத்தியிருப்பதோடு தலித்துகளுக்கு எதிரான மற்ற சாதி இந்துச் சமூகங்களின் பிரதிநிதியாகவும் குரலெழுப்பத் தயாராகி நிற்பதையும் பார்க்க முடிகிறது. தர்மபுரி தலித் மக்களின் துயரம் இவர்களை அசைக்காதது மட்டுமல்ல அதைத் தலித் மக்களுக்கான எச்சரிக்கையாகவும் சாதி இந்துக்களுக்கான முன்னுதாரணமாகவும் மாற்ற இவர்கள் தயாராகிவருகின்றனர். இச்சூழல் கண்டிக்கத்தக்கது மட்டுமல்ல உரிய முறையில் எதிர்கொள்ள வேண்டியதாகவும் இருக்கிறது. பிராமணர்–பிராமணர் அல்லாதார் என்ற எதிர்வைக் காட்டிக் கொண்டிருந்தாலும் நம் சூழல் தலித்–தலித் அல்லாதார் என்னும் எதிர்வாக மாறியிருப்பதைக் கவனிக்கத் தவறியிருக்கிறோம். நம் விவாதத்தை வேரிலிருந்து தொடங்க வேண்டியுள்ளது.

காலச்சுவடு, டிசம்பர் 2012

தர்மபுரி வன்முறை: மாறும் அரசியல் முகங்கள்

நவம்பர் 7 அன்று தர்மபுரியில் மூன்று தலித் கிராமங்கள் வன்னியர்களால் தாக்கப்பட்ட பிறகு தமிழக அரசியல் களத்தில் சாதி வன்முறை பற்றிய பேச்சு முக்கிய விவாதப் பொருளாக மாறியிருக்கிறது. நிவாரணப் பணிகளைத் துரிதமாக மேற்கொள் வதற்கும் குற்றவாளிகள்மீது கடும் நடவடிக்கை எடுப்பதற்கும் அரசை வலியுறுத்துவதைவிட நடைபெற்ற வன்முறையை முன்வைத்து சமூக அரங்கில் உருவாகிவரும் புதிய அணிச் சேர்க்கைகள் அரசியல் விளக்கங்கள் முக்கியத்துவம் பெறத் தொடங்கியிருக்கின்றன.

தர்மபுரி வன்முறைக்குப் பாமகவின் சாதி அரசியலும் அக்கட்சியின் முன்னணித் தலைவர் களில் ஒருவரான காடுவெட்டி குருவின் கலப்புமணத்திற்கு எதிரான கருத்துகளும்தாம் காரணம் என்பதை வெளிப்படையாக முதலில் சொன்னது மார்க்சிஸ்ட் கம்யூனிஸ்ட் கட்சி தான். லண்டன் பயணத்திலிருந்து திரும்பிய திருமாவளவன் பாதிக்கப்பட்ட கிராமங்களைப் பார்வையிட்டுவிட்டுச் சென்னையில் நடந்த செய்தியாளர் சந்திப்பில் இந்த வன்முறைகளுக்குப் பாமகவே காரணம் எனக் குற்றம்சாட்டினார். திருமாவளவனின் நேரடிக் குற்றச்சாட்டு ராமதாஸைப் பதற்றத்திற்குள்ளாக்கியது. அவர், வருத்தம் தெரிவிப்பதற்குப் பதிலாக வன்னியர்களின் வன்முறையை வெளிப்படையாக ஆதரித்தார்.

அவற்றை நியாயப்படுத்த முற்பட்டார். நடந்த வன்முறைக்குப் பாமக காரணமல்ல என்றதோடு தலித்துகள்மீது குற்றம் சுமத்துவதற்கும் அவர் தயங்கவில்லை. தன்னை விமர்சித்த விடுதலைச் சிறுத்தைகள் கட்சியையும் கடுமையாகச் சாடினார். வன்முறை நடந்த உடனே திருமாவளவன், ராமதாஸ் ஆகிய இருவருமே பேசவில்லை. பொறுமை காப்பதுபோல் தோன்றியது. இருவருக்கும் இடையிலான கடந்தகால அரசியல் உறவு இதற்குக் காரணமாக இருந்திருக்கலாம். சூழலில் ஏதாவது சாதகமான மாற்றம் உருவாகக்கூடும் என நம்பியிருக்கலாம். ஆனால் கள நிலவரமும் சாதிசார்ந்த முரண்பாடுகளும் இப்போது அவர்கள் இருவரையும் எதிரெதிராக நிறுத்தியுள்ளன. பாமகவின் செயல்பாடுகளாலும் அவற்றை நியாயப்படுத்தும் ராமதாஸின் கூற்றுகளாலும் தமிழகத்தில் சாதிய வன்முறைக்கான களம் தயார் செய்யப்பட்டுவிட்டது. அந்த வகையில் ராமதாஸின் சமீபத்திய செயல்பாடுகள் மற்ற சாதிவெறியர்களுக்கு முன்னுதாரணமாக அமைந்துவிட்டது. தமிழ்த் தேசியக் கட்சிகள் பலவும் ராமதாஸை ஆதரிக்கவில்லை என்றாலும் இப்பிரச்சினையில் பூடகமாக போகும் போக்கில் கருத்துத் தெரிவிக்கின்றன. ஒடுக்கப்பட்ட சாதிகளுக்கு ஆதரவான நிலைப்பாட்டை எடுக்காமல் ஒடுக்கும் சாதிகளுக்கு முரணில்லாத வகையிலேயே இக்கட்சிகள் நடந்துகொள்ள விரும்புகின்றன. வெகு சில இடதுசாரித்தன்மை யுடைய தமிழ்த் தேசிய இயக்கங்களைத் தவிர ஈழப் பிரச்சினைக்குப் பின்பு தலையெடுத்த புதிய தமிழ்த் தேசிய அமைப்புகளிடம் வலதுசாரித் தன்மைதான் மேலோங்கி இருக்கிறது.

தலித் வெறுப்பைக் கொண்டிருக்கும் தலித் அல்லாத சாதி களைக் கலப்புமண எதிர்ப்பு, வன்கொடுமைத் தடுப்புச் சட்ட எதிர்ப்பு போன்றவற்றின் மூலம் ராமதாஸ் ஒருங்கிணைக்க முயல்கிறார். இதற்கு முன்பு தலித்துகள்மீது வன்முறை பிரயோகிக்கப்பட்டபோதெல்லாம் தலித் இயக்கங்களே எழுச்சி பெற்று வந்துள்ளன. ஆனால் தர்மபுரி வன்முறைக்கெதிரான தலித் இயக்கங்களின் செயல்பாடுகள் ஒரு எல்லைக்குமேல் அரசியல் ரீதியாக விரிவடையவில்லை. ஆனால் பாமக உள்ளிட்ட சாதிய அமைப்புகளின் அரசியல் செயல்பாடுகள் தீவிரமடைந்துள்ளன.

ராமதாஸின் இம்முயற்சிக்குக் கொங்கு வேளாளர் கவுண்டர் பேரவை என்னும் பெயரில் கோவைப் பகுதியில் செயல்படும் புதிய அமைப்பைத் தவிர வேறு யாரும் பெரிய அளவில் ஆதரவளிக்க வில்லை என்பதே உண்மை. ராமதாஸ் கூட்டிய தலித் அல்லாத சாதிகளின் கூட்டத்திற்குப் பெரும்பான்மைச் சாதிகளிலிருந்து அவற்றைப் பிரதிநிதித்துவப்படுத்தும் சக்திகள் என்று யாரும் கலந்துகொள்ளவில்லை. இதற்கு இரண்டு காரணங்களைக்

சொல்லலாம். பிற பிற்படுத்தப்பட்ட சாதியினருக்கு ராமதாஸைப் போன்ற வலுவான தலைமை எதுவும் இல்லை. ராமதாஸின் தலித் எதிர்ப்பு நடவடிக்கைகளைப் பிற சாதித் தலைவர்கள் மறுப்பவர்கள் அல்ல என்றாலும் ராமதாஸின் அரசியல் தலைமை மீது அவர்களுக்கு நம்பிக்கையில்லை. குறிப்பாக மூவேந்தர் முன்னேற்றக் கழகத் தலைவர் டாக்டர் சேதுராமன் விடுத்த அறிக்கையில் இப்பிரச்சினை ராமதாஸின் சொந்த அரசியல் நோக்கம் பாற்பட்டது என்று கூறியிருந்ததைக் கவனிக்க வேண்டும். ஆனால் இச்செயற்பாடுகள் மூலம் தனக்கு வன்னியர்களின் ஆதரவு பெருகியிருப்பதாக ராமதாஸ் நம்புகிறார்.

விடுதலைச் சிறுத்தைகள் கட்சிக்கு எதிரான நிலைப்பாடுகள் மூலமாகவே வன்னியர்களை ஓரணியில் திரட்ட முடியும் என்று இப்போது ராமதாஸ் கருதுகிறார். ஓட்டுவங்கி அரசியல் கட்சிகளுக்குப் பொதுவாக உள்ள பலவீனங்கள் விடுதலைச் சிறுத்தைகளிடமும் உள்ளன. அவற்றைச் சுட்டிக்காட்டி அக்கட்சியை ஒரு சமூகவிரோதக் கட்சியாகக் கட்டமைக்க ராமதாஸ் முயல்கிறார். தலித்துகளைப் படிக்கவைப்பதற்கும் ஒழுங்காக வேலைக்குச் செல்வதற்கும் அறிவுறுத்துமாறு திருமாவளவனுக்கு அறிவுரை வழங்குமளவுக்கு ஒருகாலத்தில் பெரியாரியவாதியாகவும் பிறகு அம்பேத்காரியவாதியாகவும் தன்னைக் காட்டிக்கொண்ட ராமதாஸ் ஞானம் பெற்றிருக்கிறார். ராமதாஸ் தலித்துகள் பற்றி எந்த அளவிற்கு அருவருப்பான கருத்துகளைக் கொண்டிருக்கிறார் என்பதற்கு அவரது தற்போதைய இத்தகைய பேச்சுகளே சான்று. உண்மையில் தலித் மக்களின் பிரச்சினைகளை விடுதலைச் சிறுத்தைகள் என்னும் அரசியல் கட்சியின் எல்லைக்குள் மட்டும் வைத்து குறுக்கிப் பார்க்க முடியாது. தர்மபுரியில் தாக்குதலுக்குள்ளான தலித்துகள் அனைவரும் விடுதலைச் சிறுத்தைகள் கட்சியினர் என்று கூறுவதற்கு எந்த நியாயமும் இல்லை. வன்னியர் – தலித் கலப்புமணம் மட்டுமல்ல பல்வேறு சாதிகளுக்கிடையேயான கலப்பு மணமும் இங்கு நீண்ட காலமாக நடந்துவந்திருக்கின்றன. இப்பகுதியில் ராமதாஸ் தலித்துகளின் 'பிரச்சினையை' விடுதலைச் சிறுத்தைகள் கட்சியின் நிலைப்பாடாகக் காட்டுவது ஓர் எதிரியை கட்டமைத்துக் காட்டி செயற்கையாக அரசியல் செய்ய விரும்புகிறார் என்பதையே காட்டுகிறது. அவர் கட்டமைக்க விரும்பும் தலித் வெறுப்பு அரசியலின் வெளிப்பாடுதான் இந்நிலைபாடு. அதே வேளையில் தர்மபுரி வன்முறைக்கு எதிராக இன்னும் விரிவாக செயல்பட வேண்டிய விடுதலைச் சிறுத்தைகள் கட்சியின் நடவடிக்கைகள் கூட்டணி அரசியல், உடனடி எதிர்கொள்ளல் ஆகிய தேவைகளுக்கு உட்பட்டு அமைந்திருப்பதையும் பார்க்க முடிகிறது.

விடுதலைச் சிறுத்தைகள் கட்சியின் இத்தகைய நிலைப்பாட்டுக்குச் சில காரணங்கள் உண்டு. அதிகாரம், அதிகாரத்திற்கான வழி என்பவற்றைத் தேர்தல் என்பதாக மட்டுமே அது புரிந்திருக்கிறது. மேலும் சாதிச் சமன்பாடுகளை ஒருங்கிணைப்பதில் தலித்துகளின் கட்சியாக இருந்து அது தேர்தலை சந்திப்பதிலுள்ள சவால், சமகாலச் சூழலில் தாக்கம் செலுத்திவரும் அரசியல் நிலைப்பாடுகளை எதிர்கொள்வதிலுள்ள சிக்கல் போன்றவையே அவை. குறிப்பாகத் திராவிட இயக்கங்கள் அடையாள அளவில் தலித்துகளை உள்ளடக்கியும் அதிகார அளவில் விலக்கியும் நடத்திவரும் அரசியலைக் கருத்தியல் ரீதியாகவும் அரசியல்ரீதியாகவும் எதிர்கொள்வதிலுள்ள சிக்கலே அது. பாமகவோடு அடையாள அளவில் இணைந்து நின்று மோசமான பாடத்தைப் பெற்றிருக்கிறது விடுதலைச் சிறுத்தைகள் கட்சி. அடுத்தடுத்து தேர்தல் கூட்டணிக்காகத் தொடர்ந்து ஏதாவது ஒரு பெரிய கட்சியைச் சார்ந்தேயிருக்கும் அரசியலை அது மேற்கொண்டுவரும் நிலையே இருக்கிறது. இந்நிலையில் சராசரி அரசியல் கட்சிக்கான குணாம்சங்களோடு அரசியல்ரீதியாகவும் தனிப்பட்ட முறையிலும் சமரசங்களுக்கு அக்கட்சி ஆளாகியிருக்கிறது. எனவே, தற்போது சில தொகுதி களைப் பெற்றுக்கொள்வதற்கான கூட்டணி, அதைத் தக்கவைத்துக் கொள்ளும் அளவிலான போராட்டம், நிகழ்ச்சிகள் என்ற அளவில் அக்கட்சியின் எல்லை குறுகிவிட்டிருப்பதைப் பார்க்க முடிகிறது. ஆனால் தலித் பிரச்சினைகள் இவ்வாறானவையல்ல. அது விரிந்த பார்வையில் அரசியல் அதிகாரம் பெறுவதை நோக்கி எடுத்துச்செல்லப்படத்தக்க வகையில் கையாளப்பட வேண்டியவை. அதைத் தேர்தல் நோக்கம் போன்ற உடனடி லாப நட்ட கணக்குகளைச் சார்ந்து மட்டுமே இயங்க முடியாது.

தர்மபுரி வன்முறையை ஒட்டி ஏற்பட்டிருக்கும் மாற்றங் களுள் முக்கியமானது திராவிட இயக்கங்களின் தலித் ஆதரவு நிலைப்பாடு. வருத்தம் தெரிவித்த அதிமுகவைத் தவிர திமுக உள்ளிட்ட எல்லாக் கட்சிகளும் இச்சம்பவத்தைக் கண்டித் துள்ளன. பெரியார் திராவிடர் கழகமும் தற்போதைய திராவிடர் விடுதலைக் கழகமும் தலித் பிரச்சினைகளில் ஏற்கனவே அக்கறை செலுத்தி வந்தவையேயாகும். திமுகவோடு சேர்ந்தியங்கும் கி. வீரமணி தலைமையிலான திராவிடர் கழகம் தலித் பிரச்சினையொன்றில் வெளிப்படையாகத் தன் கண்டனத்தை இப்போதுதான் வெளியிட்டிருக்கிறது.தொடர்ந்து தர்மபுரியிலேயே மாநாடு ஒன்றையும் நடத்தியது. அதாவது திராவிட இயக்கங்கள் இப்பிரச்சினையில் குறிப்பான நிலைபாட்டிற்கு வந்திருக்கின்றன.

திராவிட இயக்கங்களின் இத்தகு ஆதரவு நிலைபாட்டை ஒட்டி திராவிட இயக்கங்களே தலித்துகளின் நிரந்தர அரண் என்ற

கருத்து எழத் தொடங்கியுள்ளது. திராவிட இயக்கங்களின் தலித் ஆதரவு என்பது அரசியல் மட்டத்தோடு மட்டுமே நிற்கும் நிலையில் திராவிட இயக்கங்களின் இத்தகைய தலையீட்டை வரவேற்க வேண்டிய அதே வேளையில் அதற்கான காரணங்களையும் இதிலிருக்கும் வரையறைகளையும் விவாதிக்க வேண்டியிருக்கிறது. இத்தலையீடு அரசியல்ரீதியானதாக இருக்கும் நிலையில் பாமகவுடனான விடுதலைச் சிறுத்தைகள் கட்சியின் உறவைப் போன்று தற்காலிகமானதாகவே முடியும். எனவே தலித் எழுச்சி உருவாக்கியிருக்கும் கருத்தியல் மாற்றங்களையும் இந்த ஆதரவு நிலைபாடுகள் கணக்கில் கொண்டிருக்கிறதா என்று கேள்வி எழுப்புவதும் இத்தருணத்தில் முக்கியமானது. இந்தக் கேள்வி அரசியல் தளத்தில் எழுப்ப முடியாமல் போகலாம் ஆனால் கருத்தியல் தளத்தில் விவாதிக்கப்பட வேண்டும்.

ஏனெனில் தலித் இயக்கங்களின் எழுச்சி திராவிடர் இயக்கங்களின் போதாமையால் எழுந்தது மட்டுமல்ல திராவிடக் கட்சிகளின் அரசியலாலும் அடையாளத்தாலும் சாதிமயமாகி யிருக்கும் மொத்தச் சூழலுக்கும் எதிராக முளைவிட்ட கலகம் அது. அடுத்து சமூகப் பிரச்சினைகளைப் புரிந்துகொள்வதில் தலித் இயக்கங்களும் எழுத்துகளும் கிளப்பிவிட்ட புதிய எதார்த்தங்கள் திராவிட இயக்கக் கருத்தியல் வரையறைகளையும் தாண்டியது.

அதாவது தலித் இயக்கங்களின் கடந்தகால அரசியல் அனுபவங்களின் அடிப்படையில் இக்கேள்விகள் தவிர்க்க இயலாதவை. ஆனால் இங்கு இது போன்ற கேள்விகளும்கூட எழுப்பப்படக் கூடாது என்றே எதிர்பார்க்கப்படுகிறது. தற்போது வன்முறைச் சம்பவத்திற்கு எதிராகக் கிடைக்கும் ஆதரவும் இல்லாமல் போய்விடும் என்ற அரசியல் காரணம் கூறப்படுகிறது. விமர்சனம் இல்லாமல் சகித்துக்கொள்ள வேண்டும் என்பதே அரசியல் ஆதரவுக்கான நிர்ப்பந்தமாக இருக்குமானால் அரசியல் ஆரோக்கியம் பேணுபவர்கள் என்று நம்மைச் சொல்லிக் கொள்வதில் எந்த நியாயமும் இல்லை.

தர்மபுரி வன்முறைக்கு எதிரான திராவிட இயக்கக் குரல் களில் கலப்புமண ஆதரவு, ராமதாஸ் எதிர்ப்பு, தலித் ஆதரவு ஆகிய மூன்றும் பேசப்படுகின்றன. கடந்த காலங்களில் திராவிடர் கழகத்தின் நிலைப்பாடுகளுள் ஒன்றாகயிருந்த கலப்புமணம் பற்றிய மறுபேச்சைத் தொடங்குவது அவர்களுக்குக் கடினமானதல்ல. அடுத்து திராவிடக் கட்சிகளையும் மொழி அடையாள நோக்கில் திராவிட அடையாளத்தையும் தொடர்ந்து சாடிவரும் ராமதாஸை வன்மையாக எதிர்கொள்ள வேண்டிய நிலையிலுள்ள திராவிட இயக்கம் அவருக்கு எதிரான வாய்ப்பாகவும் கருதி இச்சூழலில் நிற்க வேண்டிய அவசியத்தில் இருக்கிறது. மாறாக ராமதாஸ்

இறுகப் பற்றியிருக்கும் சாதிப் பெரும்பான்மைவாதம் பற்றியோ அப்பெரும்பான்மைவாதத்திற்குக் கருத்தியல் வலிமைதந்தவற்றுள் ஒன்றான பிராமண எதிர்ப்பு அரசியல் பற்றியோ எந்தவிதப் பரிசீலனையும் இல்லாமல் இதை ராமதாஸ் என்கிற கட்சித் தலைவரின் நிலைபாட்டு பிரச்சினையாகவே பார்ப்பதாகத் தெரிகிறது. நாடாளுமன்ற சனநாயக முறை சார்ந்து உருவான சாதிப் பெரும்பான்மை வாதத்தைக் கருத்தியல் சார்ந்து பிராமணர்களை மட்டுமே ஆதிக்கச் சாதிகளாகக் காட்டிப் பிற சாதிகளை பின்தள்ளின என்பதால் இச்சூழல்மீது திராவிட இயக்கங்கள் கருத்துகூற வேண்டியவையாக உள்ளன. ஆனால் இன்றைய பேச்சில் அத்தகைய பார்வையே இல்லை. இப்போக்கை ராமதாஸ் என்னும் அரசியல்வாதியின் தவறான நிலைப்பாடாக சொல்லி அவ்விடத்தில் தலித்தை ஆதரிக்கிறோம் என்று நின்று கொள்கிறார்கள். தலித் ஆதரவு என்பதுகூட தலித்துகளிடம் செல்வாக்குப் பெற்றிருக்கும் விடுதலைச் சிறுத்தைகள் கட்சி தலைவர் திருமாவளவனை அருகே வைத்துக்கொள்வதாகவே இருக்கிறது. மேலும் திராவிட, தலித் கட்சிகளின் இக்கூட்டுக் குரல் திமுக கூட்டணி அரசியல் நலனோடும் சேர்த்துப் பார்க்க வேண்டியிருக்கிறது. தர்மபுரி வன்முறைக்குக் கண்டனம் தெரிவித்த திமுக அது தலித் ஆதரவாகவும் வன்னியர் எதிர்ப்பாகவும் புரிந்து கொள்ளக் கூடாது என்பதிலும் கவனம் கொண்டிருக்கிறது. கண்டனதைத் தொடர்ச்சியாகவும், அது எடுத்துச்செல்லப் போவதில்லை. நாடாளுமன்றத்தில் அதிமுக அரசின் செயலற்ற தன்மையைத் திருமாவளவன் சுட்டி பேசியபோது அதிமுக எம்.பிக்கள் எதிர்த்தனர். அப்போது இந்திய கம்யூனிஸ்ட் கட்சி எம்.பி லிங்கம் திருமாவளவனுக்கு ஆதரவு தந்ததாக அறியமுடிகிறதே ஒழிய திமுக ஆதரவு அளித்ததாகத் தெரியவில்லை. இங்கே அதிமுக அரசிற்கு எதிரான வாய்ப்பு என்றாலும், அதில் மிதமிஞ்சி தலையிட்டு அது வன்னியர் எதிர்ப்பாகவும் மாறிவிடக் கூடாது என்ற நிலையில்தான் திமுக இருக்கிறது. திராவிட அரசியலுக்கு எதிராகப் பேசிவரும் ராமதாஸை எதிர்ப்பதற்குக் கருணாநிதிக்குத் தர்மபுரி சம்பவம் ஒரு வாய்ப்பு என்றாலும் தேர்தல் சூழலில் பாமகவோடு கூட்டணி என்றால் திமுகவோ அதிமுகவோ அதை மறுத்துவிடப் போவதில்லை. ஒருவகையில் திருமாவளவனும் அச்சூழலுக்குப் பணியும் நிலையும் வரலாம். அதனால்தான் ஒடுக்கப்பட்ட மக்கள் சார்ந்த பிரச்சினையை இன்றைய அரசியல் எதிர்விலிருந்து மட்டுமே பேசமுடியாது. கருத்தியல் சார்ந்தும் விவாதிக்க வேண்டியிருக்கிறது என்கிறோம். வன்முறைக்குக் கண்டனம் கலப்புமண ஆதரவு என்ற அளவில் தலித்துகளுக்கு ஆதரவளிக்கும் திராவிட இயக்கங்கள் இக்குறிப்பானநிலையைத் தவிர்த்து மற்றவிஷயங்களில் எத்தகைய நிலைபாட்டைக் கொண்டிருக்கின்றன என்கிற கேள்வியும் இங்கு முக்கியம்.

திராவிடக் கட்சிகளின் இந்த அளவிலான தலித் ஆதரவு நிலைப்பாட்டிற்குக் கடந்த இருபதாண்டுக் கால தலித் அரசியல் எழுச்சியும் ஒரு காரணம் என்பதை கவனிக்க வேண்டியுள்ளது. பிராமணரல்லாத சூத்திரச் சாதிகளின் வன்முறைக்கு எதிராக அடித்தட்டு மக்களை அரசியல் மயப்படுத்தியதின் மூலம் பிராமணரல்லாதார் அடையாளத்தைக் கேள்விக்குள்ளாக்கிய தலித் இயக்கத்தை அரவணைப்பதன் மூலம் அதன் தனித்த சொல்லாடலை உள்ளிழுத்து அதைத் தமிழ்நாட்டுப் பிராமணரல்லாதார் அடையாளத்தின் அங்கமாக்கிவிடும் அபாயம் இதிலிருக்கிறது. சாதிவன்முறை இவர்களால் கண்டிக்கப்பட்டாலும் பிராமணரல்லாதோரின் சாதிவெறி பிராமண சூழ்ச்சியின் விளைவாகவே சொல்லி இன்றைய சாதிமுரண்பாடுகளுக்கு ஏதாவதொரு வகையில் பிராமண 'டச்' தரப்படுகிறது. சமகால அரசியல் தேவை என்ற முறையிலும் அரசியல் தனிமைப்படுத்தலுக்கு எதிரான உடனடி ஆதரவு என்ற முறையிலும் திராவிடக் கட்சிகளின் இக்கூட்டணி திருமாவளவனுக்குத் தேவைப்படலாம் என்பது புரிந்துகொள்ளக் கூடியதே. ஆனால் அவரின் கூட்டணி நிலைப்பாடு சார்ந்த நிலையை திராவிட அரசியலின் ஆதரவு இருக்கும் நிலையை உருவாக்கலாம். குரலாக இவ்விடத்தில் தலித்துகளை ஒடுக்கும் சூத்திரர்கள் மீதான கோபம் மடைமாற்றப்பட்டுச் சூத்திரச் சாதிகளின் சமகால அதிகாரம் பற்றிய ஸ்தூலமான எதார்த்தம் மறைக்கப்படும் நிலைமை கேள்வியில்லாமல் போய்விடுகிறது.

○

இந்நிலையில் அரசியல் தளத்தில் ஏற்பட்டுள்ள திராவிட இயக்கம் மற்றும் தலித் அமைப்பு சார்ந்த இக்கூட்டணிக்கான கருத்தியல் முகம் போன்று அ. மார்க்ஸ் தன்னை இணைத்துக் கொள்கிறார். இதைக் குறித்து அவர் தனது முகப் புத்தகத்தில் இரண்டு முக்கியக் குறிப்புகளை எழுதியிருக்கிறார். ஒன்று, தலித் அல்லாத சாதிகளைக் கொண்டு தான் ஏற்படுத்த விரும்பும் சமூகக் கூட்டணி பற்றி ராமதாஸின் கூற்று குறித்தது. ராமதாஸின் தமிழியம் சாதிய நோக்கம் கொண்டதாக இருப்பதால் அவரால் தொடர்ந்து தாக்கப்பட்டுவரும் திராவிடம்தான் பார்ப்பன எதிர்ப்பு குணம் கொண்டது என்பதால் அதுவே சரியானது என்று அ. மார்க்ஸ் அக்குறிப்பில் வாதாடுகிறார். அதோடு இக்கருத்திற்குத் திராவிட இயக்கத்தை விமர்சித்துவரும் தலித் அறிவுஜீவிகளும் பதிலளிக்க வேண்டும் என்று கூறுகிறார். தலித் நிலைப்பாட்டிலிருந்து பார்க்கும்போது இந்த இரண்டு அடையாளங்களின் தற்போதைய மோதலும் தற்காலிகமானவை; அரசியல் ரீதியானவை. எண்ணிக்கை பெரும்பான்மை பலம் கொண்ட சாதிகளுக்கிடையேயான அதிகார மோதலே

தமிழியமும் திராவிடமும். சாதி உணர்வை வெவ்வேறு வகைகளில் மறைத்துக்கொள்ளும் அடையாளங்கள் என்ற வகையில் இரண்டுமே விமர்சனபூர்வமாக அணுகப்பட வேண்டியவை. திராவிடமும் தமிழியமும் சாதிப் பெரும்பான்மை வாதத்தை நியாயமாக்குகின்றன. இந்நிலையில் தமிழியத்தின் சாதியப் பண்பைக் காட்டி தலித்துகளைத் திராவிட இயக்கக் கருத்தியல் பக்கம் இழுக்கும் நோக்கம்தான் அ. மார்க்ஸின் எழுத்தில் இருக்கிறது.

அ. மார்க்ஸ் தரும் மற்றொரு குறிப்பு டிசம்பர் ஒன்பதாம் தேதி கி. வீரமணி தர்மபுரியில் நடத்திய சாதித் தீண்டாமை ஒழிப்பு மாநாட்டில் கலந்துகொண்டு அவர் ஆற்றிய உரை தொடர்பானது. திமுக, திக ஆகிய கட்சிகளோடு சேர்ந்து தன் கட்சியும் மூன்று குழல் துப்பாக்கியாகச் செயல்படும் என்று கூறிய திருமாவளவனின் கூற்றை எடுத்துக்காட்டிச் சிலாகிக்கும் அவர் திராவிட இயக்கங்களோடு தலித் இயக்கம் கொண்டுள்ள கூட்டணிதான் இயற்கையானது என்று குறிப்பிடுகிறார். அத்தகைய கூட்டணி தொடர வேண்டுமென்று அங்குப் பேசியதாகக் குறிப்பிடும் அவர் இடையில் சில காலம் ஏதோ பெரியாரும் திராவிட இயக்கமும் தலித்துகளுக்கு எதிரானது என்பதுபோலச் சிலர் சுயலாபங்களுக்காகப் பரப்பிவந்த கருத்தைத் தர்மபுரி கலவரம் உடைத்துள்ளது என்கிறார். தர்மபுரி வன்முறையை எதிர்கொள்வதும் தமிழியத்தை எதிர்கொள்ளும் திராவிட ஆதரவும் ஒன்றே என்பதைப் போல் அவரால் காட்டப்பட்டாலும் உண்மையில் அவர் பேச விரும்புவது தர்மபுரியைப் பற்றியல்ல. மாறாக அவரின் நீண்ட நாளைய அறிவுஜீவித ஈகோவைச் சமன்செய்யும் வாய்ப்புப் பற்றியேயாகும். அதாவது கடந்த காலத்தில் பெரியாரை அ. மார்க்ஸ் மாற்றுச் சிந்தனையாளராக முன்னெடுத்ததும் ரவிக்குமார் பெரியாரையும் திராவிட இயக்கத்தையும் முற்றிலுமாகப் புறக்கணித்து விமர்சித்ததையும் இங்கு நினைவில் கொள்ள வேண்டியுள்ளது. ரவிக்குமார் விடுதலைச் சிறுத்தைகள் கட்சியின் பின்புலத்தில் இயங்கிவந்தபோதுதான் பெரியோர் பற்றிய விமர்சனத்தை முன்வைத்தார். பெரியார் மற்றும் திராவிட இயக்க விமர்சனத்தை தலித் இயக்கங்களின் கருத்தியல் குரலாக ரவிக்குமார் விளக்கியதைப் போன்று திராவிடம் மற்றும் பெரியார் ஆதரவிற்கான கருத்தியல் குரல் போன்று அ. மார்க்ஸ் இங்கு வெளிப்படுகிறார். இதன் மூலம் பெரியார் பற்றிய தன் பழைய கருத்தியல் நிலைபாட்டைத் தூசுதட்ட முடியாத அரசியல் நலனோடு பிணைந்திருக்கும் ரவிக்குமாரின் கடந்த கால விமர்சனங்களைத் தகர்ப்பது அ. மார்க்ஸுக்கு எளிமையாகிவிடுகிறது. திமுகவுடனான கூட்டணி, தர்மபுரி

வன்முறைக்கு எதிரான ஆதரவு என்ற வகைகளில் திராவிட இயக்கங்களோடு கூட்டைப் பேண வேண்டிய நிலையிலிருக்கும் திருமாவளவன் இடம்பெற்றுள்ள மேடையிலேயே இதைச் சொல்லும்போது இக்கூற்று இரண்டு தரப்பின் ஒப்புதலையும் பெற்றதாகிவிடுகிறது. தன் கருத்தியல் தரப்பிற்காகக் காத்திருந்து வாய்ப்பைப் பயன்படுத்தும் அரசியல்வாதி நிலைக்குதான் அறிவு ஜீவிகள் இறங்கி இருக்கிறார்கள் என்பதையே இது காட்டுகிறது.

கடந்த இருபதாண்டுகளுக்கு மேலாக வலுப்பெற்று வந்திருக்கும் தலித் கருத்தியலை முடக்குவதற்கான வாய்ப்பாக தர்மபுரி வன்முறையை ஒட்டி தலித்துகளுக்கு ஆதரவளிக்கும் இயக்கங்கள் இதை மாற்ற முயல்கின்றன. இந்தியாவின் பல்வேறு மாநிலங்களிலும் தேர்தல் சனநாயகம் சார்ந்து உருவாகியிருக்கும் சாதிப் பெரும்பான்மை வாதம் திராவிட இயக்கத்தால் சமூக நீதி என்னும் கருத்தியலின் பெயரால் இங்கு வளர்த்தெடுக்கப்பட்டது. இப்பெரும்பான்மை வாதம் தலித்துகளின் அரசியல் எழுச்சியை இன்றளவும் கட்டுப்படுத்திவருகிறது. இந்நிலையில் திராவிட இயக்கத்தின் பார்ப்பன எதிர்ப்புக் கருத்தை எவ்வித விவாதமும் இல்லாமல் அது சாதி எதிர்ப்புதான் என்று மட்டும் ஒற்றைச் சொல்லால் நியாயப்படுத்திவிட்டு அ. மார்க்ஸ் நகர்ந்துவிடப் பார்க்கிறார். ஆனால் தமிழகப் பிராமண எதிர்ப்பு இயக்கம் என்பது உள்ளடக்கத்தில் பிராமண வெறுப்பைப் பேசிவந்த சூத்திர எழுச்சியே என்பதை விமர்சனபூர்வமாக ஒத்துக்கொண்டால் அவருடைய இந்த அவசரமான கருத்துகளிலுள்ள பிரச்சினையைப் புரிந்துகொள்ளலாம். எம்எல்ஏ, எம்பி ஆகிய அரசியல் பிரதிநிதித் துவத்தை மட்டுமல்ல அரசுசார்ந்த திட்டங்கள், பொது ஏலம், அரசு மூலதனம் போன்றவையும் பெரும்பான்மைச் சாதியினருக் கானதாக ஆக்கப்பட்டுவிட்டது. இவையாவும் திராவிட இயக்கக் கட்சிகளின் ஆட்சிகளில் நடந்தவையே.

மேலும் இன்றைய சாதிமுரண்பாடு என்பதே ஒவ்வொரு வட்டாரத்தின் பெரும்பான்மை சாதிக்கும் அங்கிருக்கும் தலித்துகளுக்குமானதாகவே இருக்கிறது. அதோடு சாதியின் தோற்றம் தொடங்கி இன்றைய சாதிய அதிகாரப் பரிமாற்றம் வரையிலும் பலன்பெற்ற/ பெறும் பல்வேறு சாதிகளின் பங்கும் பரிசீலிக்கப்பட வேண்டிய இன்றைய நிலையில் பிராமண எதிர்ப்பு என்னும் ஒற்றை அணுகுமுறையால் தலித்துகளைக் கட்டுப்படுத்த நினைப்பதும் அதற்கு அவர்களை பிரதிபலிக்கும் கட்சியொன்றிற்கான தேவைப்படும் அரசியல் நெருக்கடி ஒன்றை பயன்படுத்திக்கொள்ள பார்ப்பதும் விவாதத்தின் வழியாக அல்லாமல் வேறுவழியாக எதிர்கொள்ள பார்க்கும் அறிவுஜீவித நிலைப்பாட்டின் அரிப்பே தவிர வேறல்ல.

திராவிட இயக்கம் பற்றிய ரவிக்குமாரின் விமர்சனம் தன் சக அறிவுஜீவியை எதிர்கொள்வதற்கான விமர்சனம் மட்டுமல்ல. தலித் இயக்கத்திற்கான கருத்தியல் தேவையாகவும் அவை இருந்ததை அறிந்துகொண்டு செயற்பட்டதும் ரவிக்குமாரின் புத்திசாலித்தனம். மேலும் அன்பு பொன்னோவியம், தி.பெ. கமலநாதன் போன்ற தலித் முன்னோடிகளும் திராவிட இயக்கத்தை விரிவாக விமர்சித்து எழுதியுள்ளனர். தலித்துகளின் இத்தகைய விமர்சனத்தில் பிரச்சினைகள் இருக்கலாம். அதற்காக ரவிக்குமாரைக் காட்டி தலித்துகள் வளர்த்தெடுத்துவந்த கருத்தியல் தொடர்ச்சி அனைத்தையும் பொய்யென்று பேசுவது தலித்துகள்மீது தொடுக்கப்படும் உள்நோக்கம் கொண்ட கருத்தியல் தாக்குதல் என்றே சொல்ல வேண்டும். 1990களில் தமிழகக் கிராமப்புறத் தலித்துகளின் குரலாக எழுந்த தலித் அமைப்புகளின் எழுச்சியோடு உருப்பெற்ற கருத்தியலே பிராமணரல்லாத அரசியல் மீதான விமர்சனங்கள் தலித் மக்களை அணி திரட்டிய திருமாவளவனின் ஆரம்பகாலப் பேச்சு ஒன்றில்கூட பிராமணர் மீதான தாக்குதலைக் கேட்டுணர முடியாது. பிராமணர்களை எதிரியாகக் காட்டவேண்டிய எதார்த்தம் ஏதும் உள்ளூர் அளவில் இல்லாததால் இந்நிலை. இந்த உண்மையை ஒத்துக்கொள்வதற்கும் இந்நிலைமையே தலித் அமைப்புகளின் குரலாக நீடிப்பதிலும் திராவிட இயக்க ஆதரவாளர்களுக்குப் பிரச்சினை இருக்கிறது. பெரியார், திராவிட இயக்க விமர்சனத்தை விடுதலைச் சிறுத்தைகள் கட்சிசார்ந்த தளத்திலும் வெளியிலும் முன்வைத்தபோது ரவிக்குமார்மீதும் கட்சிமீதும் தொடுக்கப்பட்ட தாக்குதல்கள் கொஞ்சமல்ல. ஆனால் திராவிட இயக்கம், பெரியார் சிந்தனைகளைத் தொகுப்பதற்கும் பெரியார் திராவிடர் கழகம் போன்ற அமைப்புகள் தலித்துகளுக்காக இரட்டைக் குவளை முறை ஒழிப்பு முதலான நடவடிக்கைகளில் அக்கறை செலுத்தியதற்கும் அந்த விமர்சனமே காரணமாகியது. ரவிக்குமார்மீதான அ. மார்க்ஸ் உள்ளிட்டோரின் ஆத்திரம் திருமாவளவன்மீதான தாக்குதலாகவும் அப்போது வெளிப்பட்டது. இத்தகு எதிர்வினைகள் பற்றித் தனிநூலே எழுத முடியும். வெகுஜன கட்சியாக இயங்க வேண்டிய நிலையிலிருந்த திருமாவளவன் நம் சூழல் உருவாக்கிய எதிர்ப்புக்குப் பணிந்துபோனதோடு ரவிக்குமாரும் அக்கட்சியில் சட்டமன்ற உறுப்பினராகித் தான் மேற்கொண்ட விமர்சனங்களுக்கு மாறுதலாகி நின்றுவிட்டார். ஒருவகையில் தலித் இயக்கத்திற்கான கருத்தியல் தளத்தின் தொடக்க முயற்சி இவ்வாறுதான் நீர்த்துப்போனது என்றே சொல்ல வேண்டும்.

திராவிட இயக்கம் பற்றிய விமர்சனம் கைவிடப்பட்டுத் தேர்தல் சார்ந்த உறவுகளுக்கேற்ப முழுமையாகத் தன்னை தகவமைத்துக்கொண்ட பிறகு விடுதலைச் சிறுத்தைகள் கட்சிமீது தொடுத்துவந்த இத்தாக்குதல்கள் முற்றாகக் கைவிடப்பட்டன என்பது குறிப்பிடத்தக்கது. ஆனால் அதற்குப் பிறகுதான் அக்கட்சி பெரிய அளவில் சமரசங்களைச் சந்தித்ததோடு தலித் பிரச்சினைகளுக்காகக் குரல்கொடுக்க வேண்டிய நிலையி லிருந்தும் பிறழ்ந்தது. அதைப் பற்றிய விமர்சனங்கள் ஏதும் ஆக்கப்பூர்வமாக வைக்கப்படவில்லை. இங்கு அவர்கள் விரும்பும் அரசியல் சட்டகத்திற்குள் தலித்துகள் இருந்துகொண்டால் போதும் என்று மட்டுமே எதிர்பார்க்கப்படுகிறது. மற்றபடி அவர்களின் சமரசங்கள் உள்ளிட்ட எந்தவித நடவடிக்கைகளும் பிரச்சினையாகப் பார்க்கப்படுவதில்லை. சுப. வீரபாண்டியன் போன்ற திராவிட கட்சி ஆதரவு அறிவாளிகள் அந்த அரசியல் சட்டகத்தைத் தலித்துகள் தாண்டி விடாமல் பார்த்துக் கொள்வதற்காகவே தலித் அரங்குகளில் வருகிறார்கள். பெரியார் பிறக்காத உத்தரப்பிரதேசத்தில் தலித் ஒருவர் முதல்வராக முடிகிறது. தமிழகத்தில் அது முடியவில்லை என்ற வெகு எதார்த்தமான திருமாவளவனின் கூற்றுகூட இங்கே உடனே பிரச்சினையாக்கப்படுகிறது. அண்மையில் ஆனந்தவிகடன் இதழில் அவரளித்த கேள்வி பதில் பகுதியில் "பெரியார் பிறந்த தமிழகத்தில் தலித் முதல்வராக முடியவில்லை" என்பதைச் சொல்லக்கூட முடியவில்லை என்று கூறியிருந்தமை நம் சூழலில் தலித்துகளின் அரசியல் விமர்சனம் பிராமணரல்லாத அரசியல் சட்டகத்தால் கட்டுப்படுத்தப்படுவதையே குறிப்ப தாக இருந்தது. அரசியலில் மட்டுமல்லாது கருத்தியல் தளத்திலும் செல்வாக்குப் பெற்றுள்ள திராவிட இயக்கத்தின் இத்தகைய ஏகபோகத்தைப் புரிந்துகொண்டு செயல்படுவதே நடைமுறை அரசியலுக்குப் பயன்படும் என்ற நிலையிருக்கும் திருமாவளவனைச் சாட்சியாக வைத்துக்கொண்டு தலித்துகள் நடத்திவந்த கருத்தியல் தனித்துவத்தை முடக்க நினைப்பது நியாயமல்ல. இங்கே தலித் அல்லாத அறிவுஜீவிகள் தலித் பிரச்சினைகளைப் பேசுவதில்லை என்றும் யாரும் சொல்லிவிட முடியாது. அதோடு தலித்துகளுக்காக நாங்களே எழுதுவோம், பேசுவோம், தலித்துகள் அதையெல்லாம் கேட்டுச் செயற்பட்டால் போதுமானது என்றே எதிர்பார்க்கிறார்கள் என்பதையும் இங்கு சேர்த்து சொல்ல வேண்டியிருக்கிறது.

***காலச்சுவடு*, ஜனவரி 2013**

கூட்டணி:
கொள்கை ரீதியானதா?
அரசியல் ரீதியானதா?

மரக்காணம் வன்முறைக்குப் பிறகு ராமதாஸ் கைது, அதைத்தொடர்ந்த வன்முறைகள் மற்றும் பாமகவுக்கு எதிரான அதிமுக அரசின் நடவடிக்கைகள் ஆகியவற்றிற்குப் பிறகு இப் பிரச்சினையைத் திமுக அணுகிவரும் விதத்தால் திமுக கூட்டணியில் பாமக இடம்பெறுமா என்கிற ஊகங்கள் எழும்பியிருக்கின்றன. இந்நிலையில் திமுக கூட்டணியிலேயே இடம்பெற்றிருக்கும் தலித் கட்சியான விடுதலைச் சிறுத்தைகளின் நிலைப்பாடு என்ன என்கிற எதிர்பார்ப்பும் எழுந்துள்ளது. திமுக கூட்டணியில் பாமக இடம்பெறலாம் அல்லது இடம்பெறாமல் போகலாம். கூட்டணி சமன்பாடுகள் எந்த வகையிலும் அமையக்கூடும். ஆனால் இங்கு பிரச்சினை அதுவல்ல. பாமக மீதான அதிமுக அரசின் நடவடிக்கையால் வன்னியர்களின் கோபம் ஜெயலலிதா மீதும் அதே வேளையில் வன்னியர்களின் வாக்குத்திரட்சி பாமகவை நோக்கியும் திரும்பியிருக்குமானால் அதைத் தன்னுடைய மாநிலங்களவை மற்றும் மக்களவைக் கூட்டணிக்கான வாய்ப்பாகவும் ஆக்கிவைப்பதே கருணாநிதியின் நோக்கம். சாதி முரண்பாடு சார்ந்த வரலாற்றில் எப்போதும் இழப்பைச் சந்தித்தவர்களாக தலித்துகள் மட்டுமே இருந்துவந்திருக்கும் நிலையில் அதை மறைக்கத் தன்னையும் தான்சார்ந்த சாதியையும் பாதிக்கப்பட்டவர்களாகக் காட்டுவது

ராமதாஸின் அண்மைய உத்தி. வட்டார அளவில் ஒடுக்குகிற சாதிகளாக விளங்கும் பலவும் சமகால அதிகாரத் தேவைக்காகத் தங்களைப் பாதிக்கப்பட்ட சாதிகளாகவும் கூறிவருவதை நாம் பார்த்துவருகிறோம். இந்நிலையில் ராமதாஸை மனிதாபிமான முறையில் விடுதலை செய்யவேண்டுமென்று முதலில் வெளிப் பட்ட கருணாநிதியின் அறிக்கை ராமதாஸ் தொடர்ந்து கட்டமைத்துவரும் பாதிக்கப்பட்டவர் என்கிற பிம்பத்திற்குக் கைகொடுப்பதாகிவிட்டது. மேலும் ராமதாஸின் சாதிய நடைமுறை களுக்கு வெளிப்படையாகக் கண்டனம் தெரிவிப்பதை விடுத்து அவரின் கைதுக்காக மட்டும் குரல் எழுப்புவது ராமதாஸ் கையாண்டு வரும் பிரச்சினைகளுக்கு அரசியல் மதிப்பைப் பெற்றுத் தருவதாகவும் மாறிவிடும். நெடிய பிராமண எதிர்ப்பு வரலாற்றைக் கொண்ட திராவிடக் கட்சிகள் சமகாலத்தில் மேலோங்கியிருக்கும் சமூகரீதியான முரண்பாட்டை உடனடி தேர்தல் ஆதாயம் என்பதைத் தாண்டி யோசிக்கப் போவதில்லை என்பதையே இது காட்டுகிறது. இந்நிலையில் ஒத்த நோக்குக் கொள்கைரீதியிலான உறவு என்கிற பேச்செல்லாம் அதிகாரத் தேவைக்கு முன் சிறுத்துப்போய் நாளாகிவிட்டது.

2

கடந்த நாடாளுமன்றத் தேர்தலின்போது விடுதலைச் சிறுத்தைகள் கட்சி திமுக கூட்டணியிலேயே தொடர்கிறது என்பதை உறுதிப் படுத்திய கருணாநிதி எங்களுக்கிடையில் இருப்பது கொள்கைக் கூட்டணி என்றார். எனினும் தற்போது விடுதலைச் சிறுத்தைகள் கட்சி கூட்டணியில் இருக்குமா இல்லையா என்பதை முடிவு செய்யக்கூடிய அதிகாரம் திமுகவுக்கே இருக்கிறது. 2003ஆம் ஆண்டு ராமதாசும் திருமாவளவனும் வேறுசில அமைப்பு களோடு சேர்ந்து தமிழ்ப் பாதுகாப்பு இயக்கம் தொடங்கி நடத்தியபோது இருவருமே அதனை ஒருதாய் மக்கள் உறவு என்று கூறிக்கொண்டனர். ஏறத்தாழ பத்தாண்டு காலம் நீடித்த இவ்விரு கட்சிகளின் கூட்டு சமூக தளத்தில் சாதகமான விளைவை ஏற்படுத்தவில்லை. இவ்விரண்டு சூழல்களிலும் ஒடுக்கப்பட்டோர் கட்சி என்கிற முறையில் விடுதலைச் சிறுத்தைகள் கட்சிக்குத்தான் களநிலையிலும் கருத்தியல் நிலையிலும் இழப்பு. இவ்வாறு ஒன்றுக்கொன்று முரண்படும் நலன்களைக் கொண்ட சமூகங் களின் பிரதிநிதிகள் என்ற முறையில் இன்றைய அதிகார அரசியல் தளத்தில் தலித் அமைப்புகள் கொள்கைரீதியான கூட்டு என்பதைவிட அரசியல்ரீதியான கூட்டு என்பதை எதிர்நோக்க வேண்டியவர்களாக இருக்கிறார்களா? என்பதை

ஆராய வேண்டிய நிலையில் இருக்கிறோம். சித்தாந்தம் மற்றும் செயல்நிலையில் அரசியல் கூட்டணியை மட்டும் பேசுவது முழுமையற்றது மட்டுமல்ல விரும்ப முடியாததவையும்கூட. என்றாலும் இப்பேச்சிற்கான சாத்தியம் ஒடுக்கப்பட்டோருக்கான அனுபவம் என்கிற முறையில் தவிர்க்க முடியாதவை. ஆனால் இதற்கு தலித்துகள் மட்டுமே பொறுப்பேற்க முடியாது. ராமதாஸோடு தமிழ் அடையாளத்தில் இணைந்திருந்தபோது அக்கூட்டணியின் விருப்பமாகவும் சுய விருப்பமாகவும் விஜயகாந்த் எதிர்ப்பைத் திருமாவளவன் பேணிவந்தார். ஆனால் மரக்காணம் வன்முறைக்குப் பின் ராமதாஸ் திருமாவளவனுக்கு எதிராகக் கடும் துவேஷத்தைத் துப்பிய நிலையில் பல்வேறு தலைவர்களை / கட்சிகளைச் சந்தித்து ஆதரவு திரட்ட விரும்பிய திருமாவளவன் முதலில் சந்தித்தது விஜயகாந்தைத்தான். பாமக, திமுக போன்ற கொள்கைரீதியான கூட்டு; தொடுத்த தாக்குதலை / மௌனத்தைவிட விஜயகாந்த் உள்ளிட்டோரின் அரசியல்ரீதியான கூட்டு தந்த ஆதரவு அளவிடற்கரியதாகும். விடுதலைச் சிறுத்தைகள் கட்சி தேமுதிகவோடு சேரவேண்டும் என்பது இதன் நோக்கமல்ல. மாறாக அரசியல்ரீதியான கூட்டு என்பது தேர்தல் கூட்டணி அமைத்துக்கொண்டிருக்கும் கட்சி களிடையே ஓட்டுக்களைப் பரிமாறிக்கொள்வதோடு முடிந்து போகிறது. அரசியல் கூட்டணி முடிவுக்கு வருமானால் கொள்கை யென்பதைச் சுமையானதாகவோ, நம்பகத்தன்மையைக் கட்டுப் படுத்தக் கூடியதாகவோ இருத்திக்கொள்ள வேண்டிய அவசியம் இல்லாமல் போய்விடுகிறது. தலித்துகளுக்கென்று நிரந்தரமான நண்பர்கள் இல்லை என்பது அனுபவமாக இருக்கக்கூடிய நிலையில் இத்தகைய சாத்தியப்பாடு பற்றி நாம் பேசிப் பார்க்க வேண்டியுள்ளது. தலித் பிரச்சினையில் மற்றவர்களைவிட இடதுசாரிகள் சாதகமானவர்கள் என்றாலும் அரசியல் தளத்தில் பேர சக்தியையும் அழுத்தகுழுவுக்கான ஆற்றலையும் பெற்றிருப்பவர்களாக அவர்களும் இல்லை.

3

அதேவேளையில் பாமக, திமுக போன்ற கட்சிகளுடனான கொள்கை கூட்டு என்கிற பேச்சுகளுக்குத் திருமாவளவனும் ஒரு காரணம் என்பதை மறுக்க முடியாது. ஆனால் இது போன்ற சூழல்களை ஒட்டி ஏற்படும் சிக்கலான அனுபவங்கள் தலித் அமைப்புகளுக்கோ தலைவர்களுக்கோ புதிதல்ல. இருபதாம் நூற்றாண்டின் ஆரம்பத்தில் பௌத்த மறுமலர்ச்சி இயக்கம் உள்ளிட்ட சிறிய பெரிய தலித் அமைப்புகள் ஒரே கொள்கை

என்கிற பெயர்களில் அப்போது உருவாகிவந்த பிராமணரல்லாத அடையாளத்தில் இணைந்து மெல்ல மெல்ல தனித்துவம் இழந்தனர் என்பது இன்று நாமறியும் வரலாறு.

தன்னுடைய அளவுகோல்களால் மட்டுமே நீதிக்கட்சி, காங்கிரஸ் ஆகியவற்றைச் சார்ந்திருக்க விரும்பிய எம்.சி. ராஜா அக்கட்சியின் சாதிய அளவுகோல்களால் அதிருப்தி அடைந்து ஒரு கட்டத்தில் அரசியலிருந்தே பின்தங்கிப் போனார். சாதிக்கும் வர்க்கத்திற்கும் இடையிலான சிக்கலான உறவைப் புரிந்துகொண்டு அம்பேத்கரால் தோற்றுவிக்கப்பட்ட அமைப்பாக கெயில் ஓம்வெத்தால் மதிப்பிடப்படும் சுதந்திர தொழிலாளர் கட்சிக்கு (1936) இடதுசாரிகளிடமிருந்தும், பிறரிடமிருந்தும் பெற்ற கவனம் போதுமானதாக இல்லை. தலித்துகளின் இயல்பான கூட்டாளிகளாகச் செயல்பட்டுவந்த பிராமணரல்லாத இடைநிலை ஆதிக்கச் சாதிகளுக்கும் தலித்துகளுக்கும் இடையே யான நம்பப்பட்டதற்கும் அப்பால் விரிந்து செல்கிறது. சாதி ஆதிக்கமே சமகால இந்திய அரசியல் அதிகாரத்திற்கான உணவாக இருக்கிறது. ஆனால் உத்திரபிரதேசத்தில் சாதி எண்ணிக்கை சார்ந்த சமன்பாடுகளை நடைமுறை அரசியலைப் புரிந்து மாற்றியமைத்ததால்தான் பகுஜன் சமாஜ் கட்சி வெற்றி பெற்றது. பகுஜன் சமாஜ் கட்சியை இங்கு அப்படியே பொருத்த முடியும் என்பது இதன் பொருளல்ல. மாறாக இங்கு நிலவும் அரசியல் சூழல்; கவனத்தில் கொள்ளப்பட வேண்டும். இவை யெல்லாவற்றையும்விட அரசியல் கூட்டணியை ஏற்படுத்த தகுந்த பேர ஆற்றலைத் தலித் அமைப்பு தக்கவைத்திருக்கிறதா வளர்த்தெடுத்திருக்கிறதா என்பதை வைத்தே இதைக் கூற முடியும்.

தமிழ் ஆழி, ஜூன் 2013

தேர்தலில் சாதியப் பெரும்பான்மைவாதம்

பெரும்பான்மைவாதம் என்றாலே அவற்றை மதத்தோடு மட்டுமே தொடர்புபடுத்தி மதப் பெரும்பான்மைவாதம் என்ற சொல்லாக மட்டுமே புரிந்துகொள்ளும் போக்கு இங்கிருக்கிறது. ஆனால் சாதிப்பெரும்பான்மை வாதம் என்ற ஒன்றும் உண்டு என்பதோ, அதுவே இன்றைய தேர்தல்முறையில் அரசியல் பெரும்பான்மையைத் தீர்மானிக்கும் அழுத்தமான காரணியாக இருக்கிறது என்பதோ பலருக்கும் தெரிவதில்லை.

இந்தியத் தேர்தல்முறையின் பெரும்பான்மை வாதம் என்பது எண்ணிக்கையை அடிப்படையாகக் கொண்டது. அம்பேத்கர் சொல்வதைப்போல, இந்தியாவின் சனநாயகம் வகுப்புப் பெரும்பான்மை யால் தீர்மானிக்கப்படுகிறது. அந்தவகையில் இந்தியா முழுக்க எண்ணிக்கையில் அதிகமுள்ள சாதியென்று எதுவும் கிடையாது. எனவே ஒவ்வொரு பகுதியிலும் எண்ணிக்கையில் பலமுள்ள சாதியாக எது இருக்கிறதோ அது அப்பகுதியின் அரசியல் அதிகாரத்தைத் தன் கட்டுக்குள் கொணருகிறது. தீண்டப்படாத சாதிகளின் எண்ணிக்கை, பகுதிகளுக்கேற்ப ஏற்ற இறக்கம் கொண்டிருப்பினும், அவை ஒடுக்கப்பட்ட சாதியாக வைக்கப்பட்டிருப்பதால் அரசியல் பெரும்பான்மையை அடைய முடிவதில்லை. எனவே, வட்டார அளவிலான பெரும்பான்மைச் சாதிகளின் எண்ணிக்கையென்பது அப்பகுதிகளின்

இடைநிலை மற்றும் உயர்சாதிகளைக் குறிப்பதாகவே இருக்கிறது. இச்சாதிகளுக்கு ஏற்கனவே இருந்துவரும் உள்ளூர் சமூக அதிகாரம் மற்றும் உடைமை பலம் ஆகியவற்றோடு நாடாளுமன்ற அரசியல் என்கிற நவீன அரசியல் அதிகாரமும் கிடைக்கிறது. இத்தகைய போக்கு அவர்களின் அதிகாரத்தை வரம்பில்லாமல் அதிகரிக்கிறது. இன்றைக்கு இந்தியா முழுக்கத் தலித்துகள் உள்ளிட்ட எண்ணிக்கைச் சிறுபான்மைச் சாதிகள் மீதான வன்முறையில் மேற்கண்ட சாதிகளின் பங்கே அதிகம். இத்தகு வன்முறைகளுக்கு இன்றைய நவீன அரசியல் அதிகாரம் பெருமளவு பின்னணியாக இருப்பதும் யாவரும் அறிந்ததே. இன்றைக்குச் சாதியென்பது 'அண்டாமை–காணாமை' என்கிற பாரம்பரியப் பண்புகளிலிருந்து மாறி, நவீன அரசியல் அதிகாரம் சார்ந்ததாகப் பரிணமித்திருக்கிறது. இம்மாற்றத் திற்குச் சாதிப்பெரும்பான்மைவாதம் என்கிற அம்சம் காரண மாகியிருக்கிறது. ஆனால், இப்போக்கையெல்லாம் சமூக அரசியல் தளத்தில் பாரிய அளவில் விவாதிப்பதற்கு யாரும் விரும்புவ தில்லை. இதற்குக் காரணங்கள் இரண்டு; சாதியென்பது சமூக இயங்குமுறையில் எல்லாவற்றிலும் ஊடுருவியிருப்பதால் தேர்தல் முறையில் செல்வாக்குப் பெற்றிருப்பது இயல்பானதாகவே பார்க்கப்படுகிறது. அனைத்துக் கட்சிகளும் ஏதோவொரு வகையில் சாதி பலத்தையே சார்ந்திருப்பதால் அவற்றைப் பேச முன்வருவதில்லை என்பது மற்றொரு காரணம். மொத்தத் தில் பலரின் கூட்டு மௌனத்தின் மூலம் சாதியமுறை தக்கவைக்கப் படுகிறது. புதிய அதிகாரம் தேவைக்கேற்ப மறுவார்ப்பு செய்யப் படுகிறது. இன்றைய நவீன அதிகாரத்திற்குச் சாதி என்கிற பாரம்பரிய அதிகாரம் கைகொடுக்கிறது.

இன்றைய இந்திய சனநாயக முறையின் மிகப்பெரிய அச்சுறுத்தல்களுள் ஒன்றாக மதப்பெரும்பான்மைவாதமும் இருக்கிறது என்பது உண்மையேயெனினும் அது பேசப்படும் அளவில் சிறிதளவு முக்கியத்துவம்கூடச் சாதியப் பெரும்பான்மை வாதத்திற்கு அளிக்கப்படுவதில்லை. ஏனெனில் மதப் பெரும்பான்மைவாதத்திற்கான எதிர்ப்பென்பது எளிமையான சட்டகத்திற்குள் அடக்கப்பட்டு, அதற்கேற்பக் கையாளப்படுகிறது. ஒருங்கிணைக்கப்பட்டிருக்கும் சிறுபான்மையினர் ஓட்டுகள் என்பதைத் தாண்டி மதப்பெரும்பான்மைவாத எதிர்ப்பில் இன்றைய அரசியல் கட்சிகளுக்கு எந்த அக்கறையும் கிடையாது. அவர்களுக்கு இவ்வகை அரசியல், பேச்சின் மூலம் விளையும் உடனடிப் பலன்கள் மட்டுமே தேவையாய் இருக்கின்றன. அரசியல் தேவை கருதி முஸ்லிம்கள் உள்ளிட்ட சிறுபான்மையினரும் இச்சூழலை ஏற்க வேண்டியவர்களாய்

இருக்கின்றனர் என்பது கசப்பான உண்மை. அதனால்தான் சாதிப் பெரும்பான்மைவாதத்தை உள்ளீடாகக் கொண்டிருக்கும் பல்வேறு மாநிலக்கட்சிகளும் உள்ளூர்க் கட்சிகளும் கடந்த காலங்களில் மதச் சார்பற்ற அடையாளத்தோடு அதிகாரத் திலும் இடம்பெற்றிருக்கின்றன. இங்கு சாதிப் பெரும்பான்மை வாதத்திற்கும் மதப் பெரும்பான்மை வாதத்திற்கும் இடையேயான தொடர்பு பேசப்படாமலே இருக்கிறது.

அண்மையில் தமிழகத்தின் வடபகுதிகளில் தேர்தல் பயணம் சென்றிருந்த பத்திரிகையாளர் ஒருவரிடம் பேசிக் கொண்டிருந்தபோது, "வன்னியர்களின் ஓட்டு ஒருங்கிணைக்கப் பட்டிருக்கிறது. தலித்துகளுக்கெதிரான தர்மபுரி வன்முறை இந்த ஒருங்கிணைப்பிற்கு உதவியிருக்கிறது" என்று கூறினார். கடந்த இரண்டு தேர்தல்களில் தான் இழந்த வாக்குகளைத் தலித்துகளுக்கு எதிரான வன்னியர்களின் சாதியக்கோபத்தை கிளறிவிட்டதன் மூலம் பாமக இத்தேர்தலில் ஒருங்கிணைக்க முயல்கிறது. இதனால்தான், வன்முறை நடத்தப்பட்ட தர்மபுரி தொகுதியிலேயே பாமக தலைவர் ராமதாஸின் மகன் அன்புமணி நிறுத்தப்பட்டுள்ளார்.

அக்கட்சி வெற்றிபெறாவிட்டாலும்கூட, இத்தேர்தலில் அது திரட்டும் வாக்குச் சதவிகிதம் அடுத்த தேர்தலுக்கான பேரத்திற்குப் பயன்படும். எனவே, இது சாதாரணப் பிரச்சினையல்ல. மொத்தத்தில் சாதியை அடிப்படையாகக் கொண்ட அரசியல் கலாச்சாரம் மிகச் சாதாரணமாக அரங்கேற்றப்பட்டிருக்கிறது. ஆனால் இந்த அம்சம் பாமகவுடன் கூட்டணி சேர்ந்த மற்றும் சேர வாய்ப்பில்லாத எந்த அரசியல் கட்சியாலும் புறக்கணிக்கப் படவில்லை.

சாதிரீதியான வாக்குகளைத் துறப்பதாலோ அவற்றை அடிப்படையாகக் கொண்ட கட்சியையோ, கூட்டணியையோ எதிர்ப்பதாலோ உண்டாகும் அதிகார இழப்புப் பற்றிய அச்சம்தான் பாமக புறக்கணிக்கப்படாமைக்குக் காரணம். ஆனால் இவ்வாறு சாதியச்சார்பின்மையைப் பேசத் தயங்கும் கட்சிகளில் பலவும் மதச்சார்பின்மை பேசுகின்றனவாக இருக்கின்றன. இங்குதான் சாதிப் பெரும்பான்மைவாத எதிர்ப்பி லுள்ள சவாலும் இன்றைய மதப்பெரும்பான்மைவாத எதிர்ப்புப் பேசுவதிலுள்ள ஒருவித 'தற்காப்பும்' புலப்படுகிறது. ஆனால் சாதிப் பெரும்பான்மைவாதத்தை உரியவிதத்தில் பேசத் தயங்கும் அரசியல்வாதிகளின் நிலைப்பாட்டுடன் தமிழ் அறிவுஜீவிகளின் நிலைப்பாடு ஏன் முரண்பட்டதாயில்லை?

***காலச்சுவடு*, மே 2014**

சாதி கடந்த திருமணங்களுக்கு எதிர்ப்பு: எழுப்பப்படாத கேள்விகள்

தமிழ்நாட்டில் கௌரவக் கொலைகள், சாதிகடந்த மணங்களுக்குத் தடை, கலப்புமணங்களுக்கு எதிரான சாதி அமைப்புகளின் அச்சுறுத்தல் ஆகியவை பற்றிக் கடந்த இரண்டொரு மாதங்களுக்குள் தமிழின் முன்னணி வார ஏடுகள் சிலவற்றில் தலைப்புக் கட்டுரைகளும் சிறப்புக் கட்டுரைகளும் இடம்பெற்றுவருகின்றன. அச்சு மற்றும் காட்சி ஊடகங்கள் பெருகி 'வித்தியாசமான' புதிய செய்திகளுக்குத் தேவை ஏற்பட்டுள்ள நிலையில் காதல் கொலைகள் போன்ற செய்திகள் ஊடகங்களின் தேவையைப் பூர்த்திசெய்வதாக மாறியிருக்கின்றன. எனினும் ஊடகங்களில் ஏற்பட்டுள்ள இப்போக்கு ஒரு வகையில் சாதகமானதே.

சாதி மறுப்பு மணங்களுக்கான தடை பற்றி யெழுதும் எந்த ஊடகமும் இப்போக்கு அண்மையில் பெருகிவிட்டதாகக் குறிப்பிடுவதன் மூலம் இதற்கு ஓர் அதிசயத் தன்மையை வழங்க முற்படுகின்றன. உண்மையில் சாதி சமூகம் என்ற அளவில் நீண்ட காலமாகவே இப்போக்கு இருந்துவருகிறது.

கலப்பு மணங்கள் சாதியைக் கடக்கின்றன என்ற வகையில் இவற்றால் அதிகம் பாதிக்கப்படுவது தலித்துகளே. கௌரவக் கொலைகள் அதிகமும் சாதி காரணமாகவே நடைபெறுகின்றன. எனவே இவை முழுக்க தலித்துகளுக்கு எதிரான வன்முறைகளே. ஆனால் கொல்லப்படுவது தலித்துகளே என்பதைக்

குறிப்பிட்டுவிடும் ஊடகங்கள் கொலைபுரிபவர்கள் யாரென்பதை எழுதுவதில்லை.

இன்றைக்குச் சாதி அதிகாரம் என்பது பண்பாட்டு மேலாதிக்க மாகவும், அரசியல் அதிகாரம் சார்ந்ததாகவும் இருக்கிற நிலையில் தமிழகத்தின் வட்டாரரீதியான பெரும்பான்மை இடைநிலைச் சாதிகளே மிகவும் துணிச்சலாகவும், வெளிப்படையாகவும் இக்கொலைகளில் இறங்குகின்றன. சாதிய முறையைச் சமூக நீதி, வட்டாரப் பெருமை என்று மறைமுகமாக வளர்த்துவரும் நம்மிடம் இப்போது சாதி வெளிப்படையாகக் கொக்கரிக்கிறது. தம் சாதியினரை மட்டும் திரட்டிய மாநாட்டில் கலப்பு திருமணத்தைக் கண்டித்துப் பேசினார் வன்னியர் சங்கம் குரு. அடுத்து கொங்குவேளாளர் சங்கம் இதற்கு எதிராகப் பிரச்சார இயக்கத்தையே தொடங்கியுள்ளது. சாதியைப் பல்வேறு முறைகளில் காத்துக்கொள்ள விழைகின்றன இச்சாதி அமைப்புகள். இவற்றுள் பல சாதிவாரிக் கணக்கெடுப்பைக் கோரியதும் தம் சாதி பலத்தைக் கூட்டுவதற்காகவே.

முன்பு சாதியைப் பாரம்பரிய கிராம அமைப்பு கண்காணித்து வந்தது. இப்போது தொழில்நுட்ப வலைப்பின்னலும் நவீன வாழ்வியல் கூறுகளும் சாதியமைப்பில் தவிர்க்க முடியாத மாற்றங்களை நிர்ப்பந்தித்துள்ள நிலையில் சாதியை நவீன அரசியல் அமைப்புகள் கண்காணிக்க விரும்புகின்றன. அரசியல் அதிகாரத்திற்கு சாதியே மூலதனமாக இருக்கும் பட்சத்தில் அவற்றில் மாற்றம் ஏற்படுவதைப் பதற்றத்தோடு இந்தச் சாதிய அமைப்புகள் எதிர்கொள்கின்றன. அதனாலேயே சாதியக் கட்டுமானத்தில் முதல் உடைவை ஏற்படுத்தும் ரத்தக்கலப்பை மறுத்து ஓங்கிக் குரலெழுப்புகின்றன.

இப்பிரச்சினைக்கான மூலத்தையோ வளர்ச்சியையோ துல்லியமாக ஆராய்ந்திருக்கிறோமா? என்னும் கேள்விகயை இப்போது எழுப்பிக்கொள்ள வேண்டியிருக்கிறது. தற்காலத்தில் பல்வேறு பெயர்களில் சாதி காப்பாற்றப்படுகிறது. உதாரணமாகத் தமிழகத்தில் பண்பாட்டுப் பேச்சாளராகப் பிம்பம் கட்டமைக்கப் படும் நடிகர் சிவக்குமார் புத்தக விழா போன்ற அறிவுசார் தளங்களில் வெளிப்படுத்தும் பண்பாட்டுக் கவலைகளை உற்றுக் கவனித்தால் அதில் சாதியப் பண்பாடு தகர்வதற்கு எதிரான அச்சம் வெளிப்படுவதைக் காணலாம். தம் முதல் மகன் சாதி ஆசாரம் மீறி திருமணம் புரிந்துவிட்டதால் இரண்டாவது மகனுக்குச் சொந்த ஊர்ப் பக்கம் அதாவது சொந்தச் சாதியில் பெண்பார்த்துத் திருமணம் முடித்துவைத்துப் பண்பாட்டைக்

காப்பாற்றிவிட்டவர் அவர். இன்றைக்கு இத்தகைய குடும்ப பிம்பங்கள்தாம் முன்னுதாரணமாக்கப்படுகின்றன.

சாதி ஒழிப்புத்துறையில் தமிழகம் என்ன சாதித்திருக்கிறது என்ற கணக்குத் தேவை. கலப்பு மணம்புரிந்தவர்கள் எத்தனை பேர்? எந்தெந்தச் சாதியைச் சேர்ந்தவர்கள் மணம்புரிந்துள்ளனர்? கொல்லப்பட்டவர்கள் எவ்வளவு – எந்தெந்த சாதி? கொல்லப் படுவோர் – கொலைபுரிவோர் சார்ந்திருக்கும் சாதி எது? என்றெல்லாம் கணக்குத்தேவை. இவ்வாறான புள்ளிவிவரங்கள் எடுப்போமானால் நாம் பேசத் தயங்கும் முக்கியமான வட்டார சாதி மற்றும் சிறுபான்மை எண்ணிக்கையிலான ஆதிக்கச் சாதியினரே இக்கொலைகளில் ஈடுபடுவோராக இருப்பதைப் பார்க்க முடியும். இதை அறிய பெரிய புள்ளிவிவரங்கள்கூடத் தேவையில்லை.

இந்நிலையில் சில அழுத்தமான பரிசீலனைகளை முன்வைக்கலாம். சாதிப் பிரச்சினையை பிராமணர் – பிராமணர் அல்லாதோர் என்ற இரட்டை எதிர்வோடு மட்டுமே தொடர்ந்து தக்கவைப்பது இந்நிலையைப் புரிந்துகொள்வதில் தடையை உண்டு பண்ணுகிறது. இங்கு சாதி மறுப்புத் திருமணத்தைத் தொடர்ந்து அரசியல் செயற்பாடாக வலியுறுத்திய – நடைமுறையாக்கிய இயக்கங்கள் என்று எவையும் இப்போது இல்லை. ஆனால் இங்கு சாதி கூடாதென்பது வாயுபச்சாரமாகவே இருந்துள்ளது/ இருக்கிறது. சாதி ஒழிக என்று மேடைக்காக உச்சரிக்கும் நம்மிடம் சாதி வன்முறையை காக்கும் வடிவங்கள் ஸ்தூலமான முறையில் கேள்விக்குள்ளாக்கப்படவில்லை என்பதே உண்மை.

பிராமணரல்லாத சாதியினரின் இத்தகு எதார்த்தத்தை ஒத்துக்கொண்டு அதற்கு எதிராகச் செயற்படும் போக்கே இங்கெழவில்லை. பிராமணரல்லாதோரின் இவ்வன்முறைகளைச் சுட்டிக்காட்டிக் கேட்கும்போது மட்டுமே இதைக் கண்டிக்கிறோம் என்று கூறிவிட்டு நகரும் திராவிட/தமிழ்த்தேசிய/இடதுசாரி சக்திகள் பலரை நாம் கண்டுவருகிறோம். கோவை கிருஷ்ணா ஸ்வீட்ஸ் நடத்தும் இலவச மின்சாரச் சுடுகாடு பிராமணர்களுக் கானது என்ற அறிவிப்பைக் கண்டிப்பதில் உள்ள உடனடித் தன்மையை பிராமணரல்லாதோர் நடத்தும் கௌரவக் கொலைகளைப் பற்றியும் ஆய்வு செய்து எதிர்கொள்ள வேண்டும்.

2012 ஜூலை 10 அன்று *தி இந்து* ஆங்கில நாளிதழின் 2ஆம் பக்கத்தில் (மதுரைப் பதிப்பு) 4 செய்திகள் இடம்பெற்றிருந்தன. இப்பக்கம் பல்வேறு வாசிப்புகளுக்கான சாத்தியத்தைக் கொண்டிருந்தது. அவற்றுள் ஒரு சிறு செய்தியைத் தவிர

மற்ற 3 செய்திகள் தலித் பிரச்சினையோடு தொடர்பு கொண்டவை. அன்றாட நிகழ்ச்சிகளின் பதிவு என்ற வகையில் இருந்தாலும் தினசரி வாழ்வின் அங்கமாக சாதிப்பிரச்சினைகள் தொடர்வதையும் சாதியடுக்கின் இன்றைய எதார்த்தத்தையும் சாதி பற்றிய புரிதலில் அமைந்துள்ள முரண்பாட்டையும் ஒரு சேரச் சொல்வதாக அது அமைந்திருந்தது.

செய்தி 1: 1983ஆம் ஆண்டில் தலித் வகுப்பு ஆணும் பிராமண வகுப்பைச் சேர்ந்த பெண்ணும் காதல் திருமணம் செய்துகொண்டனர். அத்திருமணம் சந்திக்காத எதிர்ப்பை அவர்களின் 26 வயது மகன் தற்போது சந்திப்பதைப் பற்றிய செய்தி அது. அதாவது இத்தம்பதியினரின் மகன் மகேஷ் என்பவர் 2008ஆம் ஆண்டு இந்துநாடார் வகுப்பைச் சேர்ந்த திவ்யா என்பவரைக் காதலித்து மணந்துகொண்டார். ஆனால் மகேஷ் தலித்தாகக் கருதப்பட்டுப் பெண்ணின் குடும்பத்தார் செய்து வந்த எதிர்ப்பைப் பற்றியது அச்செய்தி.

செய்தி 2: தலித் மற்றும் நாடார் கலப்பு மணத்திற்கு எழுந்த எதிர்ப்பு பற்றிய அச்செய்திக்கு மேல், 1939ஆம் ஆண்டு மதுரை மீனாட்சியம்மன் கோயிலுக்குள் தலித்துகளையும் நாடாரையும் வைத்தியநாதய்யர் தலைமையில் அழைத்துச் சென்றதன் 74ஆம் ஆண்டு நினைவு நாள் பற்றிய செய்தி இடம்பெற்றிருக்கிறது. இந்நாளையொட்டி குமரி அனந்தன் உள்ளிட்டோர் தலித் குழந்தைகளோடு கோயிலுக்குள் செல்வதைப் பற்றிய செய்தி அது.

செய்தி 3: தேவக்கோட்டை கண்டதேவி கோயில் தேர்வடத்தைத் தலித்துகளும் இழுப்பதற்கு எதிராக நாட்டார்கள் எனப்படும் கள்ளர்கள் தடைவிதித்தனர். அதையொட்டி இந்த ஆண்டும் தேர் ஓடாமலிருப்பதைப் பற்றிய செய்திக்கட்டுரை.

மூன்று செய்திகளுக்கும் இடையே உள்ள அடிப்படை ஒற்றுமை இவை தலித் தொடர்புடையது. முதலிரண்டு செய்திகளும் இரண்டு விஷயங்களைக் கூறுகிறது. ஒரு காலத்தில் தலித்துகளோடு ஒப்பவைத்து பார்க்கப்பட்ட சாதி தற்போது தலித்துகள் மீது பிரயோகிக்கும் வன்மம் பற்றியது ஒன்று. கலப்பு மணம் நிகழும்போது பிராமணர்களால் எழுப்பப்படாத சாதிய எதிர்ப்பை பிராமணரல்லாத வட்டாரரீதியான அதிகாரச் சாதி எழுப்புவது மற்றொன்று. இது வெறும் செய்தி மட்டுமல்ல. ஏறக்குறைய இன்றைய சமூக எதார்த்தத்தைப் பிரதிபலிக்கும் கூறுகள். இன்றைய சாதிகடந்த திருமணங்களில் எதிர்ப்பு என்பது இவ்வாறுதான் அமைந்திருக்கின்றன. இச்சூழல் சாதி பற்றிய பிராமணர்–பிராமணரல்லாதார் என்ற நம்முடைய வழக்கமான

எதிர்வில் எந்த மாற்றத்தையாவது கோருகிறதா? சாதி அமைப்பின் பலன்களெல்லாம் பிராமணர்களுக்கே, அவர்கள் செய்தால்தான் சாதிவன்மம் என்றுதான் கருதிக்கொண்டு இருக்கப்போகிறோமா?

தொடர்ந்து சாதியமைப்பின் பலன்களை அறுவடை செய்துவரும் பிராமணரல்லாத உயர்சாதிகளை/வட்டாரப் பெரும்பான்மை இடைநிலைச் சாதிகளை பிராமணர்களின் ஏவலாட்கள், பிராமணர்களால் தூண்டப்பட்டு அறியாமல் செய்துவரும் பிழைகள் மட்டுமே என்று விளக்கி அவர்களைத் தொடர்ந்து ஏதோவொரு விதத்தில் காப்பாற்றி வைத்திருக்கப் போகிறோமா? என்பதே இங்கு எழுப்ப விரும்பும் கேள்விகள். பிராமணரல்லாதோரின் வன்முறையைக் கவனத்திற்குக் கொண்டுவரும்போது மட்டும் அவற்றைப் பெயரளவில் கண்டிப்பதும். பிராமணர்களின் மோசடிகளை மட்டும் மிகச் சரியாகக் கண்டறிந்து புரட்சிகோஷம் எழுப்புவதும் சூழலில் நிலவும் பொழுதுபோக்கு. (இவ்வாறு கூறுவது எந்தவிதத்திலும் பிராமணர்களின் சாதியுணர்வைப் பேசக்கூடாது என்ற அர்த்தத்தில் அல்ல.)

சாதி அடுக்குமுறையில் நடந்துள்ள மாற்றங்களைக் கணக்கிலெடுத்து எந்தவித விவாதமும் இங்கு நடத்தப்படுவதில்லை. பிராமணீயம் என்பதை ஒரு சாதியோடு தொடர்புபடுத்திப் பார்க்கும் நிலைமை மாறி இன்று அச்சொல்லின் பரிமாணம்– சமகால அரசியலதிகாரம் – எண்ணிக்கைப் பெரும்பான்மை– கலாச்சாரப் பரப்பு என்றெல்லாம் விரிந்துவிட்ட நிலையில் பிராமணீயம் என்று எதைக் கூறுவது, எந்தெந்தச் சாதிகளை அதில் அடக்குவது ஆகிய கேள்விகளே நம்முன் நிற்கின்றன.

stalinrajangamblogspot.com

ராமதாஸ் இழுக்கும் சாதித்தேர்

இங்கு நாம் எல்லோரும் விரும்பினாலும் விரும்பாவிட்டாலும் சாதிக்குள்தான் வாழ்கிறோம்; சாதிதான் நம்முடைய அடையாளமாக இருக்கிறது என்றெல்லாம் சொன்னால் அதனை உடனே யாரும் மறுத்துவிட முடியும் என்று தோன்றவில்லை. ஒருவர் சாதியைப் பற்றிப் பேசாமல் இருப்பதாலோ அதன் வெளிப்படையான அடையாளங்களை மேற்கொள்ளாமல் இருந்துவிடுவதாலோ சாதிக்குப் புறம்பானவராகவோ சாதியமைப்பின் பலன்களைப் பெறாதவராகவோ இருந்துவிடுவதில்லை. சாதி, பொருளாதாரத் தளத்தில் மட்டுமல்ல சமூக கலாச்சாரத் தளத்திலும் பிணைக்கப்பட்டுள்ளது என்பது தெரிந்ததே. அதனால்தான் அது கண்ணுக்குப் புலப்பட்டும் புலப்படாமலும் இயங்குகிறது. நாம் நம்முடைய சமூக, கலாச்சார அடையாளங்களைக் கைக்கொள்வது பற்றியோ இழப்பது பற்றியோ பேசும்போது அது சாதியடையாளம் பற்றிப் பேசுவதாகவும் இருப்பதைப் பார்க்கிறோம். இந்நிலையில்தான் சாதி நம்முடைய தவிர்க்க முடியாத அடையாளமாக இருப்பதை ஒத்துக் கொள்ள வேண்டியவர்களாய் இருக்கிறோம். எனவே, சாதியைத் துறந்தவர் என்று சொல்லிக் கொள்வது அத்தனை எளிமையானதல்ல. இவ்வாறு சமூக, கலாச்சாரரீதியாகச் சாதியமைப்பில் ஊறிய நமக்குச் சாதி மறுப்பு அல்லது சாதி ஒழிப்பு என்கிற கருத்தியல் நவீனக் காலம் சார்ந்து உருவானதாகும். எனவேதான் சாதி மறுப்பு அல்லது சாதி ஒழிப்பு என்பது பெரும்பாலும் அரசியல் நடவடிக்கையாகப்

புரிந்துகொள்ளப்படுகிறதே ஒழிய சமூக, கலாச்சாரத் தளம் சார்ந்ததாகப் புரிந்துகொள்ளப்படுவதில்லை. சாதியைக் கடப்பது என்பது தொடர்ச்சியான நடைமுறை.

சாதிக்குத் தர்க்கங்கள் ஏதும் கிடையாது. அது நியாயத்தின் பேரில் நிலைபெற்றிருப்பவை அல்ல. அது வெளிப்படுவதற்கு அற்பக் காரணம்கூடப் போதுமானது. அதற்குக் காரண காரியங்கள் தேவைப்படுவதில்லை. பாட்டாளி மக்கள் கட்சி ராமதாஸ் தலித்துகள் பற்றி வெளிப்படுத்திவரும் பேச்சுகளையும் செயல்பாடுகளையும் பார்த்தாலே இதனை எளிமையாகப் புரிந்துகொள்ள முடியும். எந்தவிதத் தர்க்கமும் நியாய உணர்வும் அற்ற பொய்களை வைத்து அரசியல் பிரச்சாரத்தைக் கட்டமைக்க முடியும் என்பதை அவர் நிரூபித்திருக்கிறார். இதன் காரணமாகவே 2012 நவம்பரில் தர்மபுரி வன்முறையும் 2013 ஏப்ரலில் மரக்காணம் வன்முறையும் நடந்தேறியிருக்கின்றன.

ராமதாஸ் தன் அரசியல் வாழ்வில் பல்வேறு அரசியல் முகங்களை வெளிப்படுத்தி வந்தவர். அவை இங்கு சூழலுக்கேற்ப தேவைக்கேற்ப முற்போக்காகவும் பிற்போக்காகவும் பேசப் பட்டிருக்கின்றன. ஆனால், சாதியமைப்பின் தலைவராகப் பயணத்தைத் தொடங்கி அவரின் அசலான அடையாளமாகச் சாதிய முகம்தான் எஞ்சி நிற்கிறது.

தலித்துகளின் வாழ்விலிருந்து பொருளாதார நிலையில் பெரிதும் வேறுபட்டிராத வன்னியர் சாதியினரிடம் போதிய அரசியல் விழிப்புணர்வு இல்லாத சூழலில் அவர்களின் மேம்பாட்டிற்காக இட ஒதுக்கீடு என்ற முழக்கத்தை முன்வைத்து வன்னியர் சங்கத்தை ஆரம்பித்தார் ராமதாஸ். ஏறக்குறைய 25 வன்னியர் கூட்டமைப்புகள் இப்போராட்டத்தில் அவரோடு இணைந்திருந்தன. வன்னியர்கள் இட ஒதுக்கீட்டைக் கோருவதற்கான நியாயமாக உடனடியாகக் காட்டப்பட்டது தலித்துகளுக்கு அரசியல் சட்டரீதியாக உறுதிசெய்யப்பட்டிருக்கும் இட ஒதுக்கீட்டு உரிமைதான். தலித்துகளைவிட உயர்ந்த சாதியாகவும் ஒடுக்கும் சாதியாகவும் தம்மை இருத்திக்கொண்டிருந்த வன்னியர்களுக்கு இந்த ஒப்பீடு உவப்பானதாகவே இருந்தது. தம்மால் ஒடுக்கப்படும் சாதிக்குக் கிடைக்கும் வாய்ப்பைக் காட்டும்போது ஒடுக்கும் சாதி இயல்பாகவே தம் உரிமைக்கான நியாயத்தை உணர ஆரம்பித்துக்கொள்கிறது. இது சாதியமைப்பின் விதி. முரண்கொண்ட சாதிகளுக்கிடையிலான பொறாமை உணர்வுதான் பலவேளைகளில் சாதிய உரிமைக்கான அழுத்தத்தை உண்டுபண்ணுகின்றன. அதனால்தான்

அரசுக்கு எதிராக நடத்தப்பட்ட வன்னியர்களின் இட ஒதுக்கீட்டுப் போராட்டத்தின்போது ஆயிரத்திற்கும் மேற்பட்ட தலித் குடிசைகள் கொளுத்தப்பட்டன. ஆயிரம் வீடுகள் கொளுத்தப்பட்டதாக அரசுப் புள்ளி விவரமும் கூறியது. அரசுக்கு எதிரான கோபத்தைக் கூர்மைப்படுத்த எதிரிலிருக்கும் சாதியை இலக்காக்கிவிட்டால் போராட்டத்தின் உக்கிரம் தீவிரமடையும் என்பதே அதன் உளவியல். இவ்வாறு 1987இல் ராமதாஸின் அரசியல் பயணத்தின் தொடக்கம் தலித்துகளுக்கு எதிரான வன்முறையிலிருந்துதான் தோன்றியது. எம்.ஜி.ஆர் மரணத்திற்குப் பின்னர் மக்கள் செல்வாக்கைத் தம் பக்கம் திருப்ப விரும்பிய கருணாநிதி இட ஒதுக்கீட்டு முழக்கத்தால் ஒன்றுதிரண்டிருந்த வன்னியர் ஓட்டுகளைப் பெறும் சாதிக் கணக்கு அடிப்படையில் இடஒதுக்கீட்டை அறிவித்தார். பிறகு சாதித் சங்கத்தைப் பாட்டாளி மக்கள் கட்சியாக மாற்றி சாதிய திரட்சியை அதிகாரத்திற்கான பேரமாகவோ அதிகாரமாகவோ மாற்ற விரும்பித் தொடர்ந்து அதற்கேற்ற அரசியலை (சமூகநீதி தமிழ் உள்ளிட்டவை), எதிரியை (தலித்துகள், பிறமொழியினர், திராவிட கட்சிகள் போன்றவை) ராமதாஸ் கட்டமைத்து வந்தார். இப்பயணத்தில் ஒன்று தோல்வியடையும்போது மற்றொன்றை அவர் பரிசோதித்து வந்தார்.

1991ஆம் ஆண்டு தமிழகம் முழுவதும் போட்டியிட்டு ஓர் இடத்திலும் 1996 முதல் தி.மு.க. அ.தி.மு.க. ஆகிய இரண்டு திராவிடக் கட்சிகளிடமும் வலிமையான தேர்தல் பேரத்தை நிகழ்த்தக்கூடிய கட்சியாகப் பாட்டாளி மக்கள் கட்சி மாறியது. ஆனால் 2000த்தின் தொடக்கத்தில் உருவான விஜயகாந்தின் வருகை ராமதாஸின் பேர் வலிமையை இல்லாமலாக்கிவிட்டது.

இந்நிலையில் விஜயகாந்தின் அரசியல் வருகைக்கான முன் முயற்சியின் போதே அவர் வன்னியர்களோடு முரண்பட்டு வாழும் பறையர் வகுப்பினரின் செல்வாக்குப் பெற்ற அரசியல் பிரதிநிதியாகிய விடுதலைச் சிறுத்தைகள் கட்சியோடு கைகோக்கத் தயாரானார். இக்கூட்டணியின் அடிப்படை சாதிப் பெரும்பான்மைவாதம். அதாவது, எண்ணிக்கை பலமுள்ள இரண்டு சாதிகளின் ஓட்டையும் ஒன்றாக்கும் உத்தி அது. இதற்காக இரண்டு வகுப்பினரும் முரண்படுவதற்குரிய காரண மான சாதியைப் பற்றிப் பேசாமல் ஸ்தூலமற்ற தமிழ் என்னும் பேரடையாளத்தைத் தேர்ந்தெடுத்துக்கொண்டார்.

இம்முயற்சியில் ராமதாஸின் சுயசாதி அறிவாளிகள் முன்னின்றனர். இரண்டு முறை சிதம்பரம் நாடாளுமன்றத்

தேர்தலில் நின்று தலித்துகளின் பெரும்பான்மையான ஓட்டுகளைப் பெற்றுத் தோல்வியைத் தழுவியிருந்த திருமாவளவனின் அனுபவமும் அவருடைய தமிழ் அடையாளம் சார்ந்த தனிப்பட்ட ஆர்வமும் இம்முயற்சியில் ராமதாஸை நெருங்கச் செய்தன. இங்கு விஜயகாந்த் போன்ற தமிழைத் தாய்மொழியாகக் கொண்டிராத எதிரியை எதிர்கொள்ளத் தமிழ் என்னும் அடையாளம் தேவைப்பட்டது. திராவிட இயக்கம் பற்றிய பா.ம.கவின் எதிர்ப்பும் இவ்வகைப்பட்டதே.

இங்கு தலித்துகள் போன்ற ஒடுக்கப்பட்ட சாதிகளின் நடைமுறைரீதியான உண்மைச் சிக்கல் சாதிப் பெரும்பான்மை வாதம்தான். ஆனால், பாட்டாளி மக்கள் கட்சியும் விடுதலைச் சிறுத்தைகள் கட்சியும் தமிழகத்தின் தெற்கு மற்றும் மேற்கு மாவட்டங்களின் பெரும்பான்மை எண்ணிக்கை கொண்ட சாதிகளின் சில கட்சிகளோடு சேர்ந்து 2003இல் தமிழ்ப் பாதுகாப்பு இயக்கம் தொடங்கியது. ஏறக்குறைய பத்தாண்டுக்குப் பின் 2013இல் அதில் இடம்பெற்றிருந்த தலித் கட்சியாகிய விசிக சாதிய முரண் அடிப்படையில் 2003க்கு முந்தைய நிலைக்குச் செல்ல வேண்டியிருக்கிறது. திரும்பவும் சாதிப் பெரும்பான்மை வாதத்தை எதிர்கொள்ள நேர்ந்துள்ளது. 2009ஆம் ஆண்டு நாடாளுமன்றத் தேர்தலில் முற்றிலுமாகத் தோற்ற பா.ம.க. விடுதலைச் சிறுத்தைகள் கட்சியோடு சேர்ந்து முதன்முறையாக 2011 சட்டமன்றத் தேர்தலில் திமுக கூட்டணியில் இடம்பெற்றது. ஆனால், திமுக எதிர்ப்பு அலையால் அந்த அணி எதிர்பார்த்த தாக்கத்தை உண்டு பண்ணவில்லை. ஏறக்குறைய வன்னியர்களின் பகுதியில் விஜயகாந்த் காலூன்றியதும் பாமக தேங்கியதும் ஒருசேர நடந்தது. இந்நிலையில் திமுக கூட்டணியிலிருந்து பாமக வெளியேறினாலும் விடுதலைச் சிறுத்தைகள் கட்சி திமுகவோடு நின்றுகொண்டது. இதனால், பாமகவின் தனி அணி எண்ணமும் பெரும்பான்மைச் சாதிகளின் ஓட்டுத் திரட்சி பற்றிய நம்பிக்கையும் பொய்த்துப்போனது. அதுவே விடுதலைச் சிறுத்தைகள் கட்சி மீதான கோபமாகத் தற்போது மாறியிருக்கிறது.

இவ்விடத்தில் வரலாறு மற்றொரு வினோதத்தை நிகழ்த்தி யிருக்கிறது. ராமதாஸுடன் இணைந்து தமிழ் அடையாளத்தின் பெயரால் எதிர்கொள்ளப்பட்ட விஜயகாந்தை ராமதாஸின் தாக்குதலிலிருந்து எதிர்கொள்வதற்காகச் சந்தித்து ஆதரவு கோர வேண்டிய நிலைக்குத் திருமாவளவன் ஆளாக்கப்பட்டுள்ளார். இத்தகைய மொத்தப் போக்கிலும் யார் வென்றார்? யார்

தோற்றார்? என்று தேடுவதைவிடவும் சாதியின் இருப்பு என்னவாக இருக்கிறது எவ்வாறு மாற்றம் கண்டுள்ளது என்று பேசுவதே சரியாக இருக்கும் என்று தோன்றுகிறது.

○

இந்நிலையில் தன்னுடைய அரசியல் வீழ்ச்சியிலிருந்து தன்னை மீட்டுக்கொள்வதற்காகவும் சுயசாதி ஓட்டுகளை மீண்டும் திரட்டிக்கொள்வதற்காகவும் முற்றிலும் அரசியல் நோக்கம் கொண்ட தலித் எதிர்ப்புச் செயலில் ராமதாஸ் இப்போது இறங்கியிருக்கிறார். பிற காரியங்களில் ஈடுபடும்போது சாதியை விட்டொழிப்பதும் தோற்றுப்போகும்போது சாதியைக் கண்டுபிடித்துக்கொள்வதும் ராமராஸின் வழக்கம் என்பது மட்டும் இதன் பொருளல்ல. சாதி சார்ந்த ஓட்டுகளையோ அதிகாரத்தைக் குலைக்கக்கூடிய வகையில் எந்தத் திட்டத்தையும் அவர் எப்போதும் கையில் எடுத்ததில்லை. அவரைப் பொறுத்த வரையில் சாதி அப்படியே இருக்கும். அதிகாரத்திற்கு அதுவே ஆதாரம். எனவே சாதியை முற்றிலுமாக உதறிவிடும் அரசியலை அவர் எப்போதும் மேற்கொண்டதே இல்லை. அதே வேளையில் சாதி ராமதாஸ் கண்டுபிடித்த ஒன்றல்ல. அது சமூகத் தளத்தில் ஏற்கனவே இயல்பாக இயங்குகிறது. எல்லா அரசியல் கட்சிகளைப் போலவும் ராமதாஸுக்கும் சாதி தேவைப்படுகிறது. ஆனால், அதிகாரத்தை எட்டுவதற்கான பெரும்பான்மை எண்ணிக்கையில் சொந்தச் சாதியினர் இருந்தும் அவரால் அதை எட்ட முடியவில்லை. அதற்காக அவர் பல்வேறு முயற்சிகளில் ஈடுபட்டார். சாதியைக் குலைப்பது என்பதற்கு மாறாகச் சாதியை அப்படியே தக்கவைத்துக்கொண்டு அதன் எண்ணிக்கை சமன்பாடுகளை மாற்றியமைப்பதால் மட்டும் அதிகாரத்தை எட்ட நினைக்கிறார். இந்த வகையில் ஸ்தூலமான சாதி முரண்பாட்டைவிடவும் மொழி சார்ந்த முரண்பாட்டை அடிப்படையாகக் கொண்டு தமிழ்ப் பாதுகாப்பு இயக்கம் கட்டினார். மேலும் முரண்பாடு கொண்ட தலித் சாதியோடு அரசியல் கூட்டணி அமைத்தபோது இரண்டு சாதி ஓட்டுகளுமே ஒருங்கிணையவில்லை. இவையெல்லாம் ராமதாஸ் முன்னிற்கும் அனுபவங்கள்.

இப்போது அவர் அடுத்த பரிசோதனைக்குத் தயாராகி நிற்கிறார். அதாவது, தமிழகமெங்குமிருக்கும் ஆதிக்கச் சாதிகளை ஒருங்கிணைக்கிறார். இதற்குக் குறிப்பான முழக்கங்களை விடுத்து மிகவும் எளிமைப்படுத்தப்பட்ட ஆபத்தான முழக்கத்தைக் கையில் எடுத்திருக்கிறார். தலித்துகளை எதிரியாகக் காட்டி

தன் சொந்தச் சாதியினரையும் ஆதிக்கச் சாதியினரையும் ஒன்று திரட்டும் உத்தியே அது.

தலித்துகள் மீதான வழக்கமான சாதியப் பார்வையும் தலித் எழுச்சி ஏற்படுத்தியிருக்கும் ஓரளவுக்கான விழிப்புணர்வால் ஆதிக்கச் சாதியினர் மத்தியில் நிலவும் பதற்றமும் ஆதிக்கச் சாதியினரை ஒன்றுதிரளவைக்கும் என்று அவர் நம்புகிறார். எண்ணிக்கைப் பெரும்பான்மை ஆதிக்கச் சாதியினரையும் குறைந்த எண்ணிக்கையிலான ஆதிக்கச் சாதியினரையும் அவர் ஒன்று திரட்ட முயன்றாலும் ராமதாஸ் விரும்புவது வட்டாரரீதியான சாதிப் பெரும்பான்மைவாதம்தான். ஆனால், ராமதாஸ் இம்முயற்சியில் வெற்றியடைவது அத்துணை எளிதல்ல. ஏனெனில், ஒரு வட்டாரத்தின் பெரும்பான்மைச் சாதித் தலைமையை மற்றொரு வட்டாரத்தின் பெரும்பான்மைச் சாதித் தலைமை ஏற்பது சாத்தியமல்ல. பெரும்பான்மைச் சாதிகளுக்கு இடையேயான அதிகார வேட்கை அதற்கான சாத்தியத்தை உண்டுபண்ணாது. தமிழகத்தில் பெரும்பான்மைச் சாதித்தலைமை அதிகாரத்திற்கு வரமுடியாமல் இருப்பது இதனால்தான். ஒருவகையில் எண்ணிக்கைச் சிறுபான்மைச் சாதி அதிகாரத்திலிருப்பது சாதகமானதேயாகும்.

அதிகாரத் தலைமை என்பதில் ஆதிக்கச் சாதிகளிடையே முரண் எழ வாய்ப்பிருந்தாலும் ஒடுக்கப்பட்ட தலித் சாதியினர் விஷயத்தில் இச்சாதிகள் யாவும் மோசமான எண்ணப் போக்கையே கொண்டிருக்கின்றன. தலித்துகளுக்கு எதிரான இந்த மன நிலையைத்தான் ஆதிக்கச் சாதியினரைக் கூட்டுவதற்கான தூண்டுகோலாக ராமதாஸ் கையாள நினைக்கிறார். ஒரு குறிப்பிட்ட சாதித் தலைவரின் ஏதோவொரு பெரும்பான்மைச் சாதியின் போக்கு அல்ல, நம் சமூகம் சாதிமயமாகியிருப்பதன் விளைவுதான் இது. தமிழகத்தின் ஒவ்வொரு வட்டாரத்தின் பெரும்பான்மைச் சாதியும் அப்பகுதியில் ஆதிக்கம் செய்யவும் தலித்துகளை ஒடுக்கவும் விரும்புகிறது. இப்பெரும்பான்மைச் சாதிகள் யாவும் பிராமணரல்லாத இடைநிலைச் சாதிகள் என்பது குறிப்பிடத்தக்கதாகும். இச்சாதிகள் யாவும் இந்த ஒரு நூற்றாண்டில் பிராமணர்களின் ஆதிக்கத்தை முன்வைத்து உரிமைகள் கோரின. கடந்த சில பத்தாண்டுகளில் நாடாளுமன்றத் தேர்தல் முறை மூலமும் தமிழகத்தின் திராவிட இயக்கக் கருத்தியல் மூலமும் அதிகாரத்தை வந்தடைந்த சாதிகளாகும். இன்றைக்குத் தலித்துகளும் இடைநிலைச் சமூகங்களும் ஒன்று கூடுவதோ அவை ஒருங்கிணைய வேண்டும் என்று கூறுவதோ நடைமுறை அளவில் சாத்தியமற்றவையாக மாறிவருகின்றன. அரசியல் அதிகாரம்

தொடங்கிப் பலவற்றிலும் முன்னேற்றம் கண்டுள்ள இடைநிலைச் சாதிகள் தலித்துகள்மீது கடும் புறக்கணிப்பை ஏவுகின்றன, மீறும்போது கொலைசெய்கின்றன. இவ்விரு தரப்பினருக்கும் இடையிலான இடைவெளி விரிவடைந்துவருகிறது. இத்தகைய முரண்பாட்டின் ஒரு வெளிப்பாடுதான் ராமதாஸ்.

மராட்டா மந்திர் என்ற மராட்டிய பிராந்திய அமைப்பின் நினைவு மலரில் வெளியிடுவதற்காக எழுதி வெளியிடப்படாத கட்டுரை ஒன்றில் இடைநிலை வகுப்பினரின் உயர் கல்வியை வலியுறுத்தும் அம்பேத்கர் இடைநிலை வகுப்பினரும் அடித்தட்டு மக்களும் உயர் வகுப்பினரோடு ஒப்பிட்டுக் கொள்வதை விமர்சிக்கிறார். அதில் இடைநிலை வகுப்பினரின் மனநிலையை விவரிக்கும்போது "அவர்கள் ஒன்று உயர் வகுப்பினரோடு சேர்ந்துகொண்டு அடித்தட்டு மக்கள் மேலே வளரவிடாமல் தடுக்கிறார்கள். மற்றொன்று அடித்தட்டு மக்களோடு சேர்ந்துகொண்டு இருவகுப்பாரின் வளர்ச்சிக்குத் தடையாக உள்ள உயர்வகுப்பினரின் அதிகாரத்தை ஒழிக்கப் பார்க்கிறார்கள் என்கிறார். கடந்த கால தமிழக பிராமணர் எதிர்ப்பு அரசியல் பிராமணர் அல்லாதார் என்ற எண்ணிக்கைப் பெரும்பான்மைக்காகத் தலித்துகளைச் சேர்த்துக்கொண்டது. ஆனால் பின்னர் பிராமணர் எதிர்ப்பு அரசியலின் விளைவாக அதிகாரம் கிடைத்தபோது எண்ணிக்கைப் பெரும்பான்மை இடைநிலைச் சாதிகளே பலம் பெற்றன, அவர்களின் இப்புதிய பலத்தால் தொடர்ந்து தலித்துகள் ஒடுக்கப்படுகின்றனர். அதேபோல ராமதாஸூம் இப்போது பிராமணர் தொடங்கி அவரால் எதிர்க்கப்பட்ட மொழிச் சிறுபான்மைச் சாதியினர் வரையிலான சாதிகளைத் தலித்துகளுக்கு எதிராக ஒருங்கிணைக் கிறார். இந்த ஒன்றுபடலின் ஒரே அடிப்படை இச்சாதிகளின் தலித் வெறுப்புதான். அதே கட்டுரையைத் தொடரும் அம்பேத்கர் இடைநிலை வகுப்பினர் தம்மை அடித்தள மக்களோடு அடையாளம் கண்டுகொண்ட ஒரு காலம் இருந்தது. ஆனால், இன்று அவர்கள் தம்மை உயர் வகுப்பாருடனே அடையாளம் காண்கின்றனர். அவர்கள் தொடர்ந்து செல்லவிருக்கும் பாதை எது என்பதையே இது காட்டுகிறது" என்று 23.03.1947இல் கூறியிருப்பது இன்றையச் சூழலைப் புரிந்துகொள்வதற்கு மிகுந்த பொருத்தமாக இருக்கிறது. சாதியப் பெரும்பான்மை வாதம் பற்றிய அவருடைய எச்சரிக்கையும் இன்றைக்கு அப்படியே பொருந்தி வருவதைப் பார்க்கிறோம்.

○

தலித்துகளுக்கு எதிராக ஆதிக்கச் சாதிகளைத் திரட்டுவதற்கு ராமதாஸ் மூன்று காரணங்களைக் காட்டுகிறார். காதல் திருமணம் என்ற பெயரில் ஏமாற்றுவது, கட்டப் பஞ்சாயத்து செய்து பணம் பறிப்பது, தீண்டாமை வன்கொடுமைத் தடுப்புச் சட்டத்தை முறைகேடாகப் பயன்படுத்துவது என்கிற காரணங்களே அவை. விடுதலைச் சிறுத்தைகள் கட்சி மீதான குற்றச்சாட்டாக ஆரம்பிக்கும் இப்புகார்கள் தலித்துகள் பற்றிய பொது குற்றச்சாட்டாகவும் மாறியிருக்கின்றன.

இம்மூன்று காரணங்களின் மூலம் இரண்டு செய்திகள் முன்வைக்கப்படுகின்றன. ஒன்று தலித் அல்லாத பிற வகுப்பினர் தலித்துகளால் பாதிக்கப்பட்டிருக்கின்றனர். மற்றொன்று தலித்துகள் ஒழுக்கக் கேடானவர்கள், ஏமாற்றுகிறவர்கள் என்பது. உண்மையில் இவை தலித்துகளை எதிரிகளாகக் காட்டப் புனையப்பட்ட தோதான பொய்களே தவிர வேறொன்றுமில்லை. இதுவரையிலான சமூக வரலாறு அனைத்திலும் பாதிக்கப்பட்டவர்கள் ஒடுக்கப்பட்ட மக்களாக மட்டுமே இருந்துள்ள நிலையில் இக்கூற்றுகள் பொய்யானவை என்பதை நிரூபிக்கச் சான்றுகள் தேவையில்லை. தங்களுடைய சாதியினரைத் திரட்ட அல்லது கோபத்தைக் கூரேற்ற ஆண்ட பரம்பரைப் புனைவுகளைப் பரப்பும் சாதிக் கட்சிகள் அரசாங்கத்திடம் சலுகைகள் கோரும்போது மட்டும் தங்களை ஒடுக்குண்டவர்களாகக் காட்டிக்கொள்வது ஒருவகைச் சாதித் தந்திரமாகவே இருந்துவருகிறது. இப்போதும் தங்கள் செலுத்தும் ஒடுக்குமுறையை மறைக்கத் தங்களைப் பாதிக்கப்பட்டவர்களாகக் காட்ட முனைகின்றனர்.

மரக்காணம் வன்முறையில் இரண்டு வன்னியர்கள் இறந்ததையும் ராமதாஸ் கைது செய்யப்பட்டதையும் தங்களுக்கு இழைக்கப்பட்டப் பாதிப்பாக அக்கட்சி சித்திரிக்க முனைகிறது. மரக்காணம் வன்முறையின்போது இரண்டு வன்னியர்கள் இறந்துபோனது உண்மையிலே வருந்தத்தக்க சம்பவம்தான். அவற்றில் ஒன்றைக் கொலையாகவும் மற்றொன்றை விபத்தாகவும் அரசு அறிவித்திருக்கிறது. ஆனால், இக்கொலைகள் யாரால் எங்கு நடத்தப்பட்டன என்பதைத் துல்லியமாக அறியமுடியவில்லை.

எதுவாயினும் இவ்விரண்டு உயிர்ப்பலி ராமதாஸ் கூட்டிய மாநாட்டால் ஏற்பட்ட விளைவு என்றே சொல்ல முடியும். மரக்காணம் கலவரம் பற்றிய ஊடகத் தகவல்கள் மற்றும் உண்மையறியும் குழுக்கள் தரும் தகவல்கள்படி பார்த்தால் இப்பிரச்சினைக்கான வித்து மாநாட்டிற்குக் குடித்துவிட்டுச்

சென்ற வன்னியர் சங்கத்தவர்களால் ஊன்றப்பட்டதாகவே இருக்கிறது. மாநாட்டுக்குச் சென்றவர்களால் ஒன்பது குடிசைகள் முழுவதுமாகக் கொளுத்தப்பட்டு இருக்கின்றன. தலித்துகள்மீது தாக்குதல்கள் நடத்தப்பட்டிருக்கின்றன. குடிசைகளைக் கொளுத்துவதும் கொலைசெய்வதற்கு ஒப்பானதே. பிறகே அப்பகுதி வழியாக வந்த மாநாட்டு வாகனங்கள்மீது அப்பகுதி தலித்துகளால் கல்லெறியப்பட்டிருக்கின்றது. எனினும், இத்தாக்குதல்களால் பெரிய பாதிப்புகள் ஏதும் நிகழவில்லை. தாக்குதல் ஆரம்பித்த பின்னால் எழுந்த மோதல்களே இவை என்பதைப் புரிந்துகொள்ள முடிகிறது.

எனினும், மரக்காணம் தலித் குடியிருப்புகள் மீதான வன்னியர் சங்கத்தவர்களின் தாக்குதல்கள் திட்டமிட்டவை என்று உறுதியாகக் கூற முடியாவிட்டாலும் தொடர்ந்து தலித்துகளுக்கு எதிராகக் கட்டமைக்கப்பட்டு வந்த வெறுப்பு மனநிலையால் உருவான தாக்குதலே இது என்பதை மறுக்க முடியாது. 2002ஆம் ஆண்டு முதலே இம்மாநாட்டை ஒட்டி தலித்துகள் தாக்கப் படுவது வழக்கம். கும்பலாகச் சேருவதுதான் சாதிவெறி தாக்குதலின் அடிப்படை. கடந்த சில மாதங்களில் தலித்துகளுக்கு எதிரான பாமகவினரின் பேச்சால் உந்தப்பட்ட வன்னியர்கள் அச்சாதி மாநாடு ஒன்றுக்குக் கூட்டமாகச் செல்லும்போது பிறக்கும் உற்சாகத்தால் வழியிலுள்ள தலித் குடியிருப்புகளைத் தாக்குகின்றனர். இச்செயல் அவர்களுக்குக் கொண்டாட்டத்தைத் தரக்கூடியதாக மாறிவிடுகிறது. உணர்ச்சிகரமான இந்த மனநிலையோடு மது போதையும் சேர்ந்துகொள்கிறபோது அங்கே பிறக்கும் வன்முறை கட்டற்றதாகிவிடுகிறது. மரக்காணத்தில் நடந்தது இதுதான். சாதியமைப்பைப் பொறுத்தவரையில் வன்முறையோ வேறுவகை எதிர்ப்போ எந்தக் காரணங்களுக் காகவும் இல்லாமல் வன்முறைக்காக மட்டுமே பிறக்கின்றன. இங்கே சாதியை நியாயப்படுத்துவது என்பது அதற்கான வன்முறையை நியாயப்படுத்துவதாகவும் இருக்கிறது. சாதி மாநாடுகளில் எழுப்பப்படும் ஆண்ட பரம்பரை முழக்கங்கள் வன்முறையை நிகழ்த்துவதற்கான தலித்துகள் மீதான தாக்குதலில் நேரடியாகவும் இரண்டு வன்னியர்களின் சாவில் மறைமுகமாகவும் வன்னியர் சங்கத்திற்கும் ராமதாஸுக்கும் பங்கிருக்கிறது என்றே சொல்ல வேண்டும். தன்னுடைய நலனுக்காகச் சமூகத்தின் பெருவாரியான மக்களின் சிந்தனையை நஞ்சாக்கிக்கொண்டிருக்கிறார் ராமதாஸ்.

அடுத்து ராமதாஸின் இந்த வகை அரசியல் தலித் அல்லாத சாதிகளுக்கு மட்டுமல்ல வன்னியர்களுக்கே உதவப்போவதில்லை. இச்செயற்பாடு அம்மக்களை எல்லா வகைகளிலும் பின்னுக்கு

இழுக்கவே உதவும். இங்கு வாழும் பலதரப்பு மக்களுக்கும் பல்வேறு வாழ்வியல் நெருக்கடிகள் பெருகிவருகின்றன. இந்த நெருக்கடிகளுக்கும் தலித் மக்களுக்கும் எந்தவிதத் தொடர்பும் இல்லை.

இத்தகைய உலகமயச் சூழலால் நம்முடைய வாழ்வியல் முறைகள் பெருமளவில் மாறி இருக்கின்றன. உள்ளூர் அடையாள மாகவும் அதிகாரமாகவும் கருதப்பட்ட பலவும் கேள்விக் குள்ளாகி இருக்கின்றன. ஆனால், நம்முடைய மத, சாதிய அமைப்புகள் நாம் வாழும் காலத்தின் இந்த எதார்த்தங்களுக்கு ஏற்ப மாற்றங்களைச் செய்துகொள்ள மறுக்கிறது. மாறாக, இத்தகைய சமகால நெருக்கடிகளில் இருந்து ஒளிந்துகொள்ள நம் அமைப்புகளுக்கு ஓர் எதிரி தேவைப்படுகிறான். இப்போக்குப் பிரச்சினையை எதிர்கொள்வது, புரிந்துகொள்வது என்கிற சவாலான நிலைகளில் இருந்து விலகி அதை எளிமையான சட்டகத்திற்குள் இருத்திவிடுகிறது. எல்லாவற்றிலும் வில்லன் ஹீரோ என்கிற எளிமையான விதியை நம் மன அமைப்புத் தேடுகிறது. சாதிகளுக்கிடையிலான முரண் இதற்கான கச்சாப் பொருளாகிறது. அதிலும் தங்களுக்குக் கீழான சாதியை எதிரியாக்கிவிட்டால் நிலைமை சாதகமாகிவிடுகிறது. இவ்வாறு, கட்டமைக்கப்படும் எதிரி கண்ணுக்குத் தெரிபவராக இருக்கும்படி பார்த்துக்கொண்டால் நம்புவதற்கு ஏதுவாகிவிடுகிறது. இப்போது வன்னியர் உள்ளிட்ட ஆதிக்கச் சாதிகளுக்கு எதிரில் இருக்கும் கீழான சாதிகளும் இன்னும் சற்று நகர்ந்து அவற்றைப் பிரதிபலிக்கும் அரசியல் கட்சிகளும் எதிரிகளாகக் காட்டப் படுகின்றன. இயல்பான சாதிய மனநிலை இந்த எதிரியை ஒப்புக்கொள்வதற்குத் தயாராகிவிடுகிறது.

மற்றொரு புறத்தில் இந்த நெருக்கடிகளிலிருந்து ஒளிந்து கொள்வதற்கு ஆண்ட பரம்பரை முழக்கங்கள் ஆதிக்கச் சாதியினரை மயக்கத்தில் ஆழ்த்துகின்றன. அதே வேளையில் தாம் அடக்க நினைக்கும் சாதியினருக்கான அச்சுறுத்தலாகவும் இம்முழக்கங்கள் அமைகின்றன. இவைதான் இன்றைய சாதி அமைப்புகளின் நிலை. இவை கீழ்மையிலும் கீழான தர்க்கத்தின் வழியே அதிகாரத்தை அடைய முயல்கின்றன. ஆனால், உண்மையிலேயே இக்கட்சிகள் திரளும் தம் சாதியினரை ஏமாற்றுகின்றன. இவற்றின் சாதி பற்றிய பேச்சுகள் சமகால எதார்த்தங்களோடு விழுமியங்களோடும் பரிசீலிக்கத்தக்க வகை யில் அமைந்திருக்கவில்லை. சமகாலத்தை நவீன மனதுடன் எதிர்கொள்ள மறுத்து, காதல் திருமணம் எதிர்ப்பு போன்ற பொய்யான எண்ணப்போக்குதலை நோக்கி இழுத்துச் செல்கின்றன.

காதல் திருமணம் பற்றிய ராமதாஸின் பேச்சுகள் தரவுகளின் அடிப்படையில் அமைந்தவையல்ல. இடப்பெயர்ச்சியும் வாழ்வியல் முறைகளும் பெருமளவு மாறியுள்ள நிலையில் சாதி மாறி மணம் புரிவது தவிர்க்க முடியாததாகிவிட்டது. இவ்வாறு சாதி மாறி மணம் புரிவது தலித்துகளுக்கும் பிற ஆதிக்கச் சாதிகளுக்கும் இடையில் மட்டுமே நடக்கவில்லை. பல்வேறு சாதிகளுக்குள்ளும் நடக்கின்றன. அதேபோல காதல் திருமணங்கள் எல்லாமே கலப்பு மணங்கள் அல்ல. காதல் மற்றும் திருமண வாழ்வில் ஏற்படும் ஏமாற்றங்களும் எதிர்பார்ப்புகளும் ஒத்த சாதிக்குள்ளும் நடக்கின்றன. மேலும், பிற சாதி ஆண்களாலும் தலித் பெண்கள் பெருமளவு ஏமாற்றப்பட்டுள்ளனர். எனவே, காதல் திருமணங்களைக் காரணமாகக் காட்டி ராமதாஸ் கூறிவரும் புகார்கள் எந்தவிதத் தர்க்கங்களும் அற்றவை. பொதுவாகச் சாதி கடந்த மணங்களால் சாதித் தூய்மைவாதம் குலைகிறது என்ற வகையில் அவை வரவேற்கப்படவேண்டியவை. ஆனால், அத்தூய்மைவாதத்தைக் காப்பதன் மூலம் சாதி அமைப்பைக் குலையாமல் காப்பாற்ற சாதிக்கட்சிகள் விரும்புகின்றன.

இதே வேளையில், தமிழகத்தில் சாதிக்கலப்பு மணங்கள் அதிகம் நடந்துவிடவில்லை என்பதையே புள்ளிவிவரங்கள் கூறுகின்றன. அவ்வாறு நடக்கும் ஓரிரு மணங்களும்கூடக் கௌரவக் கொலை போன்ற சமூகத் தடைகளை மீறியே நடக்கின்றன. ராமதாஸின் மகன் அன்புமணி மத்திய சுகாதாரத் துறை அமைச்சராக இருந்த 2005–2006ஆம் ஆண்டுகளில் தேசிய குடும்பநல அமைப்பு திரட்டிய விவரங்களைக் கொண்டு குமுதின் தாஸ் உள்ளிட்ட கல்வியாளர்கள் செய்த ஆய்வில் இந்தியாவில் சராசரியாக 10 சதவீதம் திருமணங்கள் மட்டுமே சாதி கடந்து நடப்பதாகக் கூறப்பட்டுள்ளன. நாட்டில் மிகக் குறைந்த எண்ணிக்கையில் சாதி கடந்த திருமணங்கள் நடக்கும் மூன்று மாநிலங்களில் ஒன்றாகத் தமிழகம் சுட்டிக்காட்டப்பட்டுள்ளது. புள்ளிவிவரங்களைப் பொறுத்தவரையில் சில ஏற்ற இறக்கங்கள் இருக்க முடியுமென்றாலும் தமிழகத்தில் சாதிகடந்த மணங்கள் அதிகம் நடந்துவிடவில்லை என்பதே கசப்பான உண்மை. தமிழக அரசால் வழங்கப்படும் கலப்புத் திருமண உதவித் திட்டத்தை எடுத்துக்கொண்டாலும் அதனால் பயன் பெற்றவர்களின் சதவீதமும் குறைவாகவே இருக்கிறது. அதிலும் கலப்பு மணம் என்பதில் தலித் மற்றும் தலித் அல்லாதோர் திருமண வீதம் குறைவாகவே இருக்கும் என்பதைச் சொல்லத் தேவையில்லை. எதார்த்த நிலை இவ்வாறு இருக்க ராமதாஸ் கூறிவரும் நாடகக் காதல் என்ற புகார் கலப்பு மணங்களால் சிதைவுறும் சாதியத்

தூய்மைவாதம் பற்றிய ஆதிக்கச் சாதியினரின் பதற்றமே தவிர வேறில்லை.

அடுத்தது விடுதலைச் சிறுத்தைகள் கட்சி கட்டப்பஞ்சாயத்து கட்சி என்று காட்டும் ராமதாசின் புகார். ராமதாசின் இக்கூற்று பா.ம.க., தி.மு.க., அ.தி.மு.க., உள்ளிட்ட எல்லாக் கட்சிகளுக்கும் பொருந்தும். எல்லா மைய நீரோட்டக் கட்சிகளுக்கும் உரிய கெடுதிகளை விடுதலைச் சிறுத்தைகள் கட்சியும் பெற்றிருக்கிறது. இந்நிலையில் அக்கட்சியை மட்டும் இப்புகாருக்கு இலக்காக்குவது நியாயமல்ல. உண்மையில் காவல்நிலையம் உள்ளிட்ட பல இடங்களிலும் ஆதிக்கச் சாதியினருக்கு இணையாகத் தலையீடு செய்பவர்களாகத் தலித் தரப்பினர் மாறி இருப்பதே இந்த எதிர்ப்பிற்கான அடிப்படை.

அடுத்து,தீண்டாமை வன்கொடுமைத் தடுப்புச் சட்டம்.எல்லாச் சட்டங்களையும் போலவே இச்சட்டத்தையும் முறைகேடாகப் பயன்படுத்த முடியும். ஆனால், இச்சட்டவிதிகளின்படி இதை முறைகேடாகப் பயன்படுத்துவது மிகவும் கடினம். இச்சட்டத்தைக் காட்டி மிரட்டமுடியுமே ஒழிய பிரயோகிக்க முடியாது. நம் சமூகத்தின் தீண்டாமை நடைமுறைகளோடு இச்சட்டம் பயன்படுத்தப்பட்டிருப்பதை ஒப்பிட்டுப் பார்த்தால் இச்சட்டம் அதிக அளவில் பயன்படுத்தப்படாமல் இருப்பதையே அறிகிறோம். இச்சட்டத்தைப் பயன்படுத்துதற்கான விழிப்புணர்வு அடித்தட்டு மக்களிடம் போதியளவு இன்னும்கூட உருவாகவில்லை. இந்நிலையில், இச்சட்டத்தை ஆதிக்கச் சாதியினர் எதிர்ப்பதற்குக் காரணம் உண்டு. இதுநாள் வரையிலும் தாழ்த்தப்பட்ட மக்களை எந்தவிதத் தடையுமில்லாமல் சுரண்டியும் தாக்கியும் வருவதற்கான 'சமூக உரிமையை'க் கைக்கொண்டிருந்திருந்த ஆதிக்கச் சாதியினருக்குத் தீண்டாமை வன்கொடுமைத் தடுப்பு என்ற சட்ட உரிமை தடையாக வாய்த்திருக்கிறது. அச்சட்டத்தின் தண்டனை முறைகள் ஆண்ட பரம்பரையினரை அச்சுறுத்துகின்றன. இக்காரணங்களால்தான் இச்சட்டம் எதிர்க்கப்படுகிறது. மொத்தத்தில் தலித்துகள்மீதான இந்த மூன்று புகார்களும் தங்களுடைய சாதி ஆதிக்கத்தைக் கைவிட மறுப்பவர்கள் பதற்றத்தின் வெளிப்பாடாக அமைந்திருக்கிறது. எனவேதான், இந்நோக்கத்தில் ஆதிக்கச் சாதியினர் ஒருங்கிணைகின்றனர். இத்தகைய உளவியலை ராமதாஸ் மிக எளிமையாகத் தன்னுடைய அரசியலுக்குப் பயன்படுத்துகிறார்.

ராமதாஸ் தலித்துகள்மீது தொடுத்திருக்கும் இத்தாக்குதல்கள் அரசியல்ரீதியானதாகவே பார்க்கப்படுகிறது. உண்மையில் இது

சமூகப் பண்பாட்டுத் தளத்திலான தாக்குதலும்கூட. இந்த அம்சம் இன்னும் ஆழமாக அணுகப்படவேண்டும். பொதுவாக, தலித்துகள் பற்றிய எண்ணப்பதிவுகள் சமூக நடைமுறையிலோ பண்பாட்டுப் பார்வைகளிலோ பொதுப்புத்தி சார்ந்தவகையாக அமைந்திருக்கின்றன. அவர்கள் அழுக்கானவர்கள் அதனாலேயே தூய்மை கெட்டவர்கள், ஒழுக்கமற்றவர்கள் என்றெல்லாம் சொன்னால் யாரும் மறுக்கப்போவது கிடையாது. தலித்துகளுக்கு ஆதரவாகப் பேசவருபவர்கள்கூட இந்தக் கருத்தியலை ஏற்றுக்கொண்டே அவர்களைத் தூய்மைப்படுத்தும் பணியில் தங்களை ஈடுபடுத்திக்கொள்வதாகக் கருதுகின்றனர். ஏனெனில், என்றென்றைக்கும் தலித்துகளின் நிலை அதுவாகவே இருந்தது என்ற புரிதலே பலருக்கும் இருக்கிறது. இப்போது ராமதாஸ், தலித்துகள் பற்றிச் சமூகத்தில் நிலவிவரும் இப்பொதுப் புத்தியையே மறுவுற்பத்தி செய்கிறார். தலித்துகள் பற்றிய அவரின் வசையில் அவர்கள் நம்பகத்தன்மையற்றவர்கள், ஒழுக்கமற்றவர்கள், ஸ்திரிலோலர்கள் என்கிற அர்த்தங்களே பதுங்கி நிற்கின்றன. இப்புகார்களைத் தலித்துகள்மீது சுமத்தினால் யாரும் மறுக்கப்போவதில்லை. அரசியல்ரீதியாக அவர்களை ஆதரிப்பவர்கள்கூடக் கருத்தியல்ரீதியான இச்சித்திரத்தை ஏற்கவே செய்வர் என்கிற உளவியலே இதில் அடங்கியிருக்கிறது. இந்த வகையில் தலித்துகள்மீதான சமூகத்தின் கண்ணோட்டத்தைக் கிளறிப் பயன்படுத்துகின்றார். இங்கு, கருத்தியல்தான் கண்ணுக்குப் புலப்படாமல் உறுதிபெற்று வினையாற்றும். இதுதான் பண்பாட்டுக் கருத்தியல்சார்ந்த தாக்குதலாகும். அரசியல் தளத்திலான ஆதரவைக் காட்டிலும் இவ்வகையான கண்ணோட்டத்தைக் கண்டுகொள்வதும் எதிர்கொள்வதும்தான் கடினமானது. இப்பிரச்சினையை ராமதாஸ் என்கிற தனித்த அரசியல்வாதியின் பிரச்சினையாகப் பார்ப்பது நிலைமையை எளிமையாக்கிவிடுகிறது. இது நம் சமூக அமைப்பின் நோய். நாம் முற்போக்காக இருக்கிறோமா இல்லையா என்பதை நிரூபிப்பதற்கான தருணமல்ல இது. மாறாக, நம் சமூக அமைப்பு முழுமையும் என்னவாக இருக்கிறது என்பதோடு தொடர்பு கொண்ட பிரச்சினை இது.

உயிர் எழுத்து, ஜூன் 2013

இளவரசன் மரணத்தை முன்வைத்துச் சில அரசியல் விமர்சனக் குறிப்புகள்

ஓராண்டுக்கும் மேலாகக் காதலித்து கடந்த ஆண்டு (2012) அக்டோபர் மாதம் திருமணம் செய்துகொண்டபோது தொடங்கிய திவ்யா, இளவரசன் மற்றும் குடும்பத்தினரின் வாழ்க்கைப் போராட்டம் கடந்த மாதம் ஜுலை 4 அன்று இளவரசனின் உயிரற்ற உடல் தண்டவாளத்தின் அருகே கிடந்ததோடு 'முடிவு'க்கு வந்திருக்கிறது. தலித் சாதி ஆணை வன்னியர் சாதி பெண் மணந்து கொண்டார் என்ற காரணத்தால் திவ்யாவின் தந்தையார் சாவு, மூன்று தலித் கிராமங்கள் சூறை, கடைசியாக மணம் புரிந்துகொண்ட இளவரசன் பலி என்று தொடர்ந்து பெரும் விலை கொடுக்கப்பட்டு இருக்கிறது. இந்தத் திருமணத்தைக் கட்சியின் மானப் பிரச்சினையாக எடுத்துக்கொண்ட பாமக தொடர்ந்து செயற்பட்டு தாயின் மூலம் திவ்யாவை இளவரசனிடமிருந்து பிரித்து நீதிமன்றத்திலும் ஊடகங்களிடமும் திருமண முடிவுக்கு எதிராக அவரையே பேசவைத்து கணவன் இளவரசனின் சாவோடு பிரச்சினையை முடித்திருக்கிறது. இதில் திவ்யாவின் தந்தை நாகராசன், கணவர் இளவரசன் ஆகியோரின் சாவு தற்கொலையாகச் சொல்லப் பட்டாலும் அவர்கள் தற்கொலைக்குத் தள்ளப் பட்டவர்கள் என்கிற வகையில் அவற்றைக் கொலை யாகவே கருதவேண்டும். இதில் கடைசியாக நிகழ்ந்த திவ்யாவின் 'மனம் மாறிய பேச்சு'களும் இளவரசனின் சாவும் பாமகவால் திணிக்கப்பட்டவை என்பதை நிறுவ அதிகச் சான்றுகள் தேவை இல்லை. 1987ஆம்

ஆண்டு இடஒதுக்கீட்டுப் போராட்டத்திற்குப் பிறகு இப்பெரும் வன்முறைக்குக் காரணமான கலப்புமண எதிர்ப்பு அரசியலையே தமிழகத்திற்கு பாமக தன் வெள்ளி விழாக் கொடையாக வழங்கியிருக்கிறது.

இளவரசனின் சாவு சாதிமறுப்புத் திருமணம் பற்றிய வேறு சில அனுபவங்களை நமக்களித்திருக்கின்றது. குறிப்பாக இந்தப் பிரச்சினையை நீதிமன்றம் கையாண்ட விதம் பற்றிப் பலத்த கேள்விகள் எழும்பியிருக்கின்றன. ஆட்கொணர்வு மனு மீதான விசாரணையில் தொடர்புடையவர்கள் நேரடியாக விளக்கமளித்தும் வழக்கை மூன்றுமுறை தள்ளிவைக்கவேண்டிய அவசியம் என்ன என்பதே அக்கேள்வி. இதில் நீதிமன்றம் அளித்த கால அவகாசம் திவ்யாவின் மனஉறுதி குலைக்கப்படுவதற்கு உதவியிருக்கிறது. இந்த வழக்கின் தீவிரத்தையும் அழுத்தத்தையும் நீதிமன்றம் போதிய அளவில் கணக்கில் கொண்டிருக்க வேண்டும்.

அடுத்ததாகக் கருதப்படவேண்டியது இதுபோன்ற காதல் கலப்பு மணங்களுக்கான சமூக ஆதரவும் பாதுகாப்பும். பொதுவாகக் கலப்பு மணங்களை ஆதரித்துப் பேசுவதோடு நின்று விடுவதே ஆதரவாளர்களின் இதுவரையிலான வழக்கம். மணம் முடித்தவர்கள் என்ன செய்கிறார்கள்? எப்படி வாழ்கிறார்கள்? என்பவற்றைப் பற்றிக் கவலைப்படுவதற்கு ஆளில்லை. பேசப் புகும் பிரச்சினையின்மீது தங்களுக்கான பொறுப்பு என்பது கூட்டம் நடத்துவது மேடையில் தோன்றுவது என்ற தம்மை நிரூபித்தல் வாதமாக மாறிவிட்ட நம்முடைய முற்போக்குவாதத்தின் நிலை இது. தாங்கள் எடுத்துக்கொள்ளும் பிரச்சினை சிறியதாக இருந்தாலும் அது சீராகும்வரை தொடர்ந்து கவனம் செலுத்துவது என்பது அரிதான அரசியல் பண்பாகிவிட்டது. அரசியல் கட்சி முதல் அறிவுஜீவிகள் வரை பரபரப்பு, கவன ஈர்ப்பு என்பவற்றில் ஆர்வம் காட்டுகிறவர்களாக மாறியிருக்கிறார்கள். ஆனால் இக்காதல் திருமணப் பிரச்சினையில் பாமகவின் தொடர் ஈடுபாடு நம்பப்பட்டு நாம் பின்பற்றிவரும் இம்முற்போக்கு அணுகுமுறையை மாற்றிக்கொள்ள வேண்டிய அவசியத்தை ஏற்படுத்தியிருக்கிறது. இதில் நம் எல்லோருக்கும் பொறுப்பிருக்கிறது.

இந்தப் பிரச்சினையில் தலித் அமைப்புகளின் அணுகுமுறையும் இத்தகைய முற்போக்கு வாதத்தின் தொடர்ச்சியாகவே இருக்கிறது. பெரியார் காலத்தில் இருந்த குறைந்தபட்ச அரசியல் பாதுகாப்புகூடக் காதல் கலப்பு மணங்களுக்கு இப்போது இல்லை. ராமதாஸ் கூறும் குற்றச்சாட்டுகளுக்கு மாறாகத் தன்னை நிரூபித்துக்காட்டுவதிலேயே திருமாவளவனின் கவனம் குவிந்திருந்தது. மரக்காணம் விஷயத்தில் காட்டப்பட்ட தீவிரம்கூட தர்மபுரி பிரச்சினை, இளவரசன் வழக்கு ஆகியவற்றில் அக்கட்சி

காட்டியிராத நிலையில் இளவரசன் உடலுக்கு உரிமைகோருவதில் இவ்வழக்கில் ஈடுபட்டுவந்த வழக்கறிஞர் குழுவுக்கும் இக்கட்சிக் கும் இணக்கம் இல்லாமல் இருந்தது. அதேவேளையில் இந்தச் சூழல் தேவைக்கு அதிகமாக அரசு எதிர்ப்புக்கு மட்டும் அழுத்தம் கொடுப்பதாகவும் இப்பிரச்சினையைக் கொலையா, தற்கொலையா என்கிற 'உண்மை'யைத் தேடுகிற விவாதமாகவும் மாற்றிவிட்டது. இச்சாவைக் கொலையா, தற்கொலையா என்றறிவது இப்பிரச்சினையில் ஓர் அங்கம் மட்டுமே. ஆனால் இளவரசனின் உடல் அடக்கம் செய்யப்படாமல் பத்து நாட்கள் இருந்தும் இப்பிரச்சினைமீது அரசியல் அழுத்தம் இல்லாமல் போனது. ஆனாலும் என்ன, இளவரசன் பற்றிய பேச்சும் அவர் படமும் இனித் தமிழக முற்போக்கு மேடைகளில் அமரத்துவம் பெறக் கூடும்.

○

இளவரசனின் மரணம் தமிழகத்தில் முற்போக்கு இயக்கங்கள் மற்றும் அறிவுஜீவிகள் ஆகியோரின் ஆர்ப்பாட்டங்கள் – விமர்சனங்கள், சவ அடக்கம் வரையிலான ஊடகங்களின் செய்தி மதிப்பு என்பதைத் தாண்டி போதிய கவனத்தை ஈர்க்கவில்லை. சிவில் சமூகத்தின் வழக்கமான பிரச்சினை என்பதைத் தாண்டி எத்தகைய தாக்கத்தையும் இது ஏற்படுத்தவில்லை. ஒருவகையில் சாதிமயப்பட்ட நம் சமூகத்தில் இச்சம்பவம் எந்தவொரு விளைவையும் ஏற்படுத்தாதது வியப்பானதல்ல என்று சமாதானம் அடையலாம். எனில் தமிழகம் பெற்றிருக்கும் முற்போக்குப் பிம்பத்தில் இந்த விஷயத்தை எங்கு பொருத்தப் போகிறோம் என்பதே நம்முன்னிற்கும் முக்கியக் கேள்வி.

பிராமணர் எதிர்ப்பு, பிராமணர் அல்லாத சாதிகளுக்கு இட ஒதுக்கீடு ஆகிய காரணங்களைக் காட்டியே தமிழகம் சமூக நீதி பூமியாகச் சொல்லப்பட்டுவருகிறது. ஆனால் இடஒதுக்கீட்டால் பயன்பட்ட சாதியைப் பிரதிநிதித்துவப்படுத்தும் ஒரு கட்சி, தமிழகத்தின் பிற ஆதிக்கச் சாதி அமைப்புகளை இணைத்துக்கொண்டு தலித் கட்சியொன்றைச் சாக்காக வைத்து தலித்துகளுக்கு எதிராகப் போரிடுவதை எவ்வாறு விளக்கப் போகிறோம் என்பதே அடிப்படையான கேள்வி.

நம் அரசியல் கட்சிகளில் தலித் அமைப்புகள் தவிர்த்து கம்யூனிஸ்டு கட்சிகள் மட்டுமே இப்பிரச்சினையில் துணிந்து ஈடுபாடு காட்டின. திமுக, மதிமுக போன்றவை வருத்தம், விசாரணை என்ற பெயரளவு அறிக்கைகளோடு நிறுத்திக் கொண்டன. ஆனால் தமிழ் அறிவுஜீவி சமூகம் பரவலாக எதிர்வினை ஆற்றத் தொடங்கியிருப்பது ஆறுதலான விஷயம். இது தொடர்பாகச் சென்னையிலும், மதுரையிலும் சில கூட்டங்கள்

ஆணவக் கொலைகளின் காலம் ❀ 85 ❀

ஒருங்கிணைக்கப்பட்டிருக்கின்றன. குறிப்பாக இதில் தலித் அல்லாத அறிவுஜீவிகள் பரவலாகப் பேச முன்வந்திருக்கிறார்கள். ஆனால் தலித்துகளையும் உள்ளடக்கிய பிராமணரல்லாதார் அடையாளத்தைப் பேசி வந்தவர்களுக்கு இதில் நிலைப்பாடு எடுக்க வேண்டிய நெருக்கடி ஏற்பட்டிருக்கிறது. ராமதாஸ் மற்றும் பாமக எதிர்ப்பு என்பதில் உறுதியான நிலை எடுக்க முடிந்துள்ள இவர்களால் இப்பிரச்சினையை பாமகவின் தேர்தல் அரசியல், ராமதாஸின் நடைமுறை என்பதைத் தாண்டி விளக்க முடிவதில்லை. ராமதாஸின் தேர்தல் அரசியல் நோக்கத்தைக் கண்டுகொள்வதற்குப் பெரிய சூத்திரங்களும் அறிவுஜீவித எடுகோள்களும் தேவையில்லை. இப்பிரச்சினையில் வாக்கு வங்கிக்காக மட்டுமே சாதி திரட்சி ஏற்படுவதில்லை. இன்றைய சாதிய திரட்சியில் வாக்கு அரசியலும் ஓர் அங்கம். ஆனால் இன்றைய சாதியவாதத்தின் எல்லை அவற்றைத் தாண்டியும் விரிவடைகிறது. எனில் இப்பிரச்சினையை அணுகுவதில் நம் சிந்தனையாளர்களுக்கு ஏற்பட்டிருக்கும் சிக்கலை விவாதிப்பதே இக்கட்டுரையின் முக்கிய நோக்கம்.

தலித்துகளுக்கு எதிராக நடந்துவரும் இன்றைய சாதி வன்முறைகள் யாவும் பிராமணரல்லாத, எண்ணிக்கைப் பெரும்பான்மைச் சாதிகளால் நடத்தப்படுகின்றன. இதில் ஒரு கட்சியாக வலுக்கொண்டிருப்பதால் ராமதாஸின் தலித் எதிர்ப்பு வெளிப்படையாகத் தெரிகிறது. மற்றபடி ஒவ்வொரு வட்டாரத்திலும் பெரும்பான்மை எண்ணிக்கை கொண்ட இடைநிலைச் சாதிகள் தலித்துகளைக் கடுமையாக ஒடுக்கிவருவதே எதார்த்தம். இவ்வாறுதான் தமிழகத்தில் பிராமணரல்லாத இடைநிலைச் சாதிகளின் புதிய சாதியவாதம் எழுச்சிப் பெற்றிருக்கிறது. இப்போக்குதான் இன்றைய சனநாயகத்திற்கு மிகப்பெரிய சவாலாக உருமாறியிருக்கிறது. அதாவது நவீன இந்தியச் சமூகத்தில் ஏற்பட்ட பல்வேறு அரசியல் சமூகக் கருத்தியல் தாக்கங்களின் காரணமாகச் சாதியமைப்பிலும் அதன் மூலம் பலன்பெறும் சாதிகளிடமும்; பல்வேறு மாற்றங்கள் ஏற்பட்டிருக்கின்றன. அத்தகைய மாற்றங்களின் வழியாகப் புதிய அதிகாரம் பெற்ற சாதிகளின் எழுச்சியே இது. இத்தகைய அரசியலை ஆராய்வதும், பரிசீலனை செய்வதும் மட்டுமே இன்றைய சூழலைப் புரிந்துகொள்ள உதவும். ஆனால் இன்றைய சாதிய வன்முறைகளின் அரசியலைக் கட்சிகளைப் போலவே அறிவுஜீவிகளும் பரிசீலிக்கத் தயங்குகிறார்கள் என்பதே உண்மை. இந்தத் தயக்கத்தை மறைக்க இப்பிரச்சினையை ஒரு கட்சியின், ஒரு தலைவரின் சிக்கலாக விளக்குவதோடு நின்றுவிடுகிறார்கள். தலித் மேம்பாட்டில் அக்கறை கொண்டிருந்தபோதிலும் சாதி பற்றி அவர்கள் கொண்டிருக்கும் வரையறையே இன்றைய புதிய சாதிய

வாதத்தைப் பரிசீலிக்க விடாமல் அவர்களைக் கட்டுப்படுத்துகிறது. சாதி அதிகார அமைப்பில் ஏற்பட்டிருக்கும் மாற்றங்களை கணக்கில் கொள்ளாமல் பிராமணர், பிராமணரல்லாதோர் என்ற வழக்கமான சட்டகம் கருத்தியலாகச் செயல்படுவதே இதற்கான காரணமாகும்.

இன்றைய புதிய சாதியவாதத்தின் எல்லாக் கணக்குகளும் சமகால அதிகாரத்தில் தனக்கான இடத்தைத் தேடுவது, தக்கவைப்பது, பலப்படுத்துவது என்றே நோக்கத்துடனேயே கட்டமைக்கப்படுகிறது. சாதித் திரட்சியை எண்ணிக்கை அளவில் பலப்படுத்துவதே இக்கட்டமைப்பிற்கான அடிப்படை. எனவேதான் சாதி அடிப்படையில் மக்களைத் திரட்டுகிற அமைப்புகளும் சொல்லாடல்களும் பெருகியிருக்கின்றன. சாதி அடிப்படையிலான திரட்சியும் அதற்குத் தேவையான சாதி உணர்ச்சியும் மேலோங்கும்போது அவற்றைச் சிதைக்கும் கலப்பு மணம் எதிர்க்கப்படுகிறது. இன்றைய தேர்தல் ஜனநாயகம் சார்ந்து இந்தியாவின் எல்லா மாநிலங்களிலும் அந்தந்த மாநிலங்களின் வட்டாரப் பெரும்பான்மை, இடைநிலைச் சாதிகள் எழுச்சிபெற்று அரசியல் அதிகாரத்தைக் கைப்பற்றியிருக்கின்றன. தமிழகத்தைப் பொறுத்தவரையில் இந்தவகைத் திரட்சிக்குத் தேர்தல் ஜனநாயகம் மட்டுமல்லாது கருத்தியல் பின்னணியும் சமூகநீதி முகமும் காரணமாக இருந்துவருகிறது. அதாவது இங்கு பிராமணர்களை ஆதிக்கம் செய்யும் சாதியாக விளக்கி, ஒடுக்கப்படும் பிரிவினர்களின் தொகுப்பாக பிராமணரல்லாதோர் என்கிற அடையாளம் பேசப்பட்டது. இதில் பிராமணரல்லாதவர்களின் சாதிய ஏற்றத்தாழ்வு கணக்கில் கொள்ளப்படாததால் அல்லது குறைத்து மதிப்பிடப்பட்டதால் பிராமணரல்லாதவர்களின் சாதிய அணிதிரட்டல் பற்றிய சாதகமான கருத்துகளே கடந்த காலம் முதல் இன்றுவரையிலும் புழங்கிவருகின்றன. இந்தக் கருத்தியல் பின்புலம்தான் இன்றுவரையிலும் அவர்கள் பெற்றுவரும் அதிகார நலன்களை மறைத்து வருவதற்கான கேடயமாகிவருகிறது. பிராமணர் அல்லாத சாதிகள் அரசியல் நிலையில் தங்களை ஒடுக்கப்பட்டவர்களாகச் சொல்லி வந்திருந்தாலும் உள்ளூர் சமூக அதிகாரம் என்ற அளவில் தலித்துகளை ஒடுக்குகிறவர்களாகவே இருந்துவருகின்றனர். மேலும் தங்களின் சாதிய திரட்சிக்காகத் தள நிலையிலேயே ஒடுக்கப்பட்டுவரும் தலித்துகளை எதிரிகளாகக் காட்டியே எழுச்சி பெற்றனர். அதாவது பிராமணரல்லாத இடைநிலைச் சாதிகளிடம் இயல்பாகவே குடிகொண்டிருந்த தலித்துகளுக்கு எதிரான உணர்ச்சியை உசுப்பிவிடுவது அவர்களை ஒருங்கிணைக்க உதவியது. 1987ஆம் ஆண்டு வன்னியர்களின் இடஒதுக்கீட்டுப் போராட்டத்தின் போது தலித் குடிசைகளைக் கொளுத்தி வன்னியர்களை ஒருங்கிணைத்தது முதல் தற்போது

தலித்துகளைக் காட்டி பிற ஆதிக்கச் சாதிகளை ஒருங்கிணைப்பது வரையிலும் இந்த அம்சமே கைகொடுக்கிறது.

ஆனால் 1987இல் இடஒதுக்கீடு போராட்டம் பற்றிப் பேசும் யாரும் தலித்துகளுக்கு எதிரான உணர்ச்சி அங்கு பயன்படுத்தப்பட்டதைப் பற்றிக் கணக்கில்கொள்வதில்லை. மாறாக ராமதாஸுக்கு முற்போக்கு முகம் கிடைத்ததே அப் போராட்டத்தால்தான். தற்போது ராமதாஸை விமர்சிப்பவர்கள் கூட அவரின் இடஒதுக்கீட்டுப் போராட்டத்தைச் சாதகமாகக் குறிப்பிடத் தவறுவதில்லை. இதற்கு அடிப்படைக் காரணம் பிராமணர் நீங்கலான பிற சாதிகளுக்கு இடஒதுக்கீடு என்று சொல்லிவிட்டாலே அதைப் பரிசீலனையற்று ஆதரிக்க வேண்டுமென்ற கருத்தியலே இங்கு செல்வாக்குப் பெற்றிருக் கிறது. இன்றைக்கு எல்லாச் சாதிகளின் அடையாளமும் கோரிக்கைகளும் எதிரில் இருக்கும் சாதியை வைத்தே கட்டமைத்துக் கொள்ளப்படுகின்றன. இந்த வகையில் இன்றைய சாதிய ரீதியிலான திரட்சியில் இடஒதுக்கீட்டுக் கோரிக்கை முக்கியப் பங்கு வகிக்கிறது. இங்கு சாதிய திரட்சியைச் சாத்தியப்படுத்தும் எல்லா அடையாளங்களும் ஏதோ ஒரு வகையில் விமர்சிக்கப்பட்டுள்ளன. ஆனால் இடஒதுக்கீடு பற்றி மட்டும் எந்த மாற்றுக்கருத்தும் வைக்க முடிவதில்லை. ஏனெனில் இடஒதுக்கீடு இங்கு சமூகநீதியாகப் பார்க்கப்படுகிறது. ஒவ்வொருவரும் சாதியரீதியாகத் திரளுவதை இடஒதுக்கீடு நியாயமாக்கியிருக்கிறது. ஆனால் இவ்வாறு கிடைக்கப் பெற்ற இடஒதுக்கீட்டின் பலனால் சாதிய உணர்ச்சி குறைவதற்கு மாறாக அதிகரித்து இருக்கிறது. இடஒதுக்கீடு உள்ளிட்ட மாற்றங்களால் தீண்டப்படாத சாதிகள் மேலெழுவதை அதே இடஒதுக்கீட்டால் கூடுதல் பலம் பெற்ற தீண்டப்படும் சாதிகள் பெரும் பிரச்சினையாகப் பார்க்கின்றன. இந்த இடத்தில் எல்லாச் சாதிகளுக்கும் கிடைக்கும் இடஒதுக்கீடு அச்சாதிகளிடம் ஒரே அளவிலான மாற்றங்களை ஏற்படுத்தவில்லை. தலித்துகளுக்குக் கிடைத்த ஒதுக்கீட்டு நலன் ஒப்பீட்டளவில் அவர்களைச் சாதிய வரையறையிலிருந்து மீளுவதற்குத் துணைபுரிகிறது. ஆனால் சாதி இந்துக்களுக்குச் சாதியை வலுப்படுத்திக்கொள்வதற்கான புதிய பலத்தைத் தருவதாக மாறி இருப்பதைப் பார்க்கிறோம்.

சாதி ஏற்றத்தாழ்வை நீக்குவதற்கு ஏதுவாக இட ஒதுக்கீட்டைத் தீண்டப்படாத சாதிகளுக்கு மட்டுமல்லாது எல்லாச் சாதிகளுக்கு மானதாக நீட்டிக்க வேண்டும் என்பதே தமிழகச் சமூக நீதி அரசியலின் விருப்பமாக இருந்துவருகிறது. ஆனால் இதுவரையில் இடஒதுக்கீடு பெற்ற சாதிகளிடம் சமத்துவ நடைமுறைகள் உருவாகாமல் சாதி உணர்வு மட்டுமே புதிய பலம் பெற்று மிளிர்கிறது. இடஒதுக்கீட்டிற்கும் சமூகத்தின் முன்னோக்கிய

மாற்றத்திற்குமான தொடர்பு போதிய கவனத்தோடு ஆராயப்பட வேண்டும். 1980களில் கடலூர், அரியலூர் பகுதிகளில் செயற்பட்ட தமிழ்த் தேசியக் குழுக்கள், தர்மபுரி பகுதியில் செயல்பட்ட நக்சல்பாரிகள் ஆகியோர் ஆற்றிய பணிகளின் பயனை ராமதாஸின் இடஒதுக்கீட்டுப் போராட்டம் உள்வாங்கிக்கொண்டது. இடஒதுக்கீட்டிற்கான சாதி அடிப்படையிலான அணி திரட்சியே இயக்கங்களின் சுவடுகள்கூட இல்லாமல் அழிந்துவிட்டது. பின்னர் பாமகவின் கொடி பறக்க ஆரம்பித்துவிட்டது.

இடஒதுக்கீடு கூடாது என்பதோ, இட ஒதுக்கீட்டிற்குச் சாதியை அடிப்படையாகக் கொள்ளவே கூடாது என்பதோ நமது வாதமல்ல. மாறாகச் சாதிகள் பாரம்பரியமாகக் கொண்டிருந்த சமூக அதிகாரம், பொருளாதார பலம், அக்குறிப்பிட்ட சாதி இடஒதுக்கீடு பெற்ற நாளிலிருந்து பெற்றுவந்திருக்கும் மாற்றம், ஒரே சாதிக்குள்ளேயே ஏற்பட்டிருக்கும் வர்க்க வேறுபாடு, சாதிகளிடம் கைமாறி வந்திருக்கும் நவீன அரசியல் அதிகாரம் போன்றவற்றைக் கணக்கில் எடுத்துப் பரிசீலிக்காமல் சாதியை மட்டுமே அடிப்படையாகக் கொண்டு இடஒதுக்கீடு செய்வது சரியா? இந்த அதிகாரப் பங்கீடு சாதிமுறையை வலுவிழக்கச் செய்திருக்கிறதா? என்கிற கேள்விகளை இன்றைய பின்னணியி லிருந்து எழுப்பிப் பார்க்க வேண்டும்.

எண்ணிக்கைப் பெரும்பான்மையின் வழி அரசியல் அதிகாரத்தைக் கைப்பற்றியிருக்கும் சாதிகள் இட ஒதுக்கீட்டின் வழி அரசுகேந்திரத்தையும் கைப்பற்றியிருக்கின்றனர். இட ஒதுக்கீட்டிற்கு முன்நிபந்தனையாக்கப்படும் எண்ணிக்கை பலமே வாக்கு வங்கியாகவும் இருப்பதால் எல்லா அரசியல் கட்சிகளும் அதை ஆதரிப்பதோடு அதைப் பரிசீலிப்பதை முற்றாகத் தவிர்க்கின்றன. சாதிய அணி திரட்டலுக்கும் இட ஒதுக்கீட்டு தர்க்கத்திற்கும் நெருங்கிய தொடர்பிருந்தாலும் பல்வேறு சிந்தனையாளர்களும் இட ஒதுக்கீட்டின் ஆதரவாளர்களாக இருப்பதால் இங்கு ஒரு அறிவார்ந்த விவாதம் நடைபெறுவது சாத்தியமில்லாமல் இருக்கிறது. தமிழ்நாட்டைப் பொறுத்தவரை இட ஒதுக்கீடு விவாதத்திற்கு அப்பாற்பட்டதாக இருக்கிறது.

இந்திய அரசியல்சட்டம் எல்லாச் சாதிகளுக்கும் இட ஒதுக்கீட்டைப் பரிந்துரைக்கவில்லை. அதிகாரமற்ற பிரிவினருக்கு அதிகாரம் என்ற நோக்கில் எஸ்சி/எஸ்டி பட்டியலுக்கு மட்டுமே அதைப் பரிந்துரைத்தது. ஆனால் அதையும் கூட முற்று முழுதான தாக இல்லாமல்

குறிப்பிட்ட காலத்திற்கொருமுறை ஆய்வு செய்யவேண்டு மென்றும் அறிவுறுத்தியிருக்கிறது. இந்திய அரசியல் சட்டம் மற்றும் 1951ஆம் ஆண்டின் நீதிமன்றத் தீர்ப்பு ஆகியவற்றின்படி

எஸ்சி/எஸ்டி வகுப்பினர் அல்லாதவர்களுக்கு மாநில அரசுகள் விரும்பினால் இட ஒதுக்கீடு வழங்கலாம் என்று சொல்லப்பட்டது. இந்த வகையில் தமிழகத்தில் எஸ்சி/எஸ்டி பிரிவினருக்கான 19 சதவிகிதம் தவிர்த்து இட ஒதுக்கீடு 50 சதவிகிதத்தைத் தாண்டக் கூடாது என்கிற உச்சவரம்பு இருப்பதால் 50 சதவிகிதம் இட ஒதுக்கீடு பிற்படுத்தப்பட்டோர் மற்றும் மிகவும் பிற்படுத்தப்பட்டோருக்கு வழங்கப்பட்டுவருகிறது. இந்த இரண்டு பட்டியலுக்கான இட ஒதுக்கீட்டுப் பயனை அப்பட்டியலிலுள்ள அரசியல் பிரதிநிதித் துவத்தையும் கைப்பற்றியிருக்கும் பெரும்பான்மைச் சாதிகளே எடுத்துக்கொள்கின்றன.

இந்தியாவின் பெரும்பான்மையான மாநிலங்களில் பிற்படுத்தப்பட்டோர் இட ஒதுக்கீடு செயல்படுத்தப்படுகிறது. பெரும்பான்மையான மாநிலக் கட்சிகள் அம்மாநிலப் பெரும் பான்மைச் சாதிகளின் பிரதிநிதித்துவத்தைப் பிரதிபலிப்பவையாக இருப்பது கண்கூடு. இட ஒதுக்கீடும், இட ஒதுக்கீட்டுப் பட்டியலும் மாநில அரசுகளாலேயே பராமரிக்கப்படுகின்றன. இத்தகைய பட்டியல்களைப் பொறுத்தவரையில் மத்திய அரசுப் பட்டியலும் மாநில அரசுப் பட்டியலும் வேறுபடுகின்றன. இட ஒதுக்கீடு நடைமுறைப்படுத்தப்பட்ட காலம் முதல் எல்லாப் பட்டியல் களிலும் மாற்றங்கள் நடந்துவந்துள்ளன. தமிழகத்தைப் பொறுத்த அளவில் திராவிட இயக்கத்தின் தாக்கத்தால் பிராமணர் அல்லாத சாதிகளின் எண்ணிக்கை அடிப்படையிலான இட ஒதுக்கீடு கோரிக்கை சமூகநீதியாகக் கருதப்பட்டது. ஆனால் எண்ணிக்கைப் பெரும்பான்மைவாதம் ஏற்றத்தாழ்வை மாற்றுவதில்லை. அதனால்தான் அம்பேத்கர் அதை ஏற்றுக்கொள்ளவில்லை. ஆனால் இங்கு அன்று முதல் இன்று வரை இட ஒதுக்கீடு வழங்க சாதியும் எண்ணிக்கை பலமும்தான் அளவுகோல்களாக இருக்கின்றன. இந்நிலையில்தான் இட ஒதுக்கீடு கோரிக்கையை ஒட்டிப் பல்வேறு சாதி அமைப்புகள் தோன்றியிருப்பதையும் அக்கோரிக்கையின்வழி சாதித் திரட்சியைச் சாத்தியப்படுத்தியிருப்பதையும் பார்க்க முடிகிறது. வன்னியர் சங்கத்தின் இட ஒதுக்கீடு போராட்டம் இவ்வாறுதான் முற்போக்காகச் சொல்லப்பட்டது. ஆனால் அக்கட்சி முன்வைக்கும் இன்றைய சாதிப் பெரும்பான்மைவாதம் மற்றும் தலித் எதிர்ப்பு ஆகியவற்றிற்கான வேர் அதன் ஆரம்பகால இட ஒதுக்கீட்டிற்கான சாதிய திரட்சியிலேயே இருக்கிறது.

கடைசியாக ஒரு கேள்வியோடு விவாதத்தை முடிக்கலாம். தமிழ்நாடு முன்னேறி இருப்பதற்கு இட ஒதுக்கீடுதான் காரணம் என்றால் சாதி உணர்ச்சி அதிகரித்திருப்பதற்கும் அக்கோரிக்கைக்கும் உள்ள உறவை நாம் எவ்வாறு புரிந்துகொள்வது?

காலச்சுவடு, ஆகஸ்ட் 2015

தமிழகத்தில் கௌரவக் கொலைகள்: கடக்க வேண்டிய தொலைவு

கடுமையாகத் தாக்கப்பட்டுக் கால் ஒடிந்த நிலையிலும் தன் பேச்சைக் கேட்காத தமிழ்ச் செல்வியை இரவு இரண்டு சக்கர வாகனத்தில் அமரவைத்துக்கொண்டு எரின் காட்டுப்பகுதிக்குச் சென்றார் அப்பா ரங்கராஜ். தமிழ்ச்செல்வியைக் கொன்றுவிடுவதென்ற முடிவோடு ஏற்கனவே வரவழைக்கப்பட்டிருந்த உறவினர்கள் சிலரும் அங்கு காத்திருந்தனர். உடனே மரத்தில் கட்டிப் போட தமிழ்ச்செல்விக்கு நடக்கப்போவது புரிந்து விடுகிறது. எரிப்பதற்காக விறகுக்கட்டைகள் அடுக்கப் படுகின்றன. தான் கெஞ்சுவதாலோ சத்தம் போட்டுப் பிறரை அழைப்பதாலோ விட்டுவிட மாட்டார்கள் என்பது தெரிகிறது. தன் கண்ணெதிரிலேயே தனக்கான மரணம் நெருங்கிக்கொண்டிருக்கும் அசாதாரணத் தருணத்தை ஏற்றுக்கொள்வதைத் தவிர தமிழ்ச்செல்விக்கு வேறு வழியில்லை. அத்தருணத்தில் தந்தையிடம் "என்னை எரிக்கப் போகிறீர்கள்! போட்டிருக்கும் நகைகளோடு நான் ஏன் சாகவேண்டும்? தம்பி தங்கைகளுக்கு உதவும். கழற்றிக்கொள்ளுங்கள்" என்கிறார். தோடு களைக் கழற்றிக்கொண்ட அப்பா சாகடிக்கும் முடிவை மட்டும் மாற்றிக்கொள்ளவில்லை. விறகுக் கட்டையால் தாக்கியும் கயிற்றால் கழுத்தை இறுக்கி யும் கொல்லப்பட்ட தமிழ்ச்செல்வியின் பிணம் தடயம் இல்லாமல் எரிக்கப்பட்டது.

இது எங்கோ எப்போதோ நடந்த சம்பவம் அல்ல. கடந்த மார்ச் 3 அன்று சிவகங்கை

மாவட்டம் உடைகுளம் என்ற ஊரில்தான் நடந்தது. தந்தையோடு சேர்ந்து தமிழ்ச்செல்வியைக் கொன்ற உறவினர்களின் வாக்கு மூலத்திலிருந்து எடுத்த ஒரு பகுதிதான் மேலே விவரிக்கப்பட்டது. பெற்று வளர்த்த தந்தையே இரக்கமில்லாமல் கொல்லும் அளவிற்குத் தமிழ்ச்செல்வி செய்த தவறு என்ன? 19 வயது நிரம்பிய அவர் தாழ்த்தப்பட்ட வகுப்பைச் சேர்ந்த பூமிநாதன் என்பவரைக் காதலித்ததுதான். இந்தியச் சமூகத்தின் அடிப்படை மூலாதாரமாகச் சொல்லப்படும் குடும்ப அமைப்பு, அதன் உறுப்பினர்களிடையே நிலவும் பாசம் உள்ளிட்ட உணர்வு பூர்வமான பிணைப்பு ஆகியவற்றைவிடச் சாதி உணர்ச்சியும் அதைக் காப்பாற்றுவதற்கான மான உணர்ச்சியும்தான் இங்கு முக்கியமானதாய்ச் செயற்படுகிறது. அந்த வகையில் நம் குடும்பங் களும் சமூகமும் சாதி உணர்ச்சியைக் காப்பாற்ற விரும்பி நிகழ்த்திவரும் கௌரவக் கொலைகளில் ஒன்றுதான் இதுவும்.

குடும்ப அமைப்பும் சமூகமும் மட்டுமல்ல, இவற்றைத் தடுத்து மாற்றவேண்டிய அரசும்கூட இக்கொலைகளுக்கு மறைமுக ஒப்புதலைத் தருவதாகவே நடந்துகொள்கிறது. அதாவது, கடந்த பிப்ரவரி 20 அன்று தமிழகச் சட்டப்பேரவையில் ஆளுநர் உரைக்கு நன்றி தெரிவிக்கும் தீர்மானத்தின்மீது பேசிய 'புதிய தமிழகம்' கட்சித் தலைவர் டாக்டர் க. கிருஷ்ணசாமி தமிழகத்தில் அண்மைக்காலமாக அதிகரித்துவரும் கௌரவக் கொலைகளைத் தடுக்கப் புதிய சட்டம் தேவை என்பதை வலியுறுத்தினார். இதற்குப் பதிலளித்த தமிழக முதல்வர் தமிழகத்தில் கௌரவக் கொலைகள் நடைபெறவில்லை என்றும், தற்போதிருக்கும் சட்டப்பிரிவுகளே போதுமென்பதால் புதிய சட்டம் இயற்றத் தேவையில்லை என்றும் பதிலளித்து கேள்வியிலிருந்து தன்னை விடுவித்துக்கொண்டார். முதலமைச்சரால் இவ்வாறு பதிலளிக்கப்பட்ட பதின்மூன்றாம் நாளில்தான் தமிழ்ச்செல்வி யின் இக்கொலை நடந்திருக்கிறது. அதுமட்டுமல்ல, பதிலளித்த அடுத்த 20 நாட்களுக்குள் தமிழகத்தின் வெவ்வேறு ஊர்களில் நான்கு கௌரவக் கொலைகள் நடந்துவிட்டன. முதலமைச்சரின் பதிலுரைக்கு மறுப்புத் தெரிவித்து மறுநாள் 'விடுதலைச் சிறுத்தைகள் கட்சி' அறிக்கை ஒன்றை வெளியிட்டது. இப்பிரச்சினையில் தனிச்சட்டம் தேவை என்பதைத் தொடர்ந்து வலியுறுத்திவரும் மார்க்சிஸ்ட் கம்யூனிஸ்ட் கட்சியின் மாநிலச் செயலாளர் ஜி. ராமகிருஷ்ணன் முதலமைச்சரின் பதிலை மறுத்ததோடு திராவிடக் கட்சிகள் சமூக பிரச்சினைகளிலிருந்து விலகிவிட்டன என்றும் குற்றம் சாட்டியிருந்தார். அரசியல் தளத்திலிருந்து திராவிடக் கட்சிகள்மீது வைக்கப்பட்டிருக்கும் முக்கியமான விமர்சனம் இது.

ஏனெனில் கௌரவக் கொலைகள் பற்றிய முதலமைச்சரின் இப்பதிலில் ‘தன்னுடைய’ அரசுமீது சட்ட ஒழுங்கு முத்திரை வந்துவிடும் என்ற கவனம் மட்டுமே காரணமாக அமையவில்லை. மாறாக, இன்றைய அரசியலின் ஆணிவேராக அமைந்திருக்கும் சாதி ஆதிக்கம் மீதான ஒப்புதலாகவும், அதைப் பகைத்துக்கொள்வது இன்றைய அரசியலில் தோல்வியைத் தந்துவிடும் என்கிற அச்சமும் காரணமாகி இருக்கிறது. அதாவது இன்றைய அரசியலென்பது பெரும்பான்மை ஆதிக்கச் சாதிகளைச் சார்ந்தது என்பதும், திராவிடக் கட்சிகள் அவற்றிலேயே நிலைகொண்டிருக்கின்றன என்பதும் ஓர் எளிய உண்மை. எனவே அதிமுக அரசு இதனை ஒத்துக்கொள்ளாததில் வியப்பில்லை.

இதே சட்டமன்றக் கூட்டத்தொடரில் தமிழகத்தில் வன்முறைகள் அதிகரித்துவிட்டதாக எதிர்க்கட்சிகள் குற்றம் சாட்டியதற்கு பிப்ரவரி 18 அன்று பதிலளித்த முதலமைச்சர், தமிழகம் அமைதிப்பூங்கா என்றுகூறிக் குற்றச்சாட்டுகளை மறுத்தார். இதற்குப் பிறகே டாக்டர் கிருஷ்ணசாமி கௌரவக் கொலைகள் பற்றிப் பேசினார். ஆனால் தமிழகம் அமைதிப்பூங்கா என்ற முதலமைச்சரின் கூற்றை மறுத்து பிப்ரவரி 22 அன்று அறிக்கை விடுத்த திமுக தலைவர் கருணாநிதி தமிழகத்தில் நடந்த குற்றச்சம்பவங்களைப் பட்டியலிட்டதோடு 2013ஆம் ஆண்டை விட 2014ஆம் ஆண்டு குற்றச் சம்பவங்கள் அதிகரித்திருப்பதாக அறிக்கையை முடித்திருந்தார்.

சட்டமன்றத்திலேயே விவாதிக்கப்பட்ட நிலையிலும்கூட அதை ஒட்டிய அறிக்கையில் ஓரிடத்தில்கூடக் கௌரவக் கொலைகள் பற்றிய குறிப்பையோ சாதி கௌரவத்திற்காக நடந்த கொலைகளையோ அவர் காட்டிக்கொள்ளவில்லை. வாய்ப்பு நேரும்போதெல்லாம் சமூக நீதியையும் சுயமரியாதைப் பண்பையும் மீட்டெடுப்பது திமுக மட்டுமே என்று கூறி அதிமுகவிடமிருந்து தன்னைத் தனித்துவப்படுத்திக் காட்டிக் கொள்ளும் திமுக சாதி விஷயத்தில் அதிமுகவிடமிருந்து அதிக தூரத்திலில்லை என்பதையே இப்போக்கு உணர்த்துகிறது. அதே போல திமுக பற்றிய எத்தகைய குற்றச்சாட்டுகளுக்கும் உடனே பதிலளித்துவிடும் கருணாநிதியால் ஜி. ராமகிருஷ்ணனின் குற்றச் சாட்டுகளுக்கு எந்தப் பதிலையும் தரமுடியவில்லை. திமுக கூட்டணியில் இருப்பதாக வலியச்சென்று கூறிக்கொண்டாலும் ‘புதிய தமிழகம் கட்சி’ எழுப்பிய இக்கோரிக்கைகளுக்கு திமுக ஆதரவளிக்கவில்லை. இக்கூட்டத் தொடருக்கு முன்பு, நான்கு நாட்களே நடந்த கூட்டத்தொடரின்போது சட்டசபையில் எழுப்ப வேண்டிய முக்கியப் பிரச்சினைகள் என்று பத்துக்கும் மேற்பட்ட அம்சங்களைப் பட்டியலிட்டிருந்தார் கருணாநிதி. அப்பட்டியலில் கௌரவக் கொலைகள் இடம்பெறவில்லை.

ஆனால் கூட்டணிக்கான வாய்ப்பிலிருந்து விலகிச்செல்லும் தேமுதிகவின் உறுப்பினர்கள் சஸ்பெண்டுக்கு எதிராகச் சட்ட சபையில் திமுக வலியச் சென்று வாதிட்டது. அடுத்த தேர்தலுக்கு தேமுதிகவைக் கூட்டணியில் சேர்த்துவிடும் நோக்கம் மட்டுமே இதிலிருக்கிறது என்பது எல்லோருக்கும் தெரியும். இங்கு திமுக, அதிமுக போன்ற கட்சிகளுக்கு அதிகாரம் மட்டுமே இலக்கு. அரசியல் முற்றிலும் சாதிமயமாகிவிட்டது என்பதற்கு இத்திராவிடக் கட்சிகளைத் தாண்டி வேறெங்கும் உதாரணம் தேடிப்போக வேண்டியதில்லை. இன்றைய சாதியவாதத்தை இனங்காண்பது மட்டுமல்ல திராவிட இயக்கத்தின் கடந்தகால விஷயங்களைக்கூட அக்கட்சிகள் நினைவுப்படுத்திக்கொள்ள முடியாத அளவிற்கு நிலைமை மோசமாகிவருகிறது.

ஒரு கோயில், ஒரு கிணறு, ஒரு சுடுகாடு என்கிற முழக்கத்தை எடுத்துள்ள ஆர்.எஸ்.எஸ்.சின் உண்மையான நோக்கம் ஒரே கோயில் என்பதுதான். அதனுடைய இந்துத்துவச் செயல்திட்டத் தின் ஒரு பகுதியே இது. ஆனால் ஆர்.எஸ்.எஸ். ஒருபோதும் ஒரே மதமாக இணைவதற்குச் சாதிகளிடையே திருமண உறவு என்பதை வலியுறுத்த முடிவதில்லை. ஏனெனில் சாதிப் பாகுபாடு தான் இந்து மதத்தின் ஆதாரமாக இருக்கிறது.

திமுக, அதிமுக ஆகிய இரண்டு கட்சிகளுக்கும் மாற்று என்று சொல்லிவந்த ராமதாஸ் முதலமைச்சர் வேட்பாளராகத் தன் மகன் அன்புமணியை அறிவித்திருக்கிறார். அரசியலில் செல்வாக்கு குறையும்போது அதைத் திரட்ட சாதி உணர்ச்சியைக் கையாளுவதும், சாதியினரைத் திரட்டிவிட்ட பின்பு சமூகத்தின் மையமான பிரச்சினைகளைத் தொடர்ந்து பேசுவதன் மூலம் பொது அடையாளத்தைக் கட்டமைப்பதும் இக்கட்சியின் வழக்க மான உத்தி. விஜயகாந்த் வருகையால் சரிந்த செல்வாக்கை ஈடுகட்ட திருமாவளவன் போன்றோரை இணைத்தும் பலன்தராத நிலையில் வன்னியர் பெண்கள் தலித் இளைஞர்களால் ஏமாற்றப் படுகிறார்கள் என்ற உடனடி உணர்ச்சியைக் கையாண்டு சாதியப் பண்புக்குத் திரும்பினார். அதன் தொடர்ச்சியாக நடந்த தர்மபுரி வன்முறையைப் பயன்படுத்தி அன்புமணியை அங்கேயே ஜெயிக்க வைத்தார். இந்த இரண்டு முகத்தையும் தேவைக்கேற்ப அக்கட்சி முன்பின்னாக நகர்த்திக்கொள்ளும். ஆனால் பாமகவின் இந்த உத்தியைக் கணக்கில்கொள்ளாமல், அது அன்புமணியை மாற்றாகக் காட்டும் போக்கை வெளிப்படுத்துவது தி இந்து போன்ற நாளிதழ்களிடம்கூட நடக்கிறது. அன்புமணி பாமகவின் மென்மை முகம். அவ்வளவே. ராமதாஸ், குரு போன்றோரைச் சாதிக்கான முகமாகவும் அன்புமணி உள்ளிட்டோரைச் சாதிக்கு வெளியே பொது அடையாளத்திற்கான முகமாகவும் அக்கட்சி முன்வைக்க விரும்புகிறது. தன்னைப் பொதுவானவராகக்

காட்ட விரும்பும் அன்புமணி அண்மை நேர்காணலொன்றில் அப்பாபோல் பண்பாடு போன்ற விஷயங்களில் தான் இறுக்கம் கொண்டவரல்ல என்று கூறியிருக்கிறார். ஆனால் அதே நேர்காணலில் அப்பா கூறிவந்த நாடகக் காதல் என்ற கோஷத்தை மட்டும் அவர் கைவிடாமல் வலியுறுத்துகிறார் என்பது அவர்களின் சாதிய திரட்சி பற்றிய பிடிமானத்தைக் காட்டுகிறது.

அதேவேளையில் இச்சூழலை உரிய பலத்தோடு எதிர் கொள்ளும் நிலையில் தலித் கட்சிகளும் இல்லை. கள எதார்த்தத்தோடு இணைந்திருப்பதைவிட மைய நீரோட்ட அரசியலின் பழக்கப்பட்ட முழக்கங்களின் கீழ் தங்களைத் தக்க வைத்துக்கொள்ளும்படியான சூழல்களைத் தேர்ந்தெடுத்து அதில் தங்களை ஆவேசமாக வெளிப்படுத்திக்கொள்ளும் முனைப்பே அவர்களிடமிருக்கிறது. தலித் இயக்கங்களாக இருப்பதால் இப்பிரச்சினைகளைப் பேச வேண்டிய இருக்கிறது என்பதைத் தாண்டி, இதில் ஆக்கப்பூர்வமான தொடர்ச்சியை முன்னெடுத்துச் செல்வதற்கு அவற்றிடம் எந்த உத்தரவாதமும் இல்லை.

கௌரவக் கொலை என்கிற வார்த்தையும் அது பற்றிய விவாதமும் அண்மைக்காலத்தில் அதிகமாக வெளிப்பட்டாலும் அவை நம் சமூகத்தில் எப்போதும் இருந்து வந்தவைதாம். சாதி தாண்டிய காதலுக்காகக் கொலை செய்தலும் பிறகு அவையே தெய்வமாக மாற்றப்பட்டதுமான உதாரணங்கள் அதிகமுண்டு. நம்முடைய பெரும்பான்மையான பெண் தெய்வங்கள் இத்தன்மை யில் உதித்தவையே ஆகும். அதேபோல வெகுமக்களால் நினைவு கொள்ளப்பட்ட கதைப்பாடல்கள் பெரும்பாலும் இப்பண்பு கொண்டவை என்பதைப் பலரும் ஆய்ந்துள்ளனர். கொன்று விடுவதும் பிறகு அச்சம், பிராயச்சித்தம்போன்ற காரணங் களால் வணங்குவதும் என்கிற இரட்டைத் தன்மையை நாம் இன்னும் விரிவாக ஆராயும்போது இக்கொலைகளுக்கான சமூக உளவியலை விரிவாகப் புரிந்துகொள்ள முடியும்.

தர்மபுரி வன்முறை நடந்த நத்தம் காலனி தலித் மக்கள் பெரும்பான்மையோரின் குலதெய்வம் கொடைகாரியம்மன். அந்த ஊரில் நிறைய பேருக்குக் கொடைகாரி என்று பெயர் வைத்துள்ளனர். நீண்ட நாட்களுக்கு முன்னர் நத்தம் காலனியைச் சேர்ந்த இளைஞன் பக்கத்து ஊரான கதிர்நாயக்கன் பட்டியில் ஒரு உடையார் வீட்டில் பண்ணையாளாக இருந்தார். அந்த வீட்டில் ஏழு சகோதரர்களும் ஒரு தங்கையும் இருந்தனர். ஏழு சகோதரர்களாலும் அன்போடு வளர்க்கப்பட்ட கொடைகாரி என்ற அந்த தங்கை பண்ணையாளான தலித் இளைஞனைக் காதலித்ததால் அவனோடு சேர்த்து எரித்துக் கொல்லப்பட்டாள்.

இது கொடைகாரி பற்றி இன்றைக்கு ஊரில் வழங்கும் கதை. இதில் உடையார் சாதிப்பெண் தலித்துகளின் குலசாமியாக மாறியிருக்கிறார். இன்றைக்கு அரசியல்ரீதியாக எதிரெதிரானவர்களாக நிற்கும் வன்னியர்களும் தலித்துகளும் இணைந்து வணங்கும் தருணம் இந்த வழிபாட்டில் உண்டு.

நம்முடைய நவீன அரசியல் கண்ணோட்டத்தால் புரிந்து கொள்ள முடியாத ஏதோவொரு அம்சம் நாம் முழுமையாக கொண்டாட முடியாத பண்பாட்டுக் கூறுகளிலும்கூடத் தங்கி இருக்கிறது என்பதே இவை நமக்குச் சொல்லும் செய்தியாகும். நம்முடைய பண்பாடும் அரசியலும் சிக்கலான பரப்பைக் கொண்டதாக இருக்கிறது. மனித சமூகம் பெரு வளர்ச்சி பெற்றிருப்பதாக அறியப்படும் இக்காலத்திலும் சாதிப்பெருமையைக் காப்பாற்றுவதற்காகப் பெற்றவர்களே குழந்தைகளைக் கொலை செய்யும் சம்பவங்கள் சாதாரணமாக நடக்கின்றன என்றால் இச்சூழல் மீது அரசியல் ரீதியாக மட்டுமல்ல பண்பாட்டு நோக்கிலும் விவாதங்கள் நடத்தவேண்டும். ஆனால் இப்பிரச்சினையைப் புரிந்துகொள்வதற்கான பூர்வாங்க யோசனைகள் கூட இங்கு பிறக்கவில்லை என்பதே நம் காலத்தின் அவலம்.

சமூகத்தில் சாதி இன்றைக்கு என்னவாகப் புரிந்துகொள்ளப்படுகிறது, என்னவாக உள்வாங்கிக் கொள்ளப்படுகிறது என்பவற்றிற்கும் இக்கொலைகளுக்கும் நெருக்கமான தொடர்பிருக்கிறது. பாரம்பரிய பண்பையும் சமகால அதிகாரத் தேவையையும் நுட்பமாக உள் வாங்கியிருக்கிறது இன்றைய சாதியமைப்பு. காணாமை, தீண்டாமை போன்ற பழைய பண்புகளை விடுத்துச் சமகால அதிகாரத்திற்குச் சாதி மட்டுமே மூலாதாரம் என்பதை ஆதிக்கச் சாதிகள் கண்டுகொண்டு விட்டன. இதற்கான வெளி நம்முடைய நவீன அரசியல் அமைப்பில் இருக்கிறது. எனவே சாதி அதிகாரத்திற்குக் கூர்மையான அடையாளங்களும் பெருமைகளும் தேவைப்படுகின்றன. தன்னைப் பற்றிய பெருமிதங்களை மட்டுமே பேசுவதுதான் ஒடுக்கப்பட்ட சாதிகளை அடக்கியாளவும் தன்னைத் தக்கவைக்கவும் வழிசெய்யும் என்று அவை நம்புகின்றன.

இப்பெருமிதங்களை உடையாமல் காக்கும் வழிகளில் ஒன்றுதான் ரத்த கலப்புக்கு வழிசெய்யும் சாதி தாண்டிய மணங்களைத் தடுப்பது, கொலைகள் செய்வது போன்றவை ஆகும். இப்பெருமித விருப்பங்களுக்கு இடையூறாக நிற்கும் கடந்தகாலங்களை மறைக்கவும் இவை விரும்புகின்றன. இந்த விருப்பம் மீறப்படும்போது கருத்துரிமை மறுப்பிலும் அவை ஈடுபடுகின்றன.

ஒருவகையில் ஆதிக்கச்சாதிகளின் பதற்றத்தையே இன்றைய போக்குகள் காட்டுகின்றன. சமூக வளர்ச்சிப் போக்கால் உருவாகி

யிருக்கும் போக்குவரத்து, தகவல் தொழில்நுட்ப வளர்ச்சி, இடப்பெயர்ச்சி என்கிற புற எதார்த்தமும், ஒடுக்கப்பட்ட சாதிகளின் எழுச்சி என்கிற அக எதார்த்தமும் வட்டார ஆதிக்கச் சாதிகளின் பாரம்பரிய அதிகாரத்திற்குச் சவாலை ஏற்படுத்தியிருக்கின்றன. இந்தப் புற எதார்த்தம்தான் ஜீன்ஸ் டீசர்ட் என்கிற குறியீட்டு எதிர்ப்பாகவும், அக எதார்த்தம் வன்கொடுமைத் தடுப்புச் சட்ட எதிர்ப்பாகவும் இன்றைய சாதிக்கட்சித் தலைமைகளிடம் வெளிப்படுகின்றன. சாதியே சமூக சுயமாக இருந்துவரும் நிலையில் சுய அடையாள இழப்பால் தவிக்கும் இந்த ஆதிக்கச் சாதிகள், சாதி அடையாளத்தைக் காப்பாற்ற கௌரவக்கொலைகளில் தயங்காமல் ஈடுபடுகின்றன. இப்பதற்றத்தின் காரணமாகவே அவை வன்முறையிலும் சாதியை நியாயப்படுத்தியும் செயல்படத் தொடங்கியிருக்கின்றன. அதனால் இவற்றைப் புரிந்துகொள்ள முடியாத சிக்கல்கள் தோன்றி இருக்கின்றன. எளிய எதிர்வுகளின் அடிப்படையிலேயே சாதியை விளங்கிக்கொண்டு வந்ததோடு அதன் அடிப்படையில் செயல்பாடுகளைக் கட்டமைத்துவந்த அரசியல் உலகிற்கு இதை எதிர்கொள்ள வழி தெரியவில்லை. அதிகாரத் தேவைக்காகச் சாதிகளிடம் தங்களை முழுமையாக ஒப்புக்கொடுத்துவிட்ட இக்கட்சிகளுக்கு இச்சூழலோடு இணங்கிப்போவதைத் தவிர வேறு வழியில்லை. இச்சூழல் அரசியல் உலகிற்கு மட்டுமல்ல, அறிவுலகத்திற்கும் ஏற்பட்டிருக்கும் சவால்தான். இங்குப் புத்துயிர்ப்புமிக்க அறிவுஜீவி என்று யாருமில்லை. அரசியல்வாதி பரவாயில்லை என்று சொல்லுமளவிற்கு அறிவுஜீவிகள் இப்பிரச்சினையை நடைமுறை அளவில் வைத்து விமர்சிப்பதோடு மட்டும் நின்றுகொள்கிறார்கள். பழக்கப்பட்ட சிந்தனை சட்டகத்திலிருந்து விலகி புதிய எதார்த்தங்களை விவாதிப்பதற்கு அறிவுச்சமூகம் தயாராக வேண்டும்.

அதேவேளையில் அறிவுச்சமூகம் சமகால அரசியல் சட்டகம் சார்ந்தும்கூடப் பெரிதாகப் பங்களித்துவிடவில்லை. இடதுசாரிக் கட்சிகளும் தலித் கட்சிகளும் வலியுறுத்திவரும் தனிச்சட்டம் என்கிற கோரிக்கைக்கு வலுச் சேர்க்கவும் அதைமுறைப்படுத்துவதற்கான விவாதமும்கூட இங்கு தேவைப்படுகின்றன. அண்மையில் தங்கள் மாநிலத்தில் கௌரவக் கொலைகள் நடப்பதாக 21 மாநிலங்கள் உச்சநீதிமன்றத்தில் ஒப்புக்கொண்டுள்ளன. ஆனால் தமிழகம் ஒப்புக்கொள்ளவில்லை. இந்த விஷயத்தில் அரசின் நிலைப்பாட்டிற்கும் அறிவுஜீவிகளின் நிலைப்பாட்டிற்கும் பெரிதாக வித்தியாசம் இருக்காது என்றே தோன்றுகிறது. தமிழகம்பற்றி உருவாக்கப்பட்டிருக்கும் சமூகநீதிப் பிம்பத்திற்கு எதிர்த்திசையில் இந்த ஒப்புக்கொள்ளல் இருக்குமென்பதால் சமூகநீதிக்குரியதாகச் சொல்லப்பட்டுவரும் சாதிகளாலே

நிகழ்த்தப்படும் இந்த வன்முறைகளைச் சொல்லுவதில் தயக்கம் இருக்கவே செய்யும். சாதிபற்றிய பழக்கப்பட்ட எதிர்வுகளிலிருந்து விலகி, குறிப்பான எதார்த்தங்களிலிருந்து சொல்லாடலைக் கட்டும் துணிவு இங்கு வேண்டும்.

மாநிலத்தில் கௌரவக் கொலைகளே இல்லை என்று தமிழக முதல்வர் சொல்லிக்கொண்டிருந்த அதேகாலத்தில்தான் பஞ்சாப் ஹரியானா உயர்நீதிமன்ற நீதிபதி கோ. கண்ணன் கௌரவக் கொலைகளைத் தடுக்கச் சில வழிகாட்டு நெறிகளைப் பரிந்துரைத்தார். இதில் காவல்துறையினருக்கும் ஊடகங்களுக்கும் அவர் வழங்கியிருந்த பரிந்துரைகள் முக்கியமானவை. இப்புகார்களைப் பெறுவதற்குத் தனிப்பிரிவு ஏற்படுத்த வேண்டும். சம்பந்தப்பட்டவரின் ஒப்புதல் இல்லாமல் காவல்துறை தன்னிச்சையாகப் பெற்றோருடன் பெண்ணையோ ஆணையோ அனுப்பக்கூடாது. டி.எஸ்.பி. தகுதியிலிருக்கும் அதிகாரி இப்புகாரை விசாரிக்கவேண்டும் என்பது போன்ற பரிந்துரைகளை அவர் சொன்னார். தமிழகத்தில் உரிய ஆதாரங்கள் இருந்தும் கடந்த சில ஆண்டுகளில் ஒருவழக்கில்கூடக் குற்றவாளிகள் முழுமையாகத் தண்டிக்கப்படவில்லை என்று கூறப்படும் இப்புகார்களில் காவல்துறையின் முறைகேடுகளே அதிகம். காவல் நிலையங்கள் நவீனக் கட்டப்பஞ்சாயத்து கட்டடங்களாக மாறிவிட்ட சூழ்நிலையில் இது போன்ற பரிந்துரைகள் இங்கும்கூட அவசியமாகின்றன. ஆனால் இவற்றை முன்னெடுப்பதற்குக் கூடுதல் அக்கறை வேண்டும்.

அண்மையில் எவிடன்ஸ் கதிரோடு பேசிக்கொண்டிருந்தபோது திருமணம் செய்துகொண்டு கல்லூரி படிக்க வருவோரின் எண்ணிக்கை அதிகரித்துவருவதைச் சொல்லிக்கொண்டிருந்தேன். அப்போது அவர் மற்றுமொரு அம்சத்தைக் கவனப்படுத்தினார். கிராமப்புறச் சிறுநகரமொன்றில் அமைந்திருக்கும் கல்லூரி ஒன்றில் இதேபோன்று எண்ணிக்கையிருந்ததைப் பார்த்து விசாரித்தோம். வெளியுலகம் செல்லும் பெண்கள் சாதி தாண்டி காதல், கல்யாணம் போன்றவற்றில் ஈடுபட்டுவிடக் கூடாதென்ற ஓர்மையில்தான் இப்போக்கு செல்வாக்குப் பெற்றிருக்கிறது என்றார். இதுபோன்று கண்ணுக்குத் தெரியாத பல்வேறு எதார்த்தங்கள் இருக்கின்றன. இந்நிலையில்தான் சாதிக்குள்ளாக வரன்தேடும் விளம்பரங்களைக் கட்டுப்படுத்த வேண்டுமென்று ஊடகங்களை கேட்டுக்கொண்ட பஞ்சாப் நீதிமன்ற நீதிபதி கண்ணனின் பரிந்துரையையும் நாம் கவனிக்கவேண்டி இருக்கிறது. இங்கு தேவைப்படுவது கௌரவக்கொலைகளுக்கு எதிரான புதிய சட்டம் மட்டுமல்ல, புதிய சொல்லாடல்களும்தான்.

***காலச்சுவடு*, ஏப்ரல் 2015**

வன்முறை மூலம் உறுதிபெறும் சாதியாதிக்கம்

கடந்த மார்ச் 13 அன்று உடுமலைப்பேட்டையில் சாதிகடந்த காதல் மணம் புரிந்துகொண்ட சங்கர் – கௌசல்யா தம்பதியர் கொடூரமான முறையில் தாக்கப்பட்டனர். இதில் ஒடுக்கப்பட்ட வகுப்பைச் சேர்ந்த சங்கர் இறந்துபோயிருக்கிறார். சாதி காரணமாக ஆணவக்கொலைகள் நடப்பது புதிதானதல்ல. ஆனால் அதில் கூர்மைபெற்றுவரும் சமகால மாற்றங்கள் கவனிக்கப்பட வேண்டியவை. வீட்டார் உறவினர் மற்றும் உள்ளூரின் சொந்தச் சாதியினர் சார்ந்து 'ரகசியமாக' நடந்துவந்த இக்கொலைகள் சமகாலத்தில் உருவாகியிருக்கும் அரசியல் ஆதரவால் வெளிப்படையாகி இருக்கிறது. தம் வீட்டுப் பெண்களை ரகசியமாகக் கொலை செய்தவர்கள், தம் பெண்களைக் காதலித்த 'கீழ்ச் சாதி' ஆண்களைக் கொலைசெய்யும்போது அவற்றை வெளிப்படையாக்கியிருக்கிறார்கள். இவ்வாறு வெளிப்படையாகக் கொலைசெய்வதன் மூலம் தம் பெண்களைக் காப்பாற்றிக்கொள்வதோடு சாதிமீறும் ஒடுக்கப்பட்ட ஆண்களுக்கு வன்முறைச் சாவை ஒரு செய்தியாகத் தரவிரும்புகிறார்கள். அதாவது வன்முறையைத் தங்கள் ஆதிக்கப் பண்பின் அங்கமாக்கிக் காட்டுகிறார்கள். பிறகு வன்முறை அக்குறிப்பிட்ட வகுப்பினரால் திரும்பத்திரும்ப நிகழ்த்தப்பட்டு திரும்பத் திரும்பச் சொல்லப்பட்டு அவர்களின் அடையாளமாகவே அவர்களாலும் சமூகத்தாலும் ஏற்கப்பட்டுவிடுகிறது.

வன்முறைச் சட்டப்படியாகவும் தார்மீகரீதியாகவும் தவறானது என்பது ஒருபுறமிருக்க, நடைமுறையில் வன்முறை பற்றிய இந்தச் சமூக உளவியல் ஆதிக்கவகுப்பினர்மீது பிறருக்கு அச்ச உணர்வு உருவாகவும், அவர்களின் தொடர்ச்சியான அரசியல் ஆதிக்கத்திற்கு உதவுவதாகவும் அமைகிறது. இதுவொரு நுட்பமான செயல்பாடு. ஒடுக்கப்பட்ட வகுப்பினர் என்றாலே எதிர்ப்பேதுமின்றி வன்முறையை ஏற்பவர்கள் ஏதுமற்றவர்கள் என்பதாகக் காட்டும் வழக்கமான கருத்தியலுக்கு நேரெதிராக ஆதிக்க வகுப்பினரை வன்முறையாளர்களாகவும் உயர்வானவர்களாகவும் காட்டும் மற்றுமொரு பார்வைக்கு இப்போக்கே காரணம் என்று சொல்லலாம். எதிரும் புதிருமான இந்நிலைப்பாடு சாதிகளின் எதார்த்தமா? அல்லது இந்த எதிர்மறை 'எதார்த்தத்திற்குள்ளேயே' இச்சாதிகள் இருக்க வேண்டுமா? எனவே வன்முறை என்னும் வடிவம் சாதிகளின் இருப்பில் நடைமுறை சார்ந்தும் சமூக உளவியல் சார்ந்தும் எந்த அளவிற்குச் செயல்படுகிறது என்று கவனிக்க வேண்டியதும் அவசியம்.

அண்மைக்காலக் கொலைகள்

தலைநசுங்கி தண்டவாளத்தில் கிடந்த இளவரசன் உடல், துண்டிக்கப்பட்டுத் தண்டவாளத்தில் வீசப்பட்ட கோகுல்ராஜின் தலை, பட்டப்பகலில் நடுரோட்டில் கொல்லப்பட்ட சங்கர் போன்ற அண்மைக்காலச் சாதிகடந்த காதல் கொலைகள் எல்லோரும் பார்க்கும்படியாகப் பொதுவெளியில் நடந்திருக்கின்றன. வன்முறைக்குக் காரணமானவர்களும்கூட வெளிப்படையாகவே தெரிகிறார்கள். இதுவயைிலான ஆணவக் கொலைகளுக்கும் இக்காலத்திற்குமான முக்கியமான வேறுபாடு இது. விவாதங்களுக்கு அப்பால் பொதுவெளியில் வெறுப்பு, அச்சம், பெருமிதம்,கழிவிரக்கம் என்று ஒவ்வொரு தரப்பாருக்கும் வெவ்வேறாக இவை பொருள்தரக்கூடும். ஆனால் இவற்றில் ஆதிக்கவகுப்பினர் தங்களைப் பற்றிய வன்முறைப் பிம்பத்தைச் சமூகத்திற்கு ஒரு செய்தியாகத் தர முற்படுகின்றனர். அதுதான் தங்கள் ஆதிக்கத்தின் கீழ் ஒடுக்கப்பட்டோரை இருத்திக்கொள்ள உதவும் என்பதோடு தங்களை மீறிவிடாமல் கண்காணித்துக் கொள்ளவும் கண்ணுக்குப் புலப்படாமல் பயன்படுகிறது.

இக்கொலைகளைப் பொதுவெளியில் நிகழ்த்துவோர் எண்ணிக்கை ரீதியிலான பெரும்பான்மைச் சாதியினராகவும், சமகாலத்தின் அரசியல் பலம் பெற்றவர்களாவும் உள்ளனர் என்பது குறிப்பிடத்தக்கது. அதாவது அரசியல் அதிகாரத்தின் ஆதரவு அவர்களைக் கொலை உள்ளிட்ட வன்முறையில்

ஈடுபடுகிறவர்களாக்குவதோடு அதிலிருந்து விடுபடுவதற்கான அதிகாரப் பலம் பெற்றவர்களாகவும் மாற்றியுள்ளது. தங்கள் வீட்டுப் பெண்களைக் கொலை செய்துவிடும்போது வழக்கு உள்ளிட்ட பிரச்சினைகளை ரகசியம் என்பதால் எளிமையாக எதிர்கொண்ட இவர்கள் இத்தகைய சமகால அரசியல் வாய்ப்பினால்தான் தலித் ஆண்களைப் பொதுவெளியில் கொலைசெய்யும் துணிவைப் பெற்றிருக்கிறார்கள். இதன் மூலம் பெண், கற்பு, சமூக மதிப்பு என்று பண்பாட்டு அதிகாரத்திற்காக நடத்தப்படுவதாகக் கருதப்படும் இக்கொலைகள் சமகால அரசியல் அதிகாரத்திற்காகவும் நடத்தப்படுகின்றன. சாதியத் திரட்சி மூலமாகவே சமகால அரசியலிடம் அதிகாரப் பேரம் புரிந்துவந்த எண்ணிக்கைரீதியிலான பெரும்பான்மை ஆதிக்கச் சாதியினரின் சாதி ஒழுங்கைச் சாதிகடந்த காதல் மணம் குலைப்பதால் சமகால அதிகாரத்திற்கான வாய்ப்பையும் அது குலைப்பதாகிறது. மேலும் இக்குலைவை உள்ளூரில் தமக்கு எதிரியாக நிறுத்தப்பட்டிருந்த ஒடுக்கப்பட்ட சாதி யினரின் செயல்பாடுகளே செய்கிறது என்னும்போது இன்னும் ஆத்திரத்தோடு அந்த ஒடுக்கப்பட்ட உடலை அழிக்க முற்படு கின்றனர். இந்தவகையில் இந்த வன்முறைக்குச் சமகால அதிகாரப் பிடிமானமும் காரணமாக இருக்கிறது. அதாவது தலித்துகளை அடக்கப் பாரம்பரிய வடிவமான வன்முறையையும் அதிலிருந்து மீண்டுகொள்வதற்கு நவீனவடிவமான அரசியல் அதிகாரத்தையும் பயன்படுத்திக்கொள்கிறார்கள்.

சாதிக்காகவே வன்முறை

சாதி வெறியால்தான் வன்முறை பிறக்கிறது என்பது பொதுப் பார்வை. ஆனால் சாதிக்காகவே வன்முறை என்பதே உண்மை. அதாவது வன்முறை மூலமே சாதி தக்கவைக்கப்படுகிறது. பொதுவெளியில் வன்முறை நிகழ்த்தும் சாதியினர் அதன்மூலம் தங்களின் வன்முறைப் பிம்பத்தையே ஏற்படுத்த விரும்புகின்றனர். அது நிகழ்த்தப்படும் முறையே சமூகத்திற்கு விடுக்கப்படும் செய்தி யாகிவிடுகிறது. இப்படிச் செய்தால் இவ்வாறுதான் கொல்லுவோம் என்பதை மட்டுமல்ல, அவர்கள் கொல்லக் கூடியவர்கள் என்கிற உளவியலையும் சேர்த்தே அது உருவாக்குகிறது.

இன்றைய சாதி அதிகாரமென்பது புனிதப் பிரதிகளால் மட்டுமே பொருள்பெறவில்லை. அது வன்முறை உள்ளிட்ட பண்புகளாலும் பொருள் பெறுகிறது. குறிப்பாக வட்டார சாதிக்குழுக்கள் ஆங்காங்கு காலூன்றவும் நிலைபெறவும் வன்முறைப் பண்பு பெருமளவு உதவியுள்ளது. பல்வேறு குழுவினருக்கிடையேயான மோதலில் தன்னுடைய அதிகாரத்தை

நிறுவ ஒவ்வொருவருக்கும் வன்முறை தேவைப்பட்டது. அதற்கேற்பவே சடங்கு, வழிபாடு உள்ளிட்ட பண்பாட்டு அம்சங்கள் வன்முறையை உள்ளீடாகக் கொண்டுள்ளன. உயர் சாதிக் குழுக்களின் இன்றைய ஆண்ட பரம்பரை முழக்கங்களையும் மன்னர் மரபுக் குரலையும்கூட இப்பின்னணியில் கேட்க முடியும்.

வன்முறையும் குழு மனோபாவமும்

வன்முறையென்பது கும்பலோடு குழுவோடு தொடர்புடையது. ஒரு குழு மற்றொரு குழுவைக் கும்பலாகவே சென்று தாக்குகிறது. குழு என்பது கும்பலாகவே செல்கிறது, கும்பலாகவே திரும்புகிறது. இங்கு குழு என்பதைச் சாதியென்று விஸ்தரித்துக்கொள்ளலாம். இப்போதும்கூடத் தமிழகத்தில் பெருமளவிலான சாதி சார்ந்த வன்முறைகள் கும்பலாகத் தாக்கிக்கொள்வதாகவே இருக்கின்றன. இப்பண்புக்கு இன்றைய எந்த ஆண்டபரம்பரை சாதியும் விலக்கல்ல. எனவே தன்னைக் குழுவாகக் கும்பலாக உணர்வது, அதுவாகவே தன்னைப் பொருத்திக்கொள்வது போன்றவைதான் சாதிய அம்சத்தின் அடிப்படை. இந்த வகையில் இங்கே ஒரு குழுவின் இருப்பிற்கு வன்முறை தவிர்க்க இயலாததாகிறது. இம்மனோபாவத்திற்கு இந்திய வரலாற்று அளவிலான மன்னர்களின் போர்களை மட்டுமல்ல, சமகால எண்ணிக்கைப் பெரும்பான்மைச் சாதிக் குழுக்களையும் சான்றுகளாகக் காட்டமுடியும்.

பாரம்பரியக் குழு வாழ்வின் தொடர்ச்சியில் வெளிப்படும் முரட்டுத்தனம், அதற்கேயுரிய வீம்பு, புதிய குழுவைத் தேடிச் சென்று தாக்குதல் அல்லது தம் வட்டாரத்திற்குள் நுழைய விடாமல் தடுத்தல் போன்றவை நாளடைவில் இறுகி இன்றைய அரசியல் அதிகாரத்திற்கும் பயன்படுகிறது. இந்நிலையில் வன்முறைமுகம் மீண்டும் மீண்டும் புதுப்பிக்கப்படுவதும் தக்கவைக்கப்படுவதும் நடக்கிறது. அந்தந்த வட்டாரத்தின் உள்ளூர் வளங்களைக் கைப்பற்றுவதில் தொடங்கி அரசியல் அதிகாரத்தைக் கைப்பற்றுவது வரையில் இந்த வன்முறைமுகம் இன்றைக்குச் செயல்பட்டுவருகிறது. தேர்தல்வழியிலான எண்ணிக்கைப் பெரும்பான்மைவாதம் மட்டும்தான்நவீன அரசியல் அதிகாரத்திற்கான ஒரே வழியாக இருக்கிறது.

சமகாலப் பொருத்தப்பாடு

நவீன கால அரசியல் தேவையான பெரும்பான்மைவாதமும் பாரம்பரிய வன்முறையும் திரட்சியும் இணையும்போது அந்தந்த வட்டாரத்தின் அரசியல் அதிகாரம், வன்முறைச்

சாதிகளிடம் சேருகிறது. இந்தியாவின் ஒவ்வொரு வட்டாரத்திலும் இத்தகைய பல்வேறு சாதியக்குழுக்கள் உள்ளன. தமிழகத்திலும் இது தொடர்பாக விரிவாக ஆராயமுடியும். எனினும் உடனடியாகத் தேவர் எனப்படும் முக்குலத்தோர் பகுப்பில் அடங்கியுள்ள சில குழுக்களை இதற்கு உதாரணமாகச் சுட்ட முடியும். இவ்விடத்தில்தான் தமிழ்சினிமா உள்ளிட்ட ஊடகங்கள் அச்சாதியினரை அரிவாள், வீரம், பெருமிதம், மானம் என்கிற இணைப்பில் வன்முறை அடையாளத்தோடு தொடர்ந்து சித்திரித்துவருவதையும் கவனிக்க வேண்டியுள்ளது. அச்சாதியினர் பற்றிய பிம்பத்தையும் சமூக உளவியலையும் கட்டமைப்பதில் இவை பெரும்பங்காற்றியுள்ளன. எதார்த்தத்தில் அவர்களுக்கு எதிரான ஒடுக்கப்பட்டோரின் போராட்டங்கள் நடந்துவந்தபோதிலும், ஆதிக்க வகுப்பினருக்கு மட்டுமே தரப்படும் வன்முறைப் பிம்பம் அவர்களையேகூட நம்பவைப்பதாகவும் பிறரையும் இணங்கவைப்பதாகவும் பொருள் பெற்றுவிடுகிறது. இவ்வாறுதான் வன்முறைப் பிம்பம் இன்றைய அதிகார அரசியலில் நுட்பமாக வினையாற்றுகிறது. இந்த அம்சத்தை அந்தந்த வட்டாரப் பெரும்பான்மைச் சாதிகளின் பண்புகளோடு பொருத்திப் பார்க்கும்போதுதான், இன்றைய பொதுவெளிகளில் தலித்துகள் கொல்லப்படும் நிலையைப் புரிந்துகொள்ள முடியும்.

குழுவுணர்வும் அகமண வாழ்வும்

குழு வாழ்க்கைக்கும் குழுவிற்குள்ளேயே மணம் புரிந்துகொள்வதற்கும் இடையேயான தொடர்பும் இங்கு அறுதியிடத்தக்கது. கும்பல் அல்லது குழு என்பது அகமணம் மூலமே காப்பாற்றப்படுகிறது. கும்பலைத் திருப்திப்படுத்த – தக்க வைக்கக் குலப்பெருமை, தனித்தன்மை, சடங்குசார்ந்த வாழ்வு போற்றப்படுகிறது. ஒரு குழுவிடமிருந்து தன்னைப் பாதுகாப்ப தென்பது தன் குழுவிலிருந்து அவர்கள் பெண்ணை எடுப்பதைத் தடுப்பது குலப்பெருமை அல்லது குழு தனித்தன்மையைக் காப்பாற்றுவது என்றாகிறது. இக்குலப்பெருமையென்பதைச் சாதிப்பெருமையாக வாசித்தால் இதனை உணரலாம். தமிழின் பழம் இலக்கண இலக்கியப் பிரதிகளில் கால்நடைகளைக் கவரும் இருவேறு குழுக்களிடையே பெண் எடுப்பும் பெண்மறுப்பும் இடம்பெறுவதைப் பார்க்கலாம். பெண் மறுப்புக்காக வன்முறை என்பது அக்குழுவுக்கான பண்பாடாகவேஇருக்கிறது. தொடர்ந்து வன்முறையை அப்பண்பாடே அங்கீகரிக்கிறது. இன்றைய சாதிகளின் பெண்மறுப்பில் இந்த வன்முறையே புலப்படுகிறது.

1916ஆம் ஆண்டு சாதியின் தோற்றம், வளர்ச்சி பற்றிக் கோட்பாட்டுரீதியாகச் சட்டகப்படுத்த முயன்ற அம்பேத்கர்,

டாக்டர் கெட்கர் என்பவரின் ஆய்விலிருந்து ஒரே குழுவுக்குள் மணந்துகொள்ளும் அகமண வழக்கத்தைச் சாதியின் முக்கிய அலகாக எடுத்துக்கொண்டார். அக்கூற்றை நுட்பமான மானுடவியல் ஆய்வின் வழி வளர்த்தெடுத்தார். சாதி உருவான முறையாகக் கூறப்பட்டுவந்த அவ்வழக்கத்தை அது தொடர்ந்து பாதுகாக்கப்பட்டுவருவதற்கான முறைமையாகவும் விளக்கினார் அம்பேத்கர். அவர் அகமண வழக்கத்திற்காகக் கூறும் இக்கூற்றை வன்முறை குறித்த பண்புக்கும் அப்படியே பொருத்தலாம். சாதியமுறை தொடர்ந்து பாதுகாக்கப்பட்டுவரும் விதத்தில் வன்முறை என்கிற அம்சத்திற்கு நேரடியாகவும் உளவியல்ரீதியாகவும் பங்காற்றுகிறது என்பது குறிப்பிடத்தக்க செய்தியாகும். சாதிபற்றிய ஆய்வில் தனிமனித உளவியலுக்கும் சமூக உளவியலுக்கும் இருக்கும் இடம் பற்றிய ஆய்வுகள் சொற்ப மானவையே. இத்தகைய ஆய்வுகள் சாதியைப் புறத்திலிருந்து வருவதாகக் கருதி ஆராய்வதிலிருந்து விலகி தமக்குள்ளேயும்கூடப் பார்ப்பதற்கான வழியைத் தருகிறது. சாதியை வைத்திருப்பதா ஒழிப்பதா என்கிற விவாதத்தை எழுப்புவதற்கு முன் ஒரு மனிதனுக்குச் சாதி ஏன் தேவைப்படுகிறது என்கிற புரிதல் அடிப்படையானது. அந்த வகையில் உடல்சார்ந்த வன்முறை கட்டமைக்கும் உளவியல் பற்றிய ஆய்வும் தேவையானதே. சாதி முறையின் மற்றுமொரு முக்கிய அலகாக அம்பேத்கரால் கண்டெடுக்கப்பட்ட 'போலச்செய்தல்' என்பதுகூட ஒரு வகையில் குழுசார்ந்த உளவியல் பங்கைச் சொல்வதேயாகும்.

(மதுரை காமராசர் பல்கலைக்கழக வரலாற்றுத் துறையில் மார்ச் 17–18 தேதிகளில் நடந்த Content of castes and communities of South India: Past and present என்னும் தலைப்பிலான கருத்தரங்கில் வாசிக்கப்பட்ட கட்டுரையின் திருத்தப்பட்ட சுருக்க வடிவம் இது)

காலச்சுவடு, ஏப்ரல் 2016

தர்மபுரி வன்முறைக்கு முன்பும் பின்பும்

துணைப்பிரதிகளாய் அமைந்த தமிழ்ப்படங்கள் மீதான வாசிப்பு

"தலித் இளைஞர்கள் டீசர்ட், ஜீன்ஸ், கூலிங் கிளாஸ் அணிந்துகொண்டு வன்னியர் சாதிப்பெண்களை நம்பவைத்து காதல்நாடகம் ஆடுகிறார்கள். இதைத் திட்டமிட்டு தலித்துகளின் கட்சி ஒன்று நடத்துகிறது" இவை 07.11.2012 அன்று தர்மபுரி அருகில் வன்னியர்கள் மூன்று தலித் கிராமங்களை வன்முறைக்கு இலக்காக்கியபோது அவற்றை நியாயப்படுத்த பாமக தலைவர் ராமதாஸ் சொன்ன வார்த்தைகளாகும்.

தலித்கட்சியொன்றை எதிரியாக்கிக் காட்டுவதற் காக அவரால் சொல்லப்பட்டாலும். மொத்த தலித் சமூகக் குணாம்சத்தின் வரையறையாகவே இது அர்த்தமானது. ஏற்கனவே சமூகத்தில் தலித்துகள்மீது படிந்திருக்கும் பொதுப்புத்தியைப் பிரதிபலிப்பதாக வெளிப்பட்ட இந்த நிலைப்பாடு அவர் எதிர் பார்த்தது போலவே பிற தலித் அல்லாத சாதி அமைப்புகளால் உடனே விதந்தோதப்பட்டது. தொடர்ந்து தமிழகத்தின் பல்வேறு பகுதிகளிலும் தலித் அடக்குமுறை மனோபாவத்தோடு செயல் படும் சாதியமைப்புகளை ஒருங்கிணைத்து தலித் அல்லாதோர் கூட்டமைப்பு ஒன்றையும் அவர் தொடங்கினார். இக்கூட்டமைப்பின் மேடைகளில் தான் தலித்துகளுக்கு எதிரான மேற்கண்ட வெறுப்புப் பேச்சுகள் வெளிப்பட்டன.

சாதி கடந்த காதல் திருமண எதிர்ப்பாகத் தொடங்கிய இப்பேச்சின் பின்னணியில் சொந்தச் சாதி, அவர்தம் மானம், பெண்களின் கற்பு, சாதிய குழுமத்தைப் பாதுகாத்தல் எனும் அர்த்தங்கள் அடுத்தடுத்து இங்கே பொருத்தப்பட்டன. இவ்வாறு பண்பாடு தொடர்பான அம்சங்களுக்கு இருக்கும் உணர்ச்சி பூர்வத் தன்மையைச் சமகால அரசியல்திரட்சிக்கு இக்கட்சி பயன்படுத்திக்கொள்ள விரும்பியது.

இது அரசியல் கட்சித்தலைவர் ஒருவரின் உடனடி பயன்பாட்டுவாதப் பேச்சு மட்டுமல்ல, பொதுச்சமூகத்தில் இயல்பாகவே புழங்கிக்கிடக்கும் சாதிய மனோபாவத்தைப் பயன்படுத்திக்கொண்ட போக்குமாகும். தலித்துகளிடையே மேலோங்கிவரும் அரசியல் விழிப்புணர்வு, தங்கள் மீதான ஒடுக்குமுறைக்கு எதிரான ஓர்மை, இடப்பெயர்ச்சி, உத்தியோகம், பொருளாதார மேம்பாடு போன்றவற்றின் காரணமாக இயல்பாகி வரும் சாதி தாண்டிய காதல் மற்றும் திருமணம் போன்றவற்றிற்கு எதிராகச் சாதிய புழுக்கம்தான் இப்போக்கு. தலித்துகள் கடந்த காலத்தை மறுத்துப் புதிய காலத்தை நோக்கி மேம்படுகிறார்கள் என்பதற்கான குறியீடுகள்தான் ஜீன்ஸ், கூலிங் ஸ்கிளாஸ், டீசர்ட் என்பதெல்லாம்.

அதாவது நவீனத்தின் வடிவங்கள் இவை. இவற்றைக் காட்டி தலித் இளைஞர்கள் ஆதிக்கச் சாதிப் பெண்களையே மயக்குகிறார்கள், ஏமாற்றுகிறார்கள் என்பது ராமதாஸ் போன்றோர் தரவிரும்பிய அர்த்தங்களாகும். எனவே இக்கூற்று ராமதாஸ் வெளிப்படுத்தியதாக இருந்தாலும், இக்காலக்கட்ட சமூகமாற்றத்தை எதிர்கொள்ள முடியாத சாதிய சமூகமொன்றின் பிரதிபலிப்பு என்றே கொள்ளவேண்டும். இம்மனோபாவம் அரசியல் தளத்தில் மட்டுமல்லாது, வெவ்வேறு தளங்களிலும் வெவ்வேறு மாதிரி வெளிப்படுகிறது. ஒரு சினிமா பற்றிய கட்டுரைக்கு இவ்வளவு விரிவான அரசியல் விவரணை தேவைதானா என்று தோன்றலாம்.

தலித் விழிப்புணர்வின் அரசியல் பக்கத்தைக் காட்டுவதைக் காட்டிலும் பண்பாட்டுப் பக்கத்தை (அதாவது பெண்களின் மானம், கற்பு) காட்டும்போதுதான் தலித் அல்லாத சாதிக்குழுக் களின் கோபத்தைத் தலித்துகளுக்கு எதிராகத் திரட்ட முடியும் என்பதே இம்மொத்தச் சூழலும் நமக்குக் காட்டிய உண்மை.

ஆனால், ராமதாஸின் இதே கூற்றை அவரோடு தொடர் பில்லாத திரைப்பிரதி ஒன்றும் அப்படியே பேசியது என்பதைக் குறிப்பிட இந்த விரிவு தேவைப்பட்டது.

'சுந்தரபாண்டியன்' என்னும் திரைப்பிரதி

சுந்தரபாண்டியன் என்னும் இப்படம் ஆவணப்படத் தன்மையோடு ஆரம்பிக்கிறது. முத்துராமலிங்கத் தேவர் சிலை, பார்வார்டு பிளாக் கட்சிக்கொடி, கார்த்திக், பிரபு ரசிகர்மன்ற போஸ்டர்கள், மக்கள் நடமாட்டம் என்பதாகக் காட்டப்படுகிறது ஊர் ஒன்று. தொடர்ந்து அந்த ஊரைப் பற்றிய விவரணைக்குரல் ஒலிக்கத் தொடங்குகிறது.

"உசிலம்பட்டி மதுரை மாவட்டத்துல புறக்கணிக்க முடியாத ஊர். அது ஏன்னு தெரியலங்க. உசிலம்பட்டிக்காரங்களுக்கு மதுரை மேல அவ்வளவு பாசம்" என்று காட்சிகளுக்கு ஏற்ப இயக்குநரின் குரல் பின்னணியை விவரிக்கத் தொடங்குகிறது. அவர்களுக்குத் தேசத்தலைவர் என்றால் நேதாஜி சுபாஷ் சந்திரபோஸ்தான் என்று கூறும் பின்னணிக்குரல், 'அதனால்தானோ என்னவோ, இவர்களிடம் பாசம் இருக்கிற அதே அளவுக்கு வேகமும் கோபமும் இருக்கும்' என்று சொல்லிவிட்டு, குரல் பெண்கள் பற்றியதாகக் குரல் மாறுகிறது. பெண்குழந்தை பொறந்தவுடனே கள்ளிப்பாலை ஊற்றிக் கொல்வதாகச் சொல்லுகிற இந்த ஊர்லதான் அதே பொண்ணுங்களைக் குலசாமியாகக் கும்பிடறாங்க. அப்படி அவங்க குலசாமியா வச்சி கும்பிடுற பொண்ணுங்க மனசை யாராவது வந்து காதல் அதுஇதுன்னு கெடுத்துட்டாங்கன்னு வச்சுக்குங்க; அவங்கள என்ன பண்ணுவாங்க தெரியுமா?' என்று கேட்டு அதற்கு விடை சொல்வது போல அடுத்த காட்சிக்குள் நுழைகிறது.

அடுத்த காட்சி

மலை, முட்புதர்கள் அடங்கிய அரவமற்ற காட்டில் கையில் 'புத்தகத்தோடு' ஓடிவரும் இளைஞன் ஒருவனைக் கையில் ஆயுதத்தோடு இருவர் கொலைசெய்ய எத்தனிக்கின்றனர். அவர்களில் ஒருவன் அந்த இளைஞனை நோக்கி இப்படிப் பேசுவான்: 'ஏண்டா பொம்பளப்புள்ளைய பெத்து குத்துவிளக்கு மாதிரி வளர்ப்போம். நாலு நல்ல விசயத்தைத் தெரிஞ்சிகிட்டுமேன்னு காலேஜிக்கும், ஸ்கூலுக்கும் பஸ்சல அனுப்புனா, நீங்க பேண்ட் சட்டை எடுத்து போட்டுகிட்டு ஒரு போனைக் கையில வச்சிகிட்டு பந்தா பண்றதும், அலப்பற பண்றதும்னு மனச கெடுப்பீங்க! நாங்க வேடிக்கை பாத்து போவணும்! உன்ன மாதிரி பஸ்ல சேட்டை பண்ற மூணுண்டு பேணு அடுத்தடுத்து போட்டாதான் இனிமேல் படிக்கப்போற புள்ளைங்க பத்திணுமா வீடு வந்துசேருங்க என்று பேசிவிட்டு கையிலிருக்கும் கத்தியால் அந்த வாலிபனின் கழுத்தைக் கீறுவார்கள். அவன் செத்துவிழுவான்.

ஆவணப்படமாக இருந்தபோது ஒலித்த கதைசொல்லியான இயக்குநரின் குரல் இப்புனைவானகாட்சி மீது மீண்டும் ஒலிக்கத் தொடங்குகிறது. இவ்விடத்தில் எது ஆவணம், எது புனைவு என்பது மயங்கி இரண்டும் ஒன்றாகிறது. அவை: ஆள்அரவமில்லா இந்த இடத்துல ஆயுதத்தோட இருக்கிற இரண்டு பேருக்கிட்ட ஒருத்தன் தனியா மாட்டிகிட்டாலே தப்பிக்க முடியாது. காதல் அதுஇதுன்னு இவங்க குலகௌரவத்தை எவன் கருவறுத்தாலும் அவங்கள உருவறுக்கிறது இந்தக் கள்ளிக்காடுதான். இன்னும் இந்த இடம் யார் யாரயெல்லாம் காவு வாங்கப்போகுதோ . . .' என்று விளித்துக் குரல் முடிகிறது. இக்காட்சிகளுக்குப் பிறகே படத்தின் டைட்டில் ஆரம்பிக்கிறது. அதாவது படத்தின் தொடக்கப்பகுதி உண்மைச் சம்பவமொன்றை ஆவணப்படமாய்ச் சொல்வதாக அமைக்கப்பட்டுள்ளது. இவ்வாறு 'உண்மை'ச் சம்பவத்தைச் சொல்வதன் மூலம் புனைவு இனி தொடங்குகிறது என்று பொருள் கொள்ளும்படி படம் டைட்டிலோடு தொடங்குகிறது. இத்தகைய வைப்புமுறை, சொல்லல் முறை ஆகியவற்றின் மூலம் டைட்டிலுக்கு முந்தைய பதிவை நிகழும் உண்மையின் பதிவு என்று முன்வைத்துள்ளனர்.

தமிழில் ஏற்கனவே வெளியான சுப்ரமணியபுரம் படத்தின் எளிமைப்படுத்தப்பட்ட தாக்கம்தான் இப்படம். சுப்ரமணிய புரத்தை ஒத்தகளம், காட்சியமைப்பு படத்திலுண்டு. அப்படத்தின் இயக்குநர் மற்றும் நடிகர் சசிக்குமார்தான் இப்படத்தின் நாயகன். இப்படத்தின் கதை எளிமையானது. துரோகம் செய்கிறவன் நண்பனாக இருந்துவிட்டால், அவனைக் காட்டிக் கொடுக்காமல் இருப்பதே நல்ல நட்புக்கு அழகு என்பதேயாகும். இந்த ஒற்றைச் செய்திதான் 'அன்றாடங்களின்' பண்போடு திரைக்கதையாக்கப்பட்டிருக்கும் விதத்தால் படம் 2 மணி நேரமாக மாறியிருக்கிறது.

மையக்கதையோடு தொடர்பில்லாவிட்டாலும் படத்தி லிருக்கும் மற்ற சம்பவங்கள் பலவேளைகளிலும் படத்தை நகர்த்தும் அம்சங்களாக மாறிவிடுவதுண்டு. அந்த வகையிலேயே பெண்–காதல்–கொலை, குலகௌரவம், கொலை தொடர்புடைய தொடக்க ஆவணத்தன்மையான பதிவு அடுத்தடுத்து மொத்தப் படத்தையும் பார்ப்பதற்கான எதிர்பார்ப்பைத் தூண்டுவதாக அமைக்கப்பட்டுள்ளது. பின்னால் வரப்போகிற காட்சியையும், கதையையும் இச்சம்பவத்தின் பின்னணியில் வைத்துப் புரிந்து கொள்ள வேண்டுமென்பதே இக்காட்சிகள் தொடக்கத்தில் அமைக்கப்பட்டிருப்பதன் பொருளாகும். சாதியப் பேச்சை மையக்கதையாகக் கொண்டிராததாலும், சாதியை உரத்துப்

பேசாததாலும் இது சாதி பற்றிய படமாகப் பார்க்கப்படவில்லை. ஆனால் படத்தில் கதையாக இல்லாமல் பெயர்களாக அடையாளச்சின்னங்களாகப் பாத்திர குணாம்சங்களாகச் சாதியடையாளம் நுட்பமாகச் ஊடாடுகின்றன[1].

படத்தின் தொடக்கக் காட்சிகளில் காதல் என்ற பெயரில் ஏமாற்றுகிறார்கள், அது குலகௌரவத்திற்குக் (சாதி கௌரவத்திற்கு) கேடானது என்று சொல்லப்படுகிறது. பேண்ட் சட்டை, போன் போன்ற நவீன வடிவங்கள் மூலம் பெண்கள் ஏமாற்றப்படுவதாகவும் சொல்லப்படுகிறது. பெண் வழியிலான குலகௌரவத்தைக் காப்பதற்காகவே கொலை செய்யப்படுகிறது என்றெல்லாம் பிரதியின் குரல் நீள்கிறது. திரைப்பிரதி இதைத் தன்னுடைய குரலாகவே எடுத்துப் பேசுகிறது. மதுரைக்கு மேற்கே வாழும் கள்ளர்கள் எனப்படும் இடைநிலை வகுப்பினர்களின் நிலப்பரப்பில் இக்கதையாடல் நிகழ்த்தப்படுகிறது என்பது குறிப்பிடத்தக்கது.

திரைப்பிரதியும், அரசியல் பிரதியும்

கதையாடல் தளத்தில் திரைப்பிரதி நிகழ்த்திய இக்கூற்றுகள் அரசியல் தளத்தில் ராமதாஸின் அறிக்கையாகிய பிரதியிலும் தர்மபுரி வன்முறையின்போது வெளிப்பட்டன. இளவரசன் – திவ்யா ஆகியோரின் சாதிதாண்டிய காதல், திருமணம், வன்முறை ராமதாஸின் நாடகக் காதல் என்ற அறிக்கை, தலித் அல்லாதார் கூட்டமைப்பு, தண்டவாளத்தின் அருகே கிடந்த இளவரசனின் சடலம் ஆகியவற்றிக்கும் இப்படக் காட்சிகளுக்குமான ஒத்த படிமங்கள் விரிவதை யோசித்தால் உணரலாம். குறிப்பிட்ட அரசியல் நோக்கத்தோடு ஓரிடத்தில் வெளிப்படுத்தப்பட்ட கருத்து, அவற்றோடு தொடர்பில்லாத மற்றொரு இடத்தில் மற்றொரு வடிவத்தில் வெளிப்படுத்தப்பட்டிருக்கிறது. ராமதாஸின் அரசியல் கூற்றை ஏற்க முடியாதவர்களைக் கூட அதே கூற்றுகளைப் புனைவு தளத்தில் பேசும் இத்திரைப்பிரதி இவற்றை மௌனமாக ஏற்கச் செய்கிறது.

ராமதாஸும் சுந்தரபாண்டியன் இயக்குநரும் நேரடித் தொடர்புடையவர்கள் என்பதோ பேசிவைத்துச் செய்தார்கள் என்பதோ அதன் பொருளல்ல. 14.09.2012 அன்று சுந்தரபாண்டியன் படம் வெளியானது. தர்மபுரி வன்முறை நடந்து ராமதாஸின் அறிக்கை வெளியானது இரண்டு மாதம் கழித்து 2012 நவம்பரில். இந்நிலையில் ஒருவர்மீது ஒருவர் தாக்கம் செலுத்த வாய்ப்பு குறைவு. முற்றிலும் இருவேறு பின்னணி, இருவேறு வடிவங்கள் இருவேறு சாதிகள். ஆனால் இரண்டு சாதிகளும் அந்தந்த வட்டாரத்தின்

சாதி ஆதிக்கத்தைக் கையில் கொண்டிருக்கும் இடைநிலைச் சாதிகள். ஒன்றுக்கொன்று தொடர்பில்லாவிட்டாலும் அந்தந்த வட்டாரத்தின் ஒடுக்கப்பட்ட சாதிகளை அபாயமாகக் காட்டி சாதிய பாதுகாப்பை வலியுறுத்துகின்றன என்பதே இரண்டு தரப்புக்கிடையேயுள்ள ஒற்றுமை.

சமகால அரசியல் அதிகாரத்தின்வழி அதிகாரத்தை ஸ்திரப் படுத்தியிருக்கும் வட்டாரப்பெரும்பான்மை இடைநிலைச் சாதிகள் ஏற்கனவே இருந்த மரபார்ந்த சமூக அதிகாரத்தையும் நவீன அரசியல் அதிகாரத்தையும் தக்கவைக்கத் தங்கள் குழுமத்தின் பண்பாட்டு அடிப்படையிலான உணர்ச்சிகளை வெளிப்படையாகப் பேச முயல்கின்றன. இம்முயற்சியில் அரசியல் விழிப்புணர்வு மற்றும் பொருளாதார மேம்பாடு மூலம் பாரம்பரிய சாதியமைப்பை மீறி எழவிரும்பும் தலித்துகளை இடையூறாகப் பார்க்கிறார்கள்.

அதனாலேயே செல்போன், ஜீன்ஸ், டிசர்ட், உள்ளூரிலிருந்து வெளியேறி கல்லூரி சென்று வருதல் போன்ற நவீன வடிவங்கள் அல்லது மாற்றங்கள் ஆகியவற்றைத் தலித்துகளுடையதாகவும், இவை தங்கள் சாதிக்குழுமப் பண்பாட்டிற்கான சவாலாகவும் இரண்டு பிரதிகளிலும் உருவகப்படுத்தப்படுகின்றன.

நவீன வாய்ப்புகளின் வழியாகக் கீழான சாதியினர் பாரம்பரிய மான குலசாதி கௌரவத்தைக் குலைக்கிறார்கள் என்று ஒருசேரப் பேசுகின்றன. ஒன்றுக்கொன்று தொடர்பில்லாவிட்டாலும், ஒரே மாதிரியான வெளிப்பாடு. நவீன அரசியலின் அதிகாரமும் தேவை; பாரம்பரிய சாதிப் பண்பாட்டின் அதிகாரமும் தேவை என்கிற நிலையையே ஆதிக்கச் சாதிகள் விரும்புகின்றன. நவீன தேவைகளுக்காக 'வெளியே' சென்று வரும்போது பல்வேறு மாற்றங்கள் நடக்கின்றன. பஸ் போன்ற போக்குவரத்துச் சாதனங்கள் செல்போன் போன்ற தொடர்பு சாதனக் கருவிகள், ஜீன்ஸ் போன்ற நவநாகரிக உடைகள் ஆகியவற்றின் மூலம் சாதிப்பண்பாட்டிலிருந்து வெளியேறுதல், இப்புதிய நெருக்கடிகளி லிருந்து தம் சாதிப்பண்பாட்டைப் பாதுகாத்தல் என்கிற போராட்டம் தலித்துகளுக்கும் ஆதிக்கவாதிகளுக்கும் இடையே நடக்கின்றன. தலித்துகளின் இத்தகைய 'வெளியேறும்' முயற்சி மீதான தாக்குதலாக ஜீன்ஸ், செல்போன், பஸ் போன்றவற்றைக் குறியீடுகளாக நிறுத்தி எதிராகப் பேசுகிறார்கள்.

இவ்விரண்டு தரப்புகளும் ஒன்றுக்கொன்று தொடர்பில்லா விட்டாலும் ஒரே காலக்கட்டத்தின் குரலாக இருப்பதைப் பார்க்கிறோம். இதன் மூலம் பரந்துபட்ட சமூகப் பொருளியல்

மாற்றங்கள் வெவ்வேறு இடங்களில் இருந்தாலும் ஆதிக்க வகுப்பினர் ஒரே மாதிரியே பதற்றம் கொள்கிறார்கள். சிறு சிறு வேறுபாடுகளோடு வெவ்வேறு வடிவங்களில் ஒரே மாதிரி பேசுகிறார்கள். இவையே ராமதாஸின் அறிக்கையையும் சுந்தரபாண்டியன் திரைப்பிரதியையும் கருத்தியல், அரசியல், உளவியல் என்கிற அளவில் ஒன்றுபடுத்துகின்றன. இங்கு பகுதிகளை மொத்தத்திலும், மொத்தத்தைப் பகுதியிலும் வைத்துப் புரிந்துகொள்ள வேண்டியுள்ளது.

தமிழக அரசியலில் சாதியச்செயற்பாடு ஆழமாக வேரூன்றியிருந்தாலும், கடந்தகாலம் வரையிலும் சாதியை சாதிவன்முறைகளை வெளிப்படையாக நியாயப்படுத்த முடியாத 'தார்மீகம்' ஒன்றிருந்தது. சாதியை ஆதரித்துப் பேசியதன் மூலம் அத்தகைய தார்மீகத்தை ராமதாஸ் உடைத்தார். அதேபோல தமிழ்சினிமாவில் சாதியைத்தாண்டிக் காதலிப்பது சாகச சினிமாவின் தவிர்க்கமுடியாத அங்கமாக இருந்தது.

தமிழ்சினிமா வரலாற்றில் முதன்முறையாக சாதிய கௌரவத்திற்குக் காதலை எதிராக வைக்கும் போக்கை சுந்தரபாண்டியன் படம் வெளிப்படையாகச் செய்துள்ளது. அந்த வகையில் இவ்விரண்டு பிரதிகளும் அரசியலாகவும், சினிமாவாகவும் முக்கியத்துவம் கொள்கின்றன. எனினும் எந்த வினைக்கும், எதிர்ப்பு இல்லாமல் இருக்கப்போவதில்லை. தர்மபுரி வன்முறைக்கு முன்பாக சுந்தரபாண்டியன் படத்தைப் பார்க்கும் அதே வேளையில், பின்பாகப் பார்க்கவும் ஒரு படம் இருக்கிறது.

கௌரவம் என்னும் மற்றுமொரு திரைப்பிரதி

தர்மபுரி வன்முறைக்குப் பின் ஐந்து மாதங்கள் கழித்து 2013ஆம் ஆண்டு ஏப்ரல் மாதத்தில் கௌரவம் என்ற படம் வெளியானது. சமகாலச் சமூகநிகழ்வைப் படமாக்கும் ஓர்மையோடு இப்படம் எடுக்கப்பட்டதாகத் தயாரிப்பாளர் மற்றும் நடிகர் பிரகாஷ்ராஜ் படம் வெளியாகும் முன்பே கூறியிருந்தார். எனவே இப்படம் சாதியின் சமகாலக் கொடூரத்தைக் காட்டி சாதிமறுப்பைப் படம் கோருகிறது. குறிப்பாகச் சாதிதாண்டிய காதல்மணத்திற்காக நடந்த கொலையைப் படக்கதை மையமாகக் கொண்டிருக்கிறது. அந்த வகையில் தர்மபுரி வன்முறையோடு பேசப்பட்ட சாதிதாண்டிய காதல்மணத்தின் பக்கம் படத்தின் கதையாடல் நிற்கிறது.

சென்னையில் தன்னோடு படித்த நண்பனைத் தேடி அவனுடைய கிராமத்திற்கு வருகிறான் படத்தின் நாயகன். தேடப்படும் நண்பன் தாழ்த்தப்பட்ட சாதியைச் சேர்ந்தவன். ஆனால் அவன் காணாமல் போய் ஆறு மாதமாகிவிட்டதாக

ஊராரும் வீட்டாரும் கூறுகிறார்கள். தன்னால் அவனைக் கண்டுபிடிக்க முடியும் என்று கருதும் நாயகனுக்கு நண்பன் காணாமல்போனது இயல்பானதல்ல, அதற்குள் வேறு புதிர்கள் இருக்கின்றன என்பது ஒருமுறை தெரியவருகிறது. ஊரில் சாதிமாறிக் காதலித்ததால் காதலியின் ஆதிக்கச் சாதிக் குடும்பத்தால் அவன் உயிரோடு கொளுத்தப்பட்டதை அறிகிறான். இதுவே படத்தின் கதை.

இப்பிரதியின் கதையாடலிலும், சித்தரிப்பிலும் குறைபாடுகள் உண்டு. தார்மீகம் உள்ள அளவிற்கு அன்றாடம் பற்றிய நம்பகத்தன்மை இல்லை. அதனாலேயே படம் வணிகரீதியாக வெற்றிபெறவில்லை. மேலும் சாதியைப் பேசும் இப்படத்தில் அதைப் பற்றிப் போதுமான புரிதலும் குறைவு. ஒருவகையில் மேலிருந்து கீழ்நோக்கும் பார்வைதான் இப்படத்திலிருக்கிறது. இவை ஒருபுறமிருக்க, அதன் உள்ளடக்கத்தைச் சார்ந்த சில விஷயங்களை இங்கே பேசுவோம்.

தர்மபுரி வன்முறைக்குப் பின் எடுக்கப்பட்டாலும் அதை நேரடியாகப் பேசுவதை விடுத்து, இளவரசன் – திவ்யா போன்று சாதி தாண்டிய திருமணமொன்று நடந்ததால் நிகழ்ந்த மற்றுமொரு சம்பவத்தை இப்படம் பேசியது. 2005ஆம் ஆண்டு கடலூர் மாவட்டம் விருத்தாச்சலம் அருகிலுள்ள புதுக்கூரைப்பேட்டை என்ற ஊரில் சாதிதாண்டிக் காதலித்ததால் வன்னியர் சாதி கண்ணகியும், தலித் சாதிப் பட்டதாரி இளைஞர் முருகேசனும் கொலைசெய்யப்பட்டனர். ஊரார் ஒன்றுகூடி கொலைசெய்ததால் சில நாட்களுக்குப் பிறகே இக்கொடூரம் மெல்ல வெளியானது. இச்சம்பவத்தை எடுத்துக்கொண்ட இப்படம் பட்டதாரியாகிய முருகேசனோடு படித்த நண்பன் ஒருவன் வந்து சாவின் மர்மத்தைக் கண்டுபிடிப்பதாகக் கதையை அமைத்துக்கொண்டது. அந்த வகையில் உண்மைச்சம்பவத்தின் தாக்கத்தால் உருவான படமென்று இதைக் கூறலாம். மேலும் தர்மபுரி வன்முறைக்குப் பின்னரான அவற்றோடு தொடர்புடைய மற்றொரு பிரதி என்று இதைக் கூறுவதிலும் தவறில்லை. புதுக்கூரைப்பேட்டை முருகேசன்–கண்ணகி காதலை எடுத்தாண்டாலும் சம்பவம் தர்மபுரி இளவரசன்– திவ்யா காதல்மணத்தைக் காரணமாக வைத்து நடந்த வன்முறையின் தொடர்பு கருதியே திரைப்பிரதியாக்கப்பட்டது என்பது குறிப்பிடத்தக்கது. (புதுக்கூரைப்பேட்டை சம்பவத்தை பிரதிபலிக்கும் வகையில் அதை சினிமாவில் ஒருபகுதியாகக் காட்டியது பாபு யோகேஸ்வரன் இயக்கி 2005இல் வெளியான 'தாஸ்' படம்தான்) அதாவது தர்மபுரியில் சாதிக்கலப்பு மணத்தை எதிர்த்த ராமதாசுக்கு முன்னுதாரணமாக இருந்தது

புதுக்கூரைப்பேட்டை சம்பவம்தான் என்ற முறையில் இந்த மீள்பிரதியாக்கம் சரியானதே. கௌரவம் என்கிற சொல்லாடல் அல்லது அடையாளம் என்பதே தர்மபுரி வன்முறைக்கு முந்தியும் பிந்தியும் வந்த சுந்தரபாண்டியன், கௌரவம் ஆகிய இரு படங்களிலும் மையமானது.

காதலுக்கு எதிராகக் குலகௌரவத்தை நேர்மறையாகப் பார்க்கிறது சுந்தரபாண்டியன். காதல் மணத்திற்குத் தடையாக நிற்கும் சாதிகௌரவத்தை எதிர்மறையாக வைக்கிறது கௌரவம். குலகௌரவத்தைக் காப்பதற்கேற்ப படம் முழுவதும் ஜமீன்தாரியத்தன்மை, வன்முறை, சடங்குகள், சாதிப்பிடிப்பு ஆகிய பாரம்பரிய அடையாளங்களை நிறுவிச் செல்லும் சுந்தர பாண்டியன் எதிர்திசையில் பேண்ட் சட்டை, செல்போன், பஸ் போன்ற நவீன வடிவங்களை நிறுத்துகிறது. இதற்கு மாறாகக் கௌரவம் படத்தில் கிராம அமைப்பின் ஜமீன்தாரிய தன்மையை எதிர்மறையாகவும் நகரப் பின்னணியிலிருந்து சாதிக்கு எதிரான அம்சங்கள் வருவதாகவும் பேசப்படுகிறது.

இரண்டு படத்திற்கும் இடையே முக்கியமான வேறுபாடு இருக்கிறது. தர்மபுரி வன்முறையோடு எந்தத் தொடர்புமில்லாமல் அதற்கு முன்பே சுந்தரபாண்டியன் வெளியானது. ஆனால் தர்மபுரி வன்முறை நடந்ததால் அதைப் பிரதிபலிக்கும் திட்டத்தோடு கௌரவம் படம் வெளியானது. அதாவது கௌரவம் படம் சாதி என்னும் ‘சமூக எதார்த்தத்தை’ எடுத்துக்கொண்டு அதை எதிர்க்கும் லட்சியத்தை வலியுறுத்துகிறது. சுந்தரபாண்டியனோ சாதி என்னும் எதார்த்தத்தை அன்றாடத்தின் மையத்தில் வைத்து ஒரு கதையாடலைக் கட்டமைக்கிறது. இங்கு கௌரவம் படத்தின் லட்சியவாதத்தைவிட சுந்தரபாண்டியனின் இயல்புதான் எதார்த்தமானது. ஏனெனில் இதுதான் சமூகத்தை நேரடியாகப் பிரதிபலிக்கிறது. சுந்தரபாண்டியன் வெற்றி பெற்றதற்கும் கௌரவம் ஜெயிக்க முடியாமல் போனமைக்கு இதுவும் ஒரு காரணம். ஆனால் இந்த எதார்த்தம் ஆபத்தானது. அதனால்தான் சமூகத்தில் உருவாகிவரும் பல்வேறு அழுத்தங்களை எங்கோ ஓரிடத்திலிருந்து ஒரு அரசியல்வாதி பிரதிபலிக்கிறார், மற்றோரிடத்திலிருந்து ஒரு திரைப்பிரதியும் பிரதிபலிக்கிறது. இவைதான் சமூகத்தின் இயல்புநிலை என்றால் இதைப் பற்றியே நாம் அதிகம் அக்கறைகொள்ள வேண்டும்.

மானமும் வீரமும்

தமிழ்சினிமாவில் மட்டுமல்ல, மக்களிடையே புழங்கும் வாய்மொழிக் கதையாடல்களான கதைப்பாடல்களிலேயே

சாதியும் சாதிமீறிய காதலும் அதனால் ஏற்படும் சாவுகளும்தான் பிரதான இடத்தைப் பிடித்திருக்கின்றன. நம் மரபில் உள்ளூர் அளவில் வணங்கப்படும் அம்மன்களுக்கு வழங்கப்படும் கதைகளில் பெரும்பாலானவை சாதிமீறிக் காதலித்ததால் குடும்பத்தாராலோ ஊராராலோ கொல்லப்பட்டுக் கழுவாய் தேடவோ அச்சம் காரணமாகவோ சாமியாக வணங்கப்படுவதாகவே இருக்கின்றன. நாயக்க மன்னனின் அரண்மனையிலிருக்கும் பெண்ணைக் காதலிப்பதை ஒட்டி மாறுகால் மாறுகை வாங்கப்படும் அருந்ததிய வீரன் மதுரைவீரன் கதை வெகுமக்களிடையே பிரபலம். இதைச் சற்றே, பூசிமெழுகி எம்.ஜி.ஆர். படமாக நடித்தபோது அவர் அடித்தளமக்களின் நாயகனாக மாற வழியேற்பட்டது. எனவே சாதிமீறிக் காதலித்தால் வரும் பிரச்சினைகள் பற்றிப் பேசுவது தமிழ் சினிமாவில் புதிதல்ல. அதற்கு ஒரு தொடர்ச்சி இருக்கிறது.

அதே வேளையில் கடந்தகால சினிமாக்களின் கதையாடல் சாதிமீறிய காதலுக்கும், காதல்மணத்திற்கும் ஆதரவாக இருந்ததைப் பார்க்கிறோம். ஆனால் 1980களில் லேசாகத் தொடங்கி 1990களில் பெருகி 2000த்தில் நிலைபெற்றிருக்கும் மண்வாசனைப்படங்கள் இவற்றில் கணிசமான மாற்றத்தை ஏற்படுத்தியுள்ளன. கிராமிய அடையாளங்களைப் போற்றுதல், சாதியப் பாத்திரங்களைப் பாரம்பரிய வீரம், மானம் என்றெல்லாம் சித்தரித்தல் போன்றவற்றின் தொடர்ச்சியில் சாதிசார்ந்த திருமணத்தை வலியுறுத்தல், அதைக் காப்பதற்காகச் சண்டையிடுதல் என்பதாகவே இன்றைய நிலை மாறியிருக்கிறது.

சாதிக்குரிய மானம் என்பதை வலியுறுத்தும்போது காப்பதற்கான வீரமும் அதற்கான வன்முறையும் நியாயம் பெற்றுவிடுகின்றன. அந்த வகையில் மண்வாசனைப் படங்களின் "மானம், வீரம்" என்ற சொல்லாடல்கள் (கௌரவம், வன்முறை) நீட்சியாகப் படத்தைச் சாதியவாதத்திற்கு இழுத்து வந்துவிடுகின்றன.

இங்கு வேறொன்றையும் சொல்லவேண்டும். சாதிமீறுதலைச் சொன்ன படங்கள் அதை லட்சியவாதமாக முன்வைத்ததால் தன் கதையாடலை எதார்த்தத் தளத்தில் வைத்து விளக்க முடிந்ததில்லை. ஆனால் மண்வாசனைப் படங்கள் எதார்த்தத் தளத்தில் நின்று செயல்பட்டன. இவ்விடத்தில் அந்தப் படங்கள் கொண்டிருந்த கருத்தியலுக்காக அல்லாமல் சித்தரிப்பின் நம்பகத்தன்மையில் வெகு மக்களை ஈர்த்தன, தற்காலத்தின் பெரும்பாலான படங்களிலும் சித்தரிப்பின் துல்லியம் கைகூடியிருக்கிறது. அன்றாட வாழ்வின் தருணங்களை இப்போது காமெடிப்படங்களிலும்கூடச் சித்தரிக்க முடிகிறது.

எது எதார்த்தம்?

இங்கே மற்றொரு கேள்வியும் எழுகிறது. எதார்த்தம் என்றால் என்ன? எவருடைய பார்வையில் இவை எதார்த்தம்? கிராம அமைப்பொன்றை அப்படியே சித்தரிப்பது எதார்த்தம் என்றால், ஒடுக்குவோரை ஒடுக்குவதாகவும், ஒடுக்கப்பட்டோரை ஒடுக்கப்பட்டோராராகவும் காட்டுவது சரியென்றாகிவிடுகிறது. எனில் இங்கு படைப்பொன்றின் செயல்பாடுதான் என்ன? சாதி என்ற கற்பிதம் திரும்பத் திரும்பச் சொல்லப்பட்டு நீண்டகாலம் புழங்கியதால் 'எதார்த்தம்' அதாவது அது உண்மையானது என்பது போன்றே ஆகியிருக்கிறது. இந்நிலையில் எதார்த்தத்தைச் சித்தரிக்கிறேன் என்று சொல்வது சாதியை அப்படியே திரும்பச் சொல்வது என்றாகிவிடாதா?

அத்தகைய எதார்த்தப்படங்கள் சாதியின் சமூக உண்மையைப் பேசுகின்றனவா? அல்லது கட்டமைக்கின்றனவா? என்கிற கேள்வியையும் இங்கு எழுப்பிக்கொள்வது அவசியம். ஏனெனில் ஒடுக்குவோரை ஒடுக்குவோராராகவும், ஒடுக்கப்பட்டோரை ஒடுக்கப்பட்டோராராகவும் காட்டுவது எதார்த்தம் என்றால், சமூகத்தில் அது திரும்பத் திரும்ப (பாடல்களாக – வசனங்க ளாக – காட்சிகளாக) நிகழ்த்தப்படும்போது அதுவே மாறாத சமூக உண்மையாக நிலைபெறுகிறது என்பதை மறுபுறமாகவும் கவனிக்க வேண்டியிருக்கிறது. அதாவது சாதிய எதார்த்தம் தொடர்ச்சியான சமூக எதார்த்தமாகவே இருப்பதற்கான வெகுமக்கள் மனநிலையைக் கட்டமைக்க இந்த வகை எதார்த்தப் படங்கள் உதவுகின்றன. ஒடுக்கப்பட்டோருக்கு ஆதரவாகப் பேசும் சினிமாக்கள்கூட அவர்கள் ஒடுக்கப்படுவதைக் காட்டுவதையே ஆதரவு என்று நம்புகிறது. எதார்த்தம் குறைந்த கடந்தகால சாகசநாயகப் படங்களில் காட்டப்பட்ட எதிர்ப்புணர்வுகூட, இப்போதைய உள்ளூர் சினிமாக்களில் எதார்த்தவாதம் என்ற பெயரில் காட்டப்படுவதில்லை. அத்தளத்தில் இங்கு இரண்டு படங்களை விவாதிக்கலாம். ஒன்று பாரதி கண்ணம்மா, மற்றொன்று காதல்.

பாரதி கண்ணம்மா

பாரதி கண்ணம்மா படத்தில் மூன்று காதல் கதைகள் இடம்பெறுகின்றன. மூன்றும் சாதிமீறிய காதல். ஒன்று, ஊரின் அம்பலக்காரர் மகள் தேவர்சாதி வீட்டில் வேலைசெய்யும் தலித் இளைஞன்மீது கொள்ளும் காதல். படத்தின் நாயகன் நாயகி இவர்களே. கதை இவர்களையே மையமாகக்கொண்டிருக்கிறது. நாயகன் நாயகியின் கதைக்கு முன்பே சாதிமீறிக் கலப்புமணம்

செய்ததால் ஊரைவிட்டு வெளியேற்றப்பட்ட மாயன் என்ற தலித் இளைஞனின் துணைக்கதை. ஏறக்குறைய இப்பாத்திரமே வில்லனாகச் சொல்லப்படுகிறது. சில சம்பவங்களுக்குப் பின்பு கடைசியில் மனம் மாறும் அம்பலக்காரர் தன் உறவினர் பையன் காதலிக்கும் தலித்பெண்ணை அவனுக்குத் திருமணம் செய்து வைத்து அவர்களுடைய வரவுக்காகக் காத்திருக்கிறார்.

படத்தில் அம்பலக்காரர் பாத்திரம் சாதிப்பெருமிதத்தோடும், வேலைக்கார தலித் பாத்திரங்கள் சுயஇழிவை விரும்பி ஏற்றுக் கொள்ளும் பாத்திரங்களாகவும் சொல்லப்பட்டுள்ளன. இவற்றைச் சமூகத்தின் எதார்த்தமா இல்லையா என்று பார்ப்பதைவிடச் சமூக எதார்த்தம் என்ற பெயரில் கதையாடல் எதார்த்தம் ஒன்று இங்கு கட்டமைக்கப்படுகிறது. கள்ளர் (தேவர்) சாதி ஆண் ஒருவன் தலித் பெண்ணொருத்தியைப் பாலியல் வன்முறை செய்ய முயன்ற பிரச்சினை பஞ்சாயத்திற்கு வருகிறது. 'பாரம்பரியமாக' அம்பலக்காரர்தான் பஞ்சாயத்துத் தலைவர். கட்டுப்பாடும் பரம்பரை மரியாதை காப்பதும்தான் இந்தச் சாதியின் பெருமை என்று கூறிக் குற்றமிழைத்தவனைக் கண்டிக்கிறார் (அவர் நீதிபேசுவதும்கூட அந்தச் சாதியாக இருக்கும் பெருமிதத்தால்தான்).

நாம்தான் அவர்களைக் காப்பாற்ற வேண்டுமென்று எடுத்துக்கூறும் அம்பலக்காரர், "நம்ம சாதிக்காரர்கள் மட்டுமே இருந்த அந்தக் காலத்தில் இவங்கள கூட்டிவந்து இருக்க இடம் தந்தவர்கள் நம் முன்னோர்கள்" என்கிறார். இது தலித்துகளுக்கு ஆதரவானது போன்றிருந்தாலும் தலித்துகளுக்காக மனமிறங்கிப் பேசுவது சாதிய பெருமிதத்தின் அங்கமாகவே சொல்லப்படுகிறது. கள்ளர் சாதிக்குள்ளே ஒரு பெண்ணை அச்சாதி ஆண் வல்லுறவு செய்யமுயன்று பிரச்சினை பஞ்சாயத்துக்கு வந்திருக்குமானால், அம்பலக்காரர் அப்பெண்ணைத் திருமணம் செய்துகொள்ளச் சொல்லித் தீர்ப்பு சொல்லியிருப்பார். ஆனால், பங்கப்பட்டது தலித்பெண் அல்லவா! ஆனால் தலித்துகளுக்கு இரங்கிப் பேசும் அம்பலக்காரர் தலித்பெண்ணைத் திருமணம் செய்துகொள்ளச் சொல்லித் தீர்ப்பு வழங்கவில்லை. ஏனெனில் அது சாதிமீறிய மணமாகிவிடும். அது சாதிக்கட்டுமானத்தைக் கலைப்பதாகிவிடும். அவ்விடத்தில் அம்பலக்காரரால் அவனை அப்பெண்ணின் காலில் விழுந்து வணங்க மட்டுமே சொல்லமுடிகிறது.

அதற்கிணையாகத் தலித்துகளே விரும்பி தங்களைத் தாழ்த்திக்கொள்வதாகவும் அம்பலக்கார அன்பின் 'ஆதிக்கத்தை'க் கருணையாகக் கருதி ஏற்பவர்களாகவும் படம் முழுக்கக் காட்டப் பட்டுள்ளது. அதிலும் இந்தச் செயல்பாடுகளை நாயகப் பாத்திரமே

செய்கிறது. அரசாண்ட வம்சமய்யா என்று தேவர் சாதியைப் போற்றிக் கொட்டடித்து நாயகன் பாடுதல், அய்யாவீட்டுக்குச் சோறு வாங்கப் போகும் கீழ்சாதிப்பெண்கள், வீட்டுக்குப் பின்னால் வெளியே வைத்துச் சாப்பாடு போடுதல், தேவர் குடும்பம் போட்ட சோத்துக்கு நன்றிகாட்டி வாழப்பார்க்கும் நாயகனின் விருப்பம், பஞ்சாயத்தில் தேவரய்யாவை எதிர்த்துப் பேசியவனைத் தாக்கும் நாயகன் என்றெல்லாம் படம் முழுக்கக் காட்சிகள் உண்டு. அதுபோன்ற பின்னணியிலேயே நாயகன் தன்னை விரும்பும் தேவரய்யா வீட்டு மகளின் காதலை ஏற்க மறுக்கிறான். ஏனெனில் சாதிதாண்டி காதலித்தால் அய்யாவின் (சாதி) மானம் கெடும் என்பதே அவன் எண்ணம். அதேவேளையில் இந்த அதிகாரத்தை எதிர்க்கும் ஒரேயொரு பாத்திரத்தையும்கூடக் கதையாடல் எதிர்மறையாகவே காட்டுகிறது. படத்தின் பிரதான பிரச்சினையே மாயன் என்ற அப்பாத்திரத்தில் இருந்துதான் ஆரம்பிக்கிறது. அவனுக்கு எதிராக ஊர் எழுப்பிய பிரச்சினை சாதிமீறிய காதலால்தான் உருவாகிறது.

மாயன் ஆதிக்கச் சாதிப் பெண்ணைக் காதலித்து ஊரை விட்டு அழைத்துச் சென்றுவிடுகிறான். அவர்களைத் தேடி அழைத்துவரும் ஊரின் ஆதிக்கச் சாதியினர் அவனைச் சேர்ந்து தாக்குகிறார்கள். தலித்துகளால் கைகட்டி வேடிக்கை மட்டுமே பார்க்க முடிகிறது. அவனை ஒட்டி அம்மக்களையே ஊரைவிட்டு வெளியேற்ற வேண்டுமென்று அம்பலக்காரர் விரும்புகிறார். (தலித் மக்கள் தேவர்களால் வெளியிலிருந்து அழைத்து வரப்பட்டவர்கள் அல்லவா!) ஆனால் ‘தப்பு’ செய்த மாயனை மட்டுமே விலக்கும்படி தலித்துகள் கெஞ்சுகின்றனர். தேவர் மனம் இரங்குகிறார். (மேல் சாதியின் கருணைப்பார்வை) பிறகு தலித் மக்களே மாயனை அடித்துவிரட்டி ஆண்டைகளின் மானத்தைக் காப்பாற்றி விசுவாசம் காட்டுகிறார்கள். இந்தப் பழைய சம்பவத்தை நினைவுறுத்தும் நாயகன், நாயகியின் இப்போதைய காதலை ஏற்க மறுக்கிறான்.

ஊரைவிட்டு விரட்டப்பட்ட மாயனுக்கும் நாயகனுக்கும் இடையே ஓரிடத்தில் அது தொடர்பாக உரையாடல் நடக்கிறது. நாயகன் மாயனிடம் ‘உன் பாட்டனும், என் பாட்டனும் மூன்று தலைமுறைக்குச் சேர்த்து வைத்திருந்தால்தான் நாம் ரோஷமாக (அம்பலத்தாருக்கு எதிராக) பேசவேண்டும்’ என்கிறான். இல்லாமை தலித்துகளின் குறையாகவும் இருப்பது மேல்சாதியினருக்கான இயல்பான வாய்ப்பாகவும் சொல்லப் படுகிறது. மேலும், சாதி மீறலைச் செய்த பாத்திரம் எதிர்மறைப் பாத்திரமாகவும், ஆண்டை சாதிகளுக்கு ஆதரவாகப் பேசும்

பாத்திரம் நாயகப்பாத்திரமாகவும் மாற்றப்பட்டிருப்பதை இங்கு பார்க்கலாம். 1990களின் மண்வாசனைப்படங்களில் தொடங்கி வளர்ந்த அம்சம் இது. இச்சாதியில் பிறந்தது தங்களின் குற்றமாகையால் சாதியச் சூழலுக்கேற்ப மாற்றிக்கொள்ள வேண்டியவர்கள் தாங்களே தவிர, ஆதிக்கவகுப்பினர் அல்ல என்ற கருத்தியல் நாயகன் வழியாக வெளிப்படுகிறது. சாதி சம்பிரதாயம் மாறவே போவதில்லை. மாற்றவும் முடியாது. நாம் மாற்றிக்கொள்வதுதான் புத்திசாலித்தனம் என்கிறான் நாயகன். சாதியமைப்பை மீறி எதுவும் செய்யமுடியாது என்ற நிலையில் சாதிசனத்தைக் காப்பாற்றும் உத்தியாக நாயகன் இதைப் பார்க்கிறான்.

'வரையறையும்' 'மீறலும்'

படம் முழுக்க ஆதிக்கச் சாதியினரைத் திருப்தி செய்தமைக்குப் பரிகாரமாகத் தலித்துகளுக்கான இரண்டு வாய்ப்புகளைப் படம் தருகிறது. விரும்பியவனைக் கைப்பிடிக்க முடியாத வேதனையில் இறந்த நாயகியின் எரியும் சிதையில் அவள் மீதான காதலை மௌனமாகச் சுமந்துவந்த நாயகன் எரிந்து சாகிறான். தன்னுடைய மானத்தைக் காப்பதற்காகவே நாயகன் தன் மகள் மீதான காதலைக்கூட ஏற்காமல் இருந்திருக்கிறான் என்று உணருகிறார் அம்பலக்காரர். அவனுடைய சாவு அவருடைய சாதி மானத்தின் மீது வைக்கப்பட்ட விமர்சனமாக மாறுகிறது. இருவரின் சிதையோடு சேர்ந்து அம்பலக்காரரின் சாதியுணர்வும் எரிகிறது. இப்போதும் அவருடைய மனமாற்றத்திற்காகத் தலித் விசுவாசியின் மரணம்தான் துருப்பாகிறது. மனமாற்றத்தின் காரணமாகத் தன் உறவினர் பையன் காதலித்த நாயகனின் தங்கையான தலித் பெண்ணை அம்பலக்காரரே மணம் முடித்து வைக்கிறார்.

அதாவது படத்தின் நாயகன் தேவர்சாதிப் பெண்ணைக் கூட்டிக்கொண்டு மாயனைப்போல் ஓடி தேவர் சாதி மானத்தைப் பங்கப்படுத்தவில்லை. பங்கப்படுத்தியவனை அம்பலக்காரரும் அவர் சாதியாரும் ஊர்விலக்கம் செய்கிறார்கள். கதையாடலும் அவனை வில்லனாக்குகிறது. ஆனால் நாயகன் தேவர்சாதி மானத்தைக் கெடுக்கும்வண்ணம் அம்பலக்காரர் மகளின் காதலை ஏற்காமல் அம்பலக்காரருக்கே விசுவாசியாக இருந்து சாகிறான். அம்பலக்காரருக்கு நாயகன் பிடிப்பதற்கும் மாயன் பிடிக்காமல் போனமைக்குமான காரணம் புரிகிறதல்லவா? மொத்தத்தில் சாதி மானம் அந்தந்தச் சாதிப் பெண்களை ஒரே குழுவுக்குள்ளேயே தக்கவைப்பதில்தான் இருக்கிறது.

மாயன் போன்று தலித் வகுப்பிலிருந்து வருவோரால் எழுப்பப்படும் கலகக்குரல்களால் தன்னை மாற்றிக்கொள்வதை விட, நாயகன் பாரதி போன்ற விசுவாசியின் தியாகத்தால் தானே இறங்கிவந்து மனம் மாறுகிறார் அம்பலக்காரர். அதுவும் ஒருவகையில் அம்பலக்காரரின் சாதிப் பெருமிதத்தை வலுவாக்கவே உதவுகிறது. அவராக மனமிறங்கியதால்தான் உறவினர் பையனுக்குத் தலித் பெண்ணை மணஞ்செய்து வைக்கிறார். இன்னும் சொல்லப்போனால், இக்கதையே அம்பலக்காரரின் பார்வையிலிருந்துதான் சொல்லப்படுகிறது என்பது குறிப்பிடத்தக்கதாகும். இங்கே நமக்கொரு கற்பனை எழுகிறது. இப்படத்தில் மாயன் பாத்திரம் நாயகனாகவும், நாயகன் பாத்திரம் எதிர்மறை அதாவது வில்லன் பாத்திரமாகவும் இருந்திருந்தால் என்னவாகியிருக்கும்? உண்மையில் அப்படித்தான் இருந்திருக்க வேண்டும். மாயன் சண்டை போட்டிருப்பான், புரட்சிப்பாடல்கள் பாடியிருப்பான். அதாவது நாயக சாகசமாகப் படம் மாறியிருக்கும். ஆனால் படம் மண்வாசனை சார்ந்த எதார்த்தப் படமாகச் சொல்லப்பட்டிருக்காது. சேரன் முக்கிய மான இயக்குநராக அறியப்பட்டிருக்க மாட்டார். இங்கு எதார்த்தம் என்பது 'சமூக எதார்த்த'மென்பதை மீண்டும் மீண்டும் மறுவுற்பத்தி செய்யும்போது முந்தைய எதார்த்தத்தால் வரும் விளைவைக் காட்டிலும் மறுவுற்பத்தி எதார்த்தத்தால் வரும் விளைவு சமூக உளவியலில் ஆழமான தாக்கம் செலுத்துகிறது, அதுவே ஊன்றுவதற்கு வழிவகுத்துவிடுகிறது.

சுந்தரபாண்டியனும், பாரதி கண்ணம்மாவும்

பாரதி கண்ணம்மா வெளியான பின்னால் தலித் சமூகத்திட மிருந்து அல்லாமல் தேவர்சாதி மத்தியிலிருந்தே படத்திற்கு எதிர்ப்பு வந்தது. படம் முழுக்க தேவர்சாதிக்கு ஆதரவாக இருந்தாலும், தேவர்வீட்டுப் பெண்ணைத் தலித் இளைஞன் காதலிப்பது போன்ற கதையாடலும் இறுதிக்காட்சியில் அவளோடு சேர்ந்து செத்துப்போய்க் காதலை ஏற்பது போன்ற சித்தரிப்பும் அவர்களின் எதிர்ப்புக்குக் காரணமாயின. பல இடங்களில் படத்தைத் திரையிட முடியவில்லை. படத்தின் காட்சியமைப்புகளிலும், வசனங்களிலும் மாற்றங்கள் செய்யப் பட்டன. 'சேரன் வீட்டுப் பொண்டாட்டி, தேவன் வீட்டு வைப்பாட்டி' என்றெல்லாம் சுவரொட்டிகள் ஒட்டப்பட்டன. 1990களில் தலித் அமைப்புகள் எழுச்சி பெறத்தொடங்கிய காரணத்தால் தேவர் உள்ளிட்ட இடைநிலைச் சாதியமைப்புகள் வன்மத்தோடு எழுச்சிகொள்ளத் தொடங்கிய காலம் அது. அச்சூழலில் மண்வாசனை சார்ந்த எதார்த்தப் படங்களின்

துல்லியச் சித்தரிப்பு நம்பகத்தன்மைக்கு நெருக்கமாக இருந்ததால் இந்த எதிர்மறை விளைவு உண்டாகிவிட்டது.

மொத்தத்தில் சினிமாவின் சாதிதாண்டிய காதல் மற்றும் திருமணம் போன்ற கதையாடல்கள் சமூகப்பரப்பிலும் வினையாற்றிய தருணம் இது என்று சொல்லலாம். தற்போது பாரதி கண்ணம்மா படத்தின் இந்த வகையிலான சித்தரிப்புகள்கூட விடைபெற்று, பாரதி கண்ணம்மா படத்தை எதிர்த்தவர்களின் எண்ணப்போக்கு எவையோ அவையே இன்றைய எதார்த்தவாதக் கதையாக மாறியிருக்கிறது. அதுதான் சுந்தரபாண்டியன் படம். ஆனால் பாரதி கண்ணம்மாவுக்கு இருந்த எதிர்ப்பு சுந்தரபாண்டியனுக்கு இல்லை. இங்குதான் தமிழக இடைநிலை அதிகாரச்சாதிகளின் அரசியல்மொழியும் திரைப்படங்கள் உள்ளிட்ட புனைவுகளின் மொழியும் வட்டாரப்பண்பாடு என்கிற தளத்தில் ஓரிடத்தில் இணைந்து ஒரே மாதிரியான எண்ணங்களையே பகிர்ந்துகொள்வதைப் பார்க்க முடிகிறது.

பாரதி கண்ணம்மா படத்திற்கும், சுந்தரபாண்டியன் படத்திற்கும் இடையில் ஏறத்தாழ 15ஆண்டுகள் இடைவெளி. இந்த ஆண்டுகளில் பல்வேறு மாற்றங்கள். சமூகத்தளத்தில் தலித் இயக்கங்கள் வலுப்பெற்றுள்ளன. அதற்கான எதிர்வினைகளும் பல்வேறு தளங்களில் நேரடியாகவும் மறைமுகமாகவும் வெளிப்பட்டிருக்கின்றன. இடையில் சண்டியர் என்ற படத் தலைப்பிற்குத் தலித் இயக்கமொன்று தெரிவித்த எதிர்ப்பின் தாக்கமும் இருக்கிறது. இந்நிலையில் பாரதி கண்ணம்மா படத்தை ஒத்த தலித் கதாபாத்திரங்களை இப்போதும் அதே கதையாடலுக்குள் படமாக்க முடியுமா என்று தெரியவில்லை. இவ்விடத்தில்தான் 2000த்தில் வந்த காதல் படம்பற்றிச் சொல்லவேண்டும். சரியாகச் சொல்வதென்றால் தமிழ்சினிமாவின் இன்றைய 'அன்றாடப் புழங்குவெளி' சித்தரிப்பின் தொடக்கம் என்று காதல் படத்தைக் கூறலாம்.

காதல்

சாதிதாண்டி காதல் புரிவதை மதுரை வட்டார ஆதிக்கச் சாதியினர் வன்முறையோடு பிரித்தெடுப்பதைத் துல்லியமாகச் சொல்லியது காதல் படம். ஆதிக்கவகுப்பினரின் வன்முறையைத் தகுந்த நிலப்பரப்பு, பாத்திரவார்ப்புகள், குறியீடுகள் சார்ந்து நேர்த்தியாகச் சொல்லி விமர்சித்தது இப்படம். இப்படமும், சாதியை விமர்சிப்பதாக இருந்தாலும் ஆதிக்கச் சாதியினரின் எதார்த்தத்தை மட்டுமே (அதாவது வன்முறையாளர்கள்) சொல்லியது. ஆதிக்கத்திற்கு எதிரான குரல்கள் படத்தில் எங்கும்

இல்லை. ஆதிக்க அடையாளங்களைத் துல்லியமாகக் காட்டும் இப்படம் ஒடுக்கப்பட்ட சாதி அடையாளத்தை மௌனப்படுத்தி விட்டது.

முரண்படும் இரண்டு சாதிகளின் கதையாடலைப் படமாக எடுக்கும்போது வரும் எதிர்ப்புகள், அதனால் ஏற்படும் வணிக இழப்புகள் போன்றவற்றினால் இத்தகைய மௌனங்கள் நிகழ்த்தப்படுகின்றன எனலாம். இவ்வாறு முரண்படும் இரண்டு சாதிகளில் ஒரு குறிப்பிட்ட சாதியின் அடையாளத்தை மட்டும் சொல்லிவிடுவதால் வேறெதுவும் பிரச்சினைகள் வந்துவிடாமல் தவிர்க்கப்படுகின்றன. அவ்வகையில் ஆதிக்கச் சாதியின் வன்முறை மட்டுமே சமூக எதார்த்தமென்று திரும்ப திரும்ப மறுவுற்பத்தி செய்யப்பட்டுவிடுகிறது. காதல் படத்திற்குப் பிறகே தென்தமிழக நிலப்பரப்பு (சாதி பற்றிய கதையாக இல்லாவிட்டாலும்) துல்லியமான அடையாளக்குறிப்புகளுடன் வெளியாகத் தொடங்கியது. துல்லியமான வட்டாரச்சித்தரிப்பு எனும்போது அதில் சாதியக்குறிப்புகள் வந்துவிடுகின்றன. சுந்தரபாண்டியன் படத்தை இத்தகைய பின்னணியிலிருந்தும் நாம் பார்க்கலாம்.

பாரதி கண்ணம்மா நாயகனுக்கும் காதல் நாயகனுக்கும் இடையே சில ஒற்றுமைகள் உண்டு. இருவரும் ஒடுக்கப்பட்ட சாதிப்பாத்திரங்கள். ஆனால் ஒரு படத்திலும் துல்லியமாகவும் மற்றொரு படத்தில் மங்கலாகவும் சாதிய அடையாளங்கள் சொல்லப்பட்டுள்ளன. இரண்டுமே சாதிமீறிய காதல். முதற் படத்தில் நாயகியோடு நாயகனும் சாகிறான். இரண்டாவது படத்தில் நாயகன் மட்டும் பைத்தியமாகிறான். நாயகிக்கு வேறொரு இடத்தில் திருமணம் நடத்தி வைக்கப்படுகிறது. இரண்டு படத்திலும் தமிழ் சினிமாவின் வழக்கமான சாகச நாயகர்கள் அல்ல. ஆனால் பாரதி கண்ணம்மா படத்தில் மட்டும் நாயகனுக்குச் சாகசத்திற்கான சிறிய வாய்ப்பு அளிக்கப்படும் போது ஒடுக்கும் சாதியை எதிர்க்கும் சொந்த சாதியினரிடம்தான் சண்டையிடுகிறான். அதாவது நாயகனுக்கான சாகச வாய்ப்பு கதையாடலின் எதார்த்தம் கருதிக் கட்டுப்படுத்தப்படுகிறது. சண்டையிடுவதற்குரிய காரணங்கள் இல்லாமல் அதிகாரசக்திக்குப் பணிந்தவனாக ஒடுக்கப்பட்டவன் இருக்கிறான். அவனுடைய தன்னிலையை அவனால் தீர்மானிக்கமுடியவில்லை.

ஆனால் சுந்தரபாண்டியன் பட நாயகனோ பிராந்திய அளவில் அதிகாரம் பெற்ற சாதியின் பிரதிநிதி. படத்தில் நடப்பது சாதிக்குள்ளேயான காதல். அந்தக் காதலில் குறுக்கிடும் பிற சாதியோடு சண்டையிடுகிறான். அவனுடைய சாகசம் சாதியமைப்பு வழங்கிய சுதந்திரத்தால் ஆனது. நாயகன் ஒடுக்கப்

பட்டவனாக இருக்கும்போது ஒரு மாதிரியும், ஒடுக்குகிறவனாக இருந்தால் வேறு மாதிரியும் சாகச வாய்ப்பு அமைந்துவிடுவதை இவ்விரு நாயகர்களையும் ஒப்பிடும்போது பார்க்கலாம். பாரதி கண்ணம்மாவில் சாவதற்கு அளிக்கப்பட்ட வாய்ப்பைத் தாண்டி ஒடுக்கப்பட்ட நாயகன் அடுத்த நிலைக்கு வந்திருக்க வேண்டும். ஆனால் கெடுவாய்ப்பாக ஒடுக்கும் சாதி நாயகன் மட்டும் ஒரே சாதிக்குள் மணம்புரிந்து சாதியைக் காப்பதில் பலமாகியிருக்கிறான். அதாவது ஒடுக்கப்பட்ட பாத்திரத்தின் அடையாளம் மௌனப்படுத்தப்பட்டிருக்கிறது.

அன்னக்கொடி

தர்மபுரி வன்முறையையொட்டி வெளியான வேறு சில படங்களும் சாதிமீறிய காதலைப் பதிவு செய்துள்ளன. பாரதிராஜா வின் அன்னக்கொடி என்ற படம் இந்த வகையில் பார்க்கத்தக்கது. அடித்தட்டு சமூகத்தில் உழைக்கும் சாதிகளுக்கிடையேயான சாதிமீறிய காதல் படத்தில் ஊடாடுகிறது. ஆனாலும் நாயகி சொந்த சாதிக்குள்ளேயே மணம் முடித்து வைக்கப்படுகிறாள். பிறகு கதை சாதிமீறியதால் நடக்கும் விளைவுகள் என்றில்லாமல் கணவன், அவன் தந்தை சார்ந்த கதையாக அமைந்துவிடுகிறது. கணவனின் 'ஆண்மையின்மை' (இதுவும் முக்கியக்குறியீடுதான்) பிரச்சினையில் கதை சிக்கிக்கொள்ளும்போது துல்லியமான விவரணை இருந்தாலும் கதையில் சமகாலத்தன்மை இல்லாமல் போவதால், படம் தேங்கிவிடுகிறது. அதற்கேற்பப் படமும் கவனம் பெறவில்லை. இப்படத்தில் நாயகிக்குத் திருமணத்திற்கு முன்பு அருந்ததியர் பாத்திரத்தோடு காதல் அரும்புவதைக் காட்டியதாலேயே பாரதிராஜாவிற்கு எதிராக தேவர் தேசிய பேரவை என்ற மதுரை வட்டார தேவர்சாதி அமைப்பொன்று எதிர்ப்புத் தெரிவித்தது. தன் மருமகனுக்கு அவன் விரும்பும் அருந்ததியர் சமூகப்பெண்ணை மணமுடித்து வைத்துவிட்டு, ஊருக்கு வாத்துமேய்க்க வரும் கீழ்ச்சாதிப் பெண்ணோடு சகவாசம் பாராட்டும் சின்னையாத் தேவரை முதல் மரியாதை படத்தின் மூலம் பாரதிராஜா காட்டியபோது எழாத எதிர்ப்பு இப்போது ஆதிக்கச் சாதி சார்பாக அதுவும் பாரதிராஜா அதே சாதியாக இருந்த நிலையிலும் எதிர்ப்புக் காட்டப்பட்டது.

உள்ளூர் நாட்டார் கதையொன்றை அடிப்படையாக வைத்து அன்னக்கொடி படத்தை இயக்கியுள்ளார் பாரதிராஜா. அடித்தட்டு அடையாளங்கள் கூர்மையடையாத சூழலில் அவை சார்ந்த மோதல்கள் இல்லாத காலத்தில் நடந்த காதல் கதையாக இது சொல்லப்படுகிறது. காதல் சாதியை, மதத்தை எதிர்பார்க்காது. அன்பை மட்டுமே எதிர்பார்க்கும் என்று தன்

பழைய பாணி கருத்தோடு படத்தை முடிக்கிறார். இச்சூழலில் பாரதிராஜா இப்படியொரு படத்தை எடுக்க முன்வந்தது முக்கியமானதே. ஆனால் சாதிப்பெயரை இனவரைவியல் சினிமாவின் முக்கியத்தரவாக மாற்றிய பாரதிராஜா (மண்வாசனை) இப்படத்தில் வெளிப்படையான சாதியடையாளங்களையோ, சாதிப்பெயரையோ மௌனமாக்கியிருக்கிறார். சாதி ஆணவக் கொலைகள் நிகழும் காலத்தின் அச்சுறுத்தலைப் பாரதிராஜாவும் கணக்கில் கொண்டிருந்தார் என்றே சொல்ல வேண்டியுள்ளது.

அடுத்ததாக தனபால் பத்மநாபன் இயக்கிய கிருஷ்ணவேணி பஞ்சாலை படம் குறிப்பிடத்தக்கது. தாழ்த்தப்பட்ட இளைஞனை மணம் முடித்துக்கொண்ட மகளைத் தாயொருத்தியே சத்தமில் லாமல் சோற்றில் விஷம் கலந்து கொல்லும் பதிவு தமிழ்சினிமா வரலாற்றிலேயே முக்கியமானது. சாதிவன்மத்தின் உச்சத்தையே இது காட்டுகிறது. தமிழ் சினிமாவில் மிகையாகப் போற்றப்பட்டு வந்த அம்மா பாத்திரத்தை முதன் முறையாகச் சாதி என்கிற எதார்த்தம் மூலம் சொல்ல முயன்ற இப்படம் கவனம் பெற முடியாமல் போய்விட்டது. இதற்கு மாறாக ரம்மி படத்தில் சாதி தாண்டி காதலித்த தன் காதலனை கொன்ற தன் குடும்பத்தினரை கொலை செய்கிறாள் என்பது அசாதரணமான பதிவு. அதேபோல சாதிமீறி காதலித்தால் ஊரில் கெடுதியே நடக்கும், மழையே வராது என்ற ஐதீகத்தை மறுக்கும் விதமாக காட்சியமைந்திருக்கிறது அழகர்சாமியின் குதிரை படத்தில். வெற்றிகரமாக ஓடிய பருத்திவீரன் படத்தின் மையச்சரடே தன் மகள் விரும்புகிற அவள் மாமன் மகனை மணக்கத் தந்தை மறுப்பதில்தான் இருக்கிறது, அவர் மறுப்பதற்கு அடிப்படைக்காரணம் நாயகன் சாதி கலப்புக்குப் பிறந்தவன் என்பதுதான். 1990களுக்கு முந்தைய தமிழ் சினிமாக்களில் காதலுக்குத் தடைகளாகக் காட்டப்பட்ட பணக்காரன் *x* ஏழை, பண்ணைக்காரர் *x* வேலையாள் என்கிற எதிர்வின் அடிப்படையை உற்றுநோக்கினால் அது ஆதிக்கசாதி *x* ஒடுக்கப்பட்ட சாதிகளுக்கிடையேயான எதிர்ப்பாகவே இருப்பதை அறிந்துவிடலாம்.

வருத்தப்படாத வாலிபர் சங்கம்

அடுத்ததாகக் குறிப்பிடப்பட வேண்டிய படம் வருத்தப்படாத வாலிபர் சங்கம். சாதிமீறிய காதல், ஆணவக்கொலை என்கிற கருத்தாடலின்போது இப்படத்தை விவாதிக்க வேண்டிய அவசிய மென்ன என்று கேட்கத்தோன்றலாம். ஆனால் தர்மபுரி வன்முறை, ராமதாஸின் சொந்த சாதிப்பெண்களின் காதலுறவு மறுப்பு என்கிற பின்னணியில் அவற்றை நேரடியாக விவாதித்து படமெடுக்க முடியாத நிலையில் அச்சூழலை வேறு மாதிரி பிரதிபலித்த

படம் என்று இதைச் சொல்லலாம். களவாணி, தேசிங்குராஜா பாணியில் நகைச்சுவை பார்முலாவுக்குள் வெளிப்பட்ட எளிய படம் இது. சமூகச்சூழலை அரசியல்ரீதியாக விமர்சிக்கவோ ஆதரிக்கவோ முடியாத இடங்களில் எல்லாம் கிண்டல் செய்து விமர்சனத்தை முன்னெடுப்பது உலகமெங்கும் இருக்கும் கலை இலக்கியச்செயற்பாடு. இத்தகைய ஓர்மை இப்படத்தில் பிரதிபலிக்காவிட்டாலும் சமகால அரசியல் இப்படத்தில் நகைச்சுவை வடிவில் ஊடாட்டம் செய்திருப்பதைப் பார்க்க முடிகிறது. சமூக அதிகாரத்தின் வன்முறை ஒரு பக்கம் என்றால், அதன் மறுபக்கம் கிண்டல் அல்லது நகைச்சுவைதான். தர்மபுரி வன்முறையையொட்டி வெளிப்பட்ட காதல் பற்றிய அரசியல் கருத்துகளை வேறுவடிவில் இப்பிரதி நினைவுப்படுத்துகிறது.

அதேவேளையில் இப்படக்கதை சாதியை மையமாகக் கொண்டதல்ல. ஒரே சாதிக்குள் நடக்கும் கதைதான். இன்னும் சொல்லப்போனால் வட்டார அளவில் அதிகாரம் பொருந்திய சாதியின் கதை என்பதை எளிமையாகச் சொல்லிவிடலாம். இதில் அச்சாதியின் பெரிய மனிதர் ஒருவர் சுற்றியிருப்போரிடையே கௌரவமானவராகக் காட்டிக்கொள்ள வேட்டையாடுதல், 'கௌரவம்' பேணுதல் என்று தன்னைக் கட்டமைத்துக் கொள்கிறார். பெற்ற மகள் தன் ஒப்புதல் இல்லாமல் யாரையாவது காதலித்துவிட்டால், சவால்விட்டுக் காத்திருக்கும் பங்காளியிடம் தோற்றது போலாகிவிடும் என்று எண்ணி வரும் நாயகியின் தந்தை அதன் காரணமாகவே தன் மகளின் எதிராக இருக்கிறார்.

இதே கதையாடலை அப்படியே இருவேறு சாதிகளுக் கிடையேயான எதிர்வாகவும் பார்க்கமுடியும். ஊரின் பெரிய மனிதர் என்ற அடையாளம் கௌரவம் பேணுதல் என்பவற்றைச் 'சாதி கௌரவம்' என்பதாகவும் விஸ்தரிக்க முடியும். பொதுவாக ஒரு மனிதரின்/குடும்பத்தின் சாதி கௌரவம் என்பது சுற்றியிருக்கும் உறவினர், ஊரார், சாதியினர் சார்ந்தே பொருள் கொள்கிறது. பல வேளைகளில் அவர்கள் மத்தியில்தம் கௌரவத்தை நிறுவிக்கொள்ளவே பலரும் சாதியச்செயற்பாடுகளில் ஈடுபாடு கொள்கின்றனர். இப்படத்திலும் எப்போதும் பெரிய மனிதரைச் சுற்றியிருக்கும் துதிபாடிகளாலேயே அவர் தன்னைச் சாதியில் மேலானவராகக் கருதிக்கொள்கிறார். நாளடைவில் அவரைத் துதிபாடுகிறவர்களுக்காகவே செயற்படுகிறவராக மாறிப்போகிறார். ஆனால் இவ்வாறு கட்டமைக்கப்படும் குலம், கௌரவம் போன்றவற்றிற்குப் பின்னாலிருப்பது அதுபோன்ற வெற்றுப் பிம்பங்களும் சவடால்களும் மட்டுமே என்று படம் கிண்டலடிக்கிறது. இதெல்லாம் நேரடியாக சாதியச்சித்தரிப்பாக

இருந்திருக்குமானால் இக்கிண்டலும், சாதிப்பெருமிதத்தின் மீதான எள்ளலாக மாறியிருக்கும்.

16 வயதிலேயே தன் மகளுக்குத் திருமணம் செய்து கொடுக்காவிட்டால் வளர்ந்த பிறகு காதல் அது இது என்று போய்த் தன்னைப் பங்காளிகளின் ஏச்சுக்கு ஆளாக்கிவிடுவாள் என்றும் கௌரவத்தைக் கெடுத்துவிடுவாள் என்றும் அஞ்சுகிறார் பெரிய மனிதர். சாதிமீறிக் காதல்மணங்கள் நடந்துவிடக்கூடாது என்று கருதும் சாதிகளிடம் இப்போதும் இளவயதிலேயே மணம் செய்விப்பது தொடர்வதைப் பார்க்கலாம். தலித் இளைஞர்களுடனான சாதிமீறிய காதலை மறுப்பதற்காகவே பெண்களின் திருமணவயதை 21ஆக உயர்த்த வேண்டுமெனக் கூறும் ராமதாஸ் போன்றோர் சொந்தக் குழுமங்களாலும் சாதியினராலும் நடத்தப்படும் வயது குறைந்த திருமணங்கள் பற்றிப் பேசுவதில்லை என்பதை இங்கே கவனிக்கலாம். ஏனெனில் அது போன்ற முறைமைதான் சாதியைக் காப்பாற்றுகிறது. ஆனால் படநாயகன், நாயகிக்குப் 16 வயதில் நடக்கவிருக்கும் திருமணத்தைச் சட்டப்படி தடுத்துப் பெரிய மனிதருக்கு இடையூறாக மாறுகிறான். திருமணவயது பற்றிய பேச்சுகள் அரசியல் தளத்தில் வெளிப்பட்டு வந்த தருணத்தில் படத்தில் இடம்பெற்ற இக்காட்சியை இப்பின்னணியில் வைத்தும் புரிந்துகொள்ளலாம். தன் மகளின் காதலை ஏற்க மனமிருந்தாலும் ஊராரையும் சுற்றியிருப்போரையும் கருதி அதை ஏற்க மனமில்லை என்று 'கெத்தாக' நடிக்கிறார் பெரிய மனிதர். பிறகு அவர்களை யாருக்கும் தெரியாமல் ஊரிலிருந்து அனுப்பிவைத்துவிட்டுச் சுட்டுக்கொன்றுவிட்டதாக (கௌரவம்) வீரங்காட்டித் திரிகிறார். இது சுற்றியிருப்போராலும் சாதியினராலும் தரப்படும் ஒரு நெருக்கடிக்குப் பயந்து அவரே உருவாக்கிக்கொள்ளும் சாதிய முகமூடி என்றே கூற வேண்டும். தர்மபுரி விஷயத்தில் தாக்குதலுக்குத் தொடக்கமாக அமைந்த திவ்யாவின் தந்தை நாகராஜனின் தற்கொலையை நாம் இப்படிப் புரிந்துகொள்ளமுடியும்.

சாதிமீறிப் போய்விட்ட மகளைப் பெற்ற தந்தை என்ற சாதிய அவச்சொல் தரும் சாதியத் தன்மானத்திற்குப் பயந்தே அவர் தற்கொலை முடிவெடுக்கிறார். இவ்வாறு கௌரவத்தின் பெயரில் தந்தைகள் சாகும் காலத்தில்தான் இப்படம் இத்தகைய தந்தையைக் காட்டுகிறது. அதன் மூலம் சாதிய உறவுகள் தரும் அழுத்தத்தால் சாகும் தந்தைகளைப் பகடி செய்கிறது. படத்தின் இறுதியில் பெரிய மனிதர், தான் அது நாள்வரை சொல்லிக்கொண்டதைப்போல் இல்லாமல் காதலித்த தன் மகளையும், மருமகனையும் கொல்லாமல் நன்றாக

ஆணவக் கொலைகளின் காலம்

வாழ்வதற்கு உதவிக்கொண்டிருக்கிறார் என்பதை எல்லோரும் அறிகிறார்கள். இப்போது யாருடைய அழுத்தங்களுக்காக அவர் தன்னைக் கௌரவமானவராகக் காட்டி வந்தாரோ அவர்கள் அருகில் வருகிறார்கள். பெரிய மனிதர் வெட்கப்படுவார் என்று எதிர்பார்க்கப்படுகிறது. ஆனால் அவரோ "போங்கடா வெண்ணைகளா, உங்களுக்குப் பயந்து நான் வெற்று வீராப்பு பேசிக் குழந்தைகளின் சந்தோஷத்தைப் பறித்து வந்தேன்" என்று தன்னைக் கௌரவப் போலிமையிலிருந்து விடுவித்துக்கொள்கிறார்.

இப்பதிவைச் சாதியினரும் உறவினர்களும் தரும் அழுத்தத்தால் சாதிதாண்டிய காதல் மணம் புரியும் தன் குழந்தைகளைக் கொல்லும் அல்லது தற்கொலை செய்துகொள்ளவைக்கும் தந்தை குடும்பம் மற்றும் சமூகம் மீதான விமர்சனம் எனலாம். இவ்வாறு தர்மபுரி வன்முறைக்குப் பின்னால் தீவிரப் படமொன்றிற்கு இணையான விமர்சனம் நகைச்சுவைப் படமொன்றிலிருந்து வெளிப்பட்டிருக்கிறது. சமகால அரசியலை நேரடியாகப் பிரதிபலிக்க வேண்டுமென்பதில்லை. அது வேறு வடிவங்களிலும் வெளிப்பட முடியும் என்பதே இலக்கியப்படைப்புகளுக்கு இருக்கும் சாத்தியம்.

சமகால சாதிய அரசியலின் வடிவம் சுந்தரபாண்டியன் என்றால் அதன்மீதான விமர்சனம்தான் வருத்தப்படாத வாலிபர் சங்கம். ஆனால் சாதியைப் பெருமிதப்படுத்தும் படம் வெளிப்படையான அடையாளங்களுடனும், விமர்சிக்கும் படம் வெவ்வேறு வடிவங்களிலும் தான் வரமுடிகிறது என்பதே இங்கிருக்கும் சிக்கல். இவ்வாறு தர்மபுரி வன்முறை – பெருகிவரும் சாதி ஆணவக்கொலைகள் ராமதாஸ் உள்ளிட்டோரின் தலித்துகளுக்கு எதிரான பேச்சு ஆகிய சமூக நிகழ்வுகளுக்கான இணைப் பிரதிகளாகத் திரைப்படங்களில் செயற்பட்டுள்ள பதிவுகள் குறிப்பிடத்தக்கவை.

அடிக்குறிப்பு

1. சாதியைக் கதையின் மையமாகக் கொண்டிராவிட்டாலும் சுந்தரபாண்டியன் படத்தின் கதையாடல் பரப்பினுள் காட்சி களாக, வசனங்களாக, குறியீடுகளாகச் சாதியடையாளம் ஊடாடுகிறது. நாயகனின் தந்தை ஜமீன் போன்று வாழு கிறார். அவர் மகனான நாயகனோடு சண்டை போடும் போது தவறுதலாக ஒருவன் இறந்துபோகிறான். பக்கத்து ஊரைச்சேர்ந்த அந்தத் தெலுங்கு பேசும் ஊராரிடம் சமாதானம் பேச நாயகனும் தந்தையும் 'தனி'யே செல்கிறார்கள். அதாவது தெலுங்கு பேசும் சாதியைத்

தேவர்சாதிப் பாத்திரங்கள் சந்திக்கின்றன. பேச்சுவார்த்தை முரணில்லாமல் சமாதானமாக முடிகிறது. இருதரப்பும் சுமூகமாகப் பேசினார்கள் என்பது அதற்கான காரணமல்ல. அங்கு நாயகன் தரப்பின் சாதியதிகாரம் நினைவில் கொணரப்படுவதன்மூலம் சமாதானம் நிகழ்கிறது. இவை நேரடியாக அல்லாமல் வார்த்தைகளாகவும் குறியீடு களாகவும் வெளிப்படுகின்றன. இறந்தவனின் தங்கைக்குப் பிராயச்சித்தமாகக் கல்யாணம் செய்து வைத்து மூன்று ஏக்கர் நிலமும் தருவதாக நாயகனின் தந்தை அவ்வூரார் முன் வாக்கு தருகிறார். அப்போது கொலையும் செய்து விட்டுக் கல்யாணம் செய்துவைக்கிறேன் என்று சமாளிக் கிறார்களா? மறுதரப்பு என்று இளைஞர்கள் எதிர்ப்புத் தெரிவிக்கிறார்கள். இளைஞர்களைத் தெலுங்கில் பேசிச் சமாதானப்படுத்தும் அச்சாதியின் நாட்டாமைகள் அவ்விடத்தில் நாயகன் தரப்பின் 'தனித்துவத்தை' எடுத்துக் கூறுகிறார்கள். அந்த வட்டாரத்தில் நாயகனின் சாதி எத்தகையது என்பதைக் கூறி இளைஞர்களை வழிக்குக் கொண்டுவரும் வகையிலேயே அப்பேச்சுகள் யாவும் இருப்பதைக் கவனிக்கலாம். "நீங்கபாட்டுக்கு இவங்களோட சண்டை போட்டுட்டு ஏதாவது பண்ணிட்டு நிம்மதியா படுத்துத் தூங்கிட முடியுமா? கோர்ட் கேசுன்னு ஆயிரம் இருக்கும்" என்று ஆரம்பிக்கும் நாட்டாமையின் பேச்சு "அவங்க என்ன சாதாரண ஆளுங்கன்னு நினைச்சீங் களா? இப்போ உம்ம்னாகூட (அவங்க) ஊரே (வந்து) கூடிடும் . . . அவங்களும் அந்தப் பக்கம் பெரிய ஆளுங்கதான்" என்று நீண்டு முடிகிறது நாட்டாமையின் பேச்சு. கொடுத்த வாக்கைக் காப்பாற்றுகிறவர்கள் என்று நாயகன் தந்தைமீது ஏற்றப்படும் பிம்பம் அவர் சார்ந்த சாதியின் குணாம்சமாகவே விவரிக்கப்படுகிறது.

இதேபோல நாயகியை நாயகன் காதலிப்பதில் சாதி தடையாவதில்லை. (சொந்த சாதியில் காதலிப்பதுகூட நாயகனின் நல்ல குணாம்சம்தான் போல). நாயகியின் வீட்டிற்குப் பெண்கேட்டுச் செல்லும் நாயகனின் தந்தை பெண் கேட்பதற்கான முதல் தகுதியாகச் சாதியை நினைவூட்டிதான் பேச்சைத் தொடங்குகிறார். "வேத்து ஆள் இல்லை, சாதியிலயும் பிரிவிலேயும் உங்க வகையறாதான். நீங்க இங்க எப்படியோ அதைவிட நாங்க எங்க ஊரில் அப்படிதான்" என்கிறார். இங்கே சாதி தொடங்கி வகையறா வரை பேசப்படுகிறது. சாதிக்குள் சமஅதிகாரம் உடைய குடும்பங்களுக்கிடையேதான் இப்பேச்சு நடக்கிறது.

படத்தின் தொடக்கக் காட்சிகளில் காதலிக்க முனையும் பிற ஆண்களைக் கொலைசெய்யும் செயலுக்கு ஆதரவு இருப்பதைப் போலவே இங்கே நாயகன் – நாயகி காதலை அகமணத்திற்குள்ளேயே அடக்கிக் காட்டுகிறது திரைப்பிரதி.

சாதி பலத்தின் அருமையை அடுத்தே சொல்கிறான் நாயகனின் தந்தை. "தனியாக வந்து பேசும் நான் ஊரோடு வந்து தூக்கிட்டுப் போறது பெரிசில்ல" என்கிறார். அவ்வாறு காதலித்தவனையே மணமுடிக்கச் சம்மதம் வாங்கிவிட்ட நாயகியைப் பார்த்து அவர் தந்தை "கடைசிவர நின்னு காரியத்தைச் சாதிச்சி கள்ளச்சிங்கிறதை காட்டிட்டியே" என்று பெருமிதம் கொள்கிறான். இந்த வசனமோ அல்லது சாதியைக் குறிப்பிடும் வார்த்தையோ இருந்திருக்காவிட்டாலும் கதை எந்த விதத்திலும் பாதிக்கப்படப் போவதில்லை. ஆனாலும் இந்த வசனமும் வார்த்தையும் வலிய சேர்க்கப்பட்டுள்ளன. அது வெறும் சாதியச்சுட்டலாக மட்டுமின்றி, இவையெல்லாம் அச் சாதிக்கான குணாம்சம் என்பதாகச் சிலவற்றைக் கட்டமைத்துப் பரப்புகிறது. நம்பவைக்கிறது. காரியத்தில் விடாப்பிடியாக நின்று ஜெயிப்பவர்கள் கள்ளர்கள் என்ற சாதியபிம்பம் முன்வைக்கப்படுவதை இங்கே பார்க்கலாம். அதைப்போல இப்படத்தில் மேலும் சிலவற்றையும் சொல்லலாம்.

பஸ்ஸில் நாயகன் ஏறிவிட்டாலே ஆண்கள் பெண்கள் (பயத்தால்) உரசாமல் நிற்பார்கள். ஏனெனில் இந்தக் கெட்ட பழக்கமெல்லாம் அவனுக்குப் பிடிக்காது. மீறினால் அடிப்பான் என்று சொல்லப்படுகிறது. அங்கு தப்பு செய்தால் அடிப்பார்கள் என்கிற அர்த்தம் உருவாகிறது. நாயகியைப் பற்றி "அவ பார்வையில் ஒரு திமிரு" என்று நாயகன் சொல்வதையும் இதோடு சேர்த்துக்கொள்ளலாம். அவ்வாறே வாக்குத்தவறாமை, அஞ்சாமை, எடுத்த காரியத்தை முடிப்பவர்கள், பணிவாகக் கேட்டுப் பார்த்து மறுத்தால் வீரத்தோடு தூக்கிச்செல்வார்கள் போன்ற குணாம்சங்கள் ஒன்றோடொன்று சங்கிலித்தொடர்கள்போல இணைந்து சாதிய அர்த்தத்தோடு இணைக்கப்படுவதைப் பார்க்கலாம்.

முகநூல் விவாதம்:
ஆணவக் கொலைகள் தொடர்பான நிலைப்பாட்டில் திராவிடக் கட்சிகள்

மார்க்சிஸ்ட் கம்யூனிஸ்டு கட்சியை கடந்தகாலங்களில் நான் விமர்சித்திருக்கிறேன். பிரச்சினைகள் சார்ந்து இனியும்கூட விமர்சனங்கள் எழலாம். ஆனால் எவை யாயினும் இவ்விமர்சனங்கள் அவர்களின் பங்களிப்புகளை அங்கீகரித்து அதன்வழியே வைக்கப்படுபவையாகும்.

இரண்டொரு நாட்களுக்கு முன் சிதம்பரம் தேர்தல் பிரச்சாரக் கூட்டத்தில் ஜி.ராமகிருஷ்ணன் பேசிய வீடியோ பதிவு ஒன்றைக் கண்டேன். அப்பேச்சில் ஏறக்குறைய கால் மணிநேரத்திற்கு நெருங்க சாதிப் பிரச்சினைகள், ஆணவக் கொலைகள் பற்றிப் பேசினார். சாதாரண நாட்களில்கூட இவற்றையெல்லாம் பிற கட்சிகள் பேசமுடியாதபோது யாருடைய (சாதி)மனமும் கோணாமல் பேசி ஓட்டுகளைப் பெறவிரும்பும் இக்காலத்தில் தேர்தல் பிரச்சாரத்திலேயே இவற்றைப் பேச மார்க்சிஸ்டுகளால் முடிகிறது.

பொலிட்பீரோ பிரதிநிதித்துவம் ஒன்றை மட்டுமே காட்டி (நமக்கும் அது பற்றிய விமர்சனம் உண்டெனினும்) பார்ப்பனக் கட்சியாகச் சித்தரித்துத் தொடர்ந்து வன்மம் காட்டப்படும் மார்க்சிஸ்ட் கட்சிக்கு இருக்கும் இந்த வகை அரசியல் நேர்மை, பார்ப்பன எதிர்ப்பு என்பதற்கான அத்தாரிட்டியாகக் காட்டப்படும் திராவிட சமூக நீதிக் கட்சிகளுக்கு இல்லை.

எனில் நீங்கள் பேசுவதாகப் பாவனை செய்துகொள்ளும் பார்ப்பன எதிர்ப்பின் பொருள்தான் என்ன?

(கேள்வி பழசுதான். ஆனால் இக்கேள்வியின் சமூக மதிப்பு முக்கியமானது. மேலும் இதுபோன்ற கேள்வி எவ்விதத்திலும் சுற்றிவளைக்காமல் தமிழில் இதுவரை நேரடியாக எதிர்கொள்ளப் பட்டதில்லை)

ஸ்டாலின் ராஜாங்கம், ஏப்ரல் 27
[முதன்மைப் பதிவு]

பின்னூட்டங்கள்

விமர்சித்தால் பார்ப்பன அடிவருடி என்று எதிர்கொள்ளுவர் திராவிட அரசியலாளர்.

பாலசுப்ரமணியம் ஜெயபால், ஏப்ரல் 27

தமிழில் 'நேரடியாக' எதிர்கொள்ளப்படடதில்லை என்றால் என்ன பொருள் என்று தெரியவில்லை. தொடர்ந்து அனைத்து தரப்பாலும் விவாதிக்கப்பட்டுக்கொண்டிருக்கும் பிரச்சினை தானே இது. உங்கள் வசதிக்காக மீண்டும் சொல்கிறேன். திராவிட இயக்கத்தின் பார்ப்பன எதிர்ப்பு அதிகாரப் பரவலைச் சாதித்தது. ஆனால் அதன் பலன்கள் தலித் சமூகத்திற்கு முழுவதும் சென்று சேரவில்லை. அது பிற்படுத்தப்பட்ட வகுப்பினரின் எதிர்ப்புரட்சி குணாதிசயங்களால் தடுக்கப்பட்டுவிட்டது. இங்கே கேள்வி அதில் உடைப்பை ஏற்படுத்தி தலித் அரசியலை முன்னெடுக்க எத்தகைய விமர்சனத்தை மேற்கொள்ள வேண்டும் என்பதுதான். திராவிட இயக்கத்தின் பார்ப்பன எதிர்ப்பு அரசியலில் தலித்து களுக்கு பங்குமில்லை, பலனுமில்லை என்ற நிராகரிப்புத் தொனியை எடுப்பது கடந்தகாலத்திற்கும் நியாயம் செய்யாது; எதிர்காலத்திற்கும் உதவாது. இதையெல்லாம் தெளிவாக யாரும் பகுத்துப் பார்த்துப் பேசவே முடியாது என்று சொல்வதோ நினைப்பதோ பார்ப்பன திருத்தல்வாதத்திற்குதான் (Brahmin apologia) கொண்டுபோய்விடும். திராவிட இயக்கத்தின் நீட்சியும் மீட்சியும்தான் தலித்துகளுக்கு உதவுமே தவிர, அதன் வீழ்ச்சி ஒருபோதும் உதவப்போவதில்லை.

ராஜன்குறை கிருஷ்ணன், ஏப்ரல்27

குறைந்தபட்சம் தலித்துகளுக்கான நடைமுறை அரசியல் யதார்த்தங்களுக்குத் திராவிட இயக்கங்கள் தந்த வரலாற்று இயங்கியல் இடத்தை இந்தியாவில் வேறு மாநிலங்களில் பார்ப்பனீயத் துணையின்றி இடப்படுத்த முடியவில்லை என்பது உண்மைதான்.

யவனிகா ஸ்ரீராம், ஏப்ரல் 28

“பொலிட்பீரோ பிரதிநிதித்துவம் ஒன்றை மட்டுமே காட்டி (நமக்கும் அது பற்றிய விமர்சனம் உண்டெனினும்) பார்ப்பன கட்சியாக சித்தரித்து வன்மம் காட்டப்படும் மார்க்சிஸ்ட் கட்சிக்கு இருக்கும் அரசியல் நேர்மை, பார்ப்பன எதிர்ப்பு என்பதாக காட்டப்படும் திராவிட சமூக நீதிக் கட்சிகளுக்கு உண்டா?

எனில் நீங்கள் பேசுவதாகப் பாவனை செய்துகொள்ளும் பார்ப்பன எதிர்ப்பின் பொருள்தான் என்ன?”

பார்ப்பனிய எதிர்ப்பு மட்டும்தான் காரணம்.

மோகன்ராஜ் நடராஜன், ஏப்ரல் 27

//திராவிட இயக்கத்தின் பார்ப்பன எதிர்ப்பு அரசியலில் தலித்துகளுக்குப் பங்குமில்லை, பலனுமில்லை என்ற நிராகரிப்புத் தொனியை எடுப்பது // என்கிறார் ராஜன்குறை கிருஷ்ணன் கேள்விகள் எனக்கு இதில் உண்டு. தலித் அறிவுஜீவிகள் அப்படி சொல்கிறார்களா என்ன? பார்ப்பன எதிர்ப்பு அரசியலைத் தலித் மக்கள் இயக்கங்கள் திராவிட இயக்கத்துக்கு முன்னரே முன்னெடுத்திருப்பதையும் அதைத் திராவிட இயக்கம் சரியாக அங்கீகரிக்கவில்லை என்றும்தானே சொல்கிறார்கள்? இன்றைய நிலையில், கூடவே வேறு சாதியாதிக்கங்களை நியாயமாக எதிர்க்கவேண்டியிருக்கும்போது பார்ப்பன எதிர்ப்பு என்பது ஒரு எளிமைத்தன்மையோடு கூடிய, களநிலவரங்களுக்கு முகம்தராத சொல்லாடலாகிவிட்டது என்றுதானே சொல்கிறார்கள்? மற்றபடி, // பார்ப்பன நியாயப்படுத்துதலுக்குதான் *(Brahmin apologia)* கொண்டுபோய்விடும் // என்பது நியாயமான அச்சமே.

பெருந்தேவி, ஏப்ரல் 28

தமிழில் ‘நேரடியாக’ எதிர்கொள்ளப்பட்டதில்லை என்றால் என்ன பொருள் என்று தெரியவில்லை. (ஸ்டாலின்) கேள்வி மேலே தெளிவாக உள்ளது. அதற்குக் கீழே உள்ள ராஜன்குறையின் பதிலே “எவ்விதத்திலும் சுற்றிவளைக்காமல் நேரடியாக எதிர்கொள்ளப் பட்டதில்லை” என்பதற்குப் பொருள் தரும் பொருத்தமான உதாரணமாக இருக்கிறது.

ரோசா வசந்த், ஏப்ரல் 28

யவனிகா ஸ்ரீராம் மற்றும் ராஜன்குறை கிருஷ்ணன் ஆகிய இருவருமே தலித் அரசியல் வரலாற்றைக் கணக்கில் எடுத்துக் கொள்ள மறுக்கின்றனர். திராவிடம் யாரிடமிருந்து பறித்துக் கொள்ளப்பட்டது, தலித்துகள் ஏன் ஆதிதிராவிட அரசியலை கைக்கொள்ள வேண்டி வந்தது போன்ற விசயங்களைப் பேசாமல் திராவிட அரசியலை விதந்தோதுவது எந்த விதத்தில் நியாயம்.

பாலசுப்பிரமணியம் ஜெயபால், ஏப்ரல் 28

ராஜன்குறை கிருஷ்ணன், தமிழில் என்ன விவாதம் நடந்துவிட்டது. எங்களுடைய எந்தக் கேள்வியும் அதற்கேயுரிய அர்த்த தளத்தோடு எதிர்கொள்ளப்பட்டதில்லை. பார்ப்பனிய சதி, துதி இவையெல்லாம் இல்லாமல் எதிர்கொள்ளப்பட்டிருக்கிறதா? எங்களுக்கான முகவாண்மையே மறுக்கப்படுகிறது என்பதுதான் அடிப்படை பிரச்சினை. சமகாலச் சிக்கல்களை வைத்து விவாதிக்கத் தொடங்கினால் திராவிட இயக்கத்தின் கடந்த கால வரலாற்று பெருமைகளை மட்டும் ஒப்புவித்துக் கிளம்பி விடுகிறார்கள். இவற்றைதான் நான் 'சுற்றிவளைத்து' என்ற வார்த்தையால் சொன்னேன்.

மேலும், திராவிட இயக்கத்தின் வரலாற்றுத் தேவையையும் பங்களிப்பையும் விமர்சனப் பூர்வமாக அங்கீகரித்தே வருகிறோம். ஆனால் எழுதவரும் ஒவ்வொரு தருணத்திலும் அந்த ஸ்டிக்கரை ஒட்டிவிட்டே எழுதமுடியாது.

ஆனால், சமகாலச் சாதிய எதார்த்தங்களை விவாதிக்க வரும்போதெல்லாம் 'கடந்தகாலம்' என்பதை (தப்பவோ / திசை திருப்பவோ / திரிக்கவோ) ஒரு கேடயம் போல பயன் படுத்தக் கூடாது. நாங்கள் கேள்விகள் எழுப்புவதாலேயே பார்ப்பன திருத்தல் வாதத்திற்கு வழிவிட்டு விடுகிறோமா என்று அச்சப்படுவதைவிட பிறர் சமகாலச் சாதிய எதார்த்தங்களை முன்வைத்த தலித்துகளின் விவாதங்களுக்கு முகம் கொடுக்கிறார் களா என்பதைத்தான் நீங்கள் கேட்டுப் பார்க்க வேண்டும்.

ஆனாலும் ராஜன் கடைசிவரை நான் இப்பதிவில் கேட்டிருந்த குறிப்பான கேள்வியை விவாதிப்பதை விடுத்து நான் விவாதிக்காத, பொதுவான குற்றச்சாட்டு ஒன்றை இவ்விடத்தில் கொணர்ந்துவைத்து (திராவிட வரலாற்றுப் பங்களிப்பை ஏற்கிறோமா இல்லையா என்பதல்ல எம் விவாதத்தின் மையம்) விவாதத்தை முடித்திருக்கிறீர் பாரும். "அங்கதான் நீங்க நிக்கிறீங்க."

ஸ்டாலின் ராஜாங்கம், ஏப்ரல் 28

அவ்வப்போது அரைகுறையாக இப்படி ஏதாவது பேசிக் கொள்கிறோமே தவிர முழுமையாக விவாதிக்கச் சந்தர்ப்பம் இல்லாமலேயேதான் போய்க்கொண்டிருக்கிறது. *Polemics* என்ற சம்வாதத் தொனியைக் கையாண்டு எழுதுவதில் எப்போதுமே சில பிரச்சினைகள் உருவாகத்தான் செய்யும். முடிந்தால் இந்தக் கோடை விடுமுறையில் விரிவாக விவாதிப்போம். எனக்கு உங்கள் விமர்சனத்தில் முழு உடன்பாடு உண்டு. ஆனால் அதைப் படித்து மகிழக்கூடிய பி.ஏ. கிருஷ்ணன் வகையறாக்களை என் மனக்கண்ணிலிருந்து என்னால் அகற்ற முடியாது. அது

உங்களுக்கும் எனக்குமான பொதுவான பிரச்சினையா இல்லையா என்பதை நீங்கள்தான் தீர்மானிக்கவேண்டும். தர்க்கரீதியான சிந்தனா முறை என்பது தனக்குள் பல போக்குகளையும், முரண்களையும் கொண்டது. என்னை எதிர்ப்பவர்கள் மட்டுமல்ல, ஆதரிப்பவர்கள் யார் என்பதையும் சேர்த்துக் கவலைப்படாமல் என்னால் இயங்க முடியாது.

ராஜன்குறை கிருஷ்ணன், ஏப்ரல் 28

உண்மைதான். ஆனால் இப்படி எதிர்த்தரப்பை மட்டுமே மனதில் வைத்துக்கொண்டு மட்டுமே விவாதங்களைக் கட்டமைக்க முடியாது. உங்களைப் படித்து லைக் இடுகிறவர்களையும் ஷேர் செய்கிறவர்களையும் நாங்களும் பார்த்துக்கொண்டுதானே இருக்கிறோம். அதற்காகவெல்லாம் உங்களைப் பொறுப்பாக்கிப் புறக்கணிக்க வேண்டுமென்று நான் நினைப்பதில்லை.

ஸ்டாலின் ராஜாங்கம், ஏப்ரல் 28

II

தலித்துகள் மீது தொடரும் சாதி வன்முறைகளில் சாதி ஆணவப் படுகொலை பேசுபொருளாகியிருக்கிறது. இதை ஒரு கம்யூனிஸ்ட் தலைவர் தேர்தல் கூட்டத்தில் பேசுகிறார். ஆனால் சாதி ஒழிப்புக்கும் சமூகநீதிக்கும் அத்தாரிட்டியாக தன்னாலும் தன் ஆதரவு அறிவுஜீவிகளாலும் சொல்லிக்காட்டிக்கொள்ளும் திராவிடக் கட்சிகளால் தேர்தல் காலத்தில் மட்டுமல்ல வேறு எப்போதுமே பேசமுடிவதில்லை என்ற பொருளில் ஒரு குறிப்பை நேற்று எழுதியிருந்தேன். அதன்மூலம் இன்றைக்கிருக்கும் பார்ப்பன எதிர்ப்பின் பிரச்சினைப்பாட்டையும் சுட்டி முடித்திருந்தேன்.

இதன்படி இந்த விவாதம் எவ்வாறு நடந்திருக்க வேண்டும்? ஆணவக் கொலைகளை எவ்வாறு பார்த்துப் புரிந்துகொள்ள வேண்டும்? கட்சிகள் அவற்றைப் பேசாதது ஏன் என்றெல்லாம் அமைந்திருக்கலாம். ஆனால் நாம் நேரடியாகக் காட்டும் யதார்த்தங்கள் திராவிடக் கட்சி ஆதரவு 'அறிவுஜீவி'களுக்கு முக்கியமாகத் தெரியவில்லை. மாறாக, அதிலிருந்த பார்ப்பன எதிர்ப்பு பற்றிய கடைசி வரிக் கேள்விகளால் மட்டும் பதற்றம் கொண்டார்கள் போலும். உடனே அறிவுஜீவி ஒருவர் திராவிட இயக்க நிராகரிப்புத் தொனி கூடாது, மீட்சியும் நீட்சியும் என்றெல்லாம் (ராஜன்குறை) கூறி என்னிடம் சில விளக்கங்களைக் கூறினார். நானும் எம் 'சிறு'மதிக்கேற்ப அறிந்ததைச் சொன்னேன்.

பிறகு என் பதிவுமீது பதில் எழுதிய அவரின் பின்னூட்டத்தை எந்த பின்னணியும் குறிப்பிடாமல் தனிப்பதிவாகவும் எடுத்து இட்டுக்கொண்டார். பின்னணி இல்லாமல் அப்பதிவைத் தனியே ஒருவர் படிப்பாரேயானால்

திராவிட இயக்கம் மீது பொத்தாம்பொதுவாக நிராகரிக்கும் தொனி (அப்படி ஒன்று இல்லாவிட்டாலும்) தலித்துகளின் பொதுவான பண்பாக இருக்கிறதோ என்ற தோற்றம் ஏற்படவே அது வழிவகுக்கும்.

பிறகென்ன? நடந்ததும் அதுவேதான். அந்தப் பதிவை ஒட்டி தலித்துகளின் நிராகரிப்புவாதம் சார்ந்து விவாதம் களைகட்டியது. அதில் தங்கள் நண்பர்கள், எதிரிகள் பட்டியலையெல்லாம் காட்டி அதென்ன, இதென்ன என்றெல்லாம் முழக்கங்கள் இட்டு அதகளப்படுத்திவிட்டார்கள்.

"நிராகரிப்புத்தொனி / பார்ப்பன நியாயப்படுத்தல் / நீட்சியும் மீட்சியும் / பார்ப்பன எதிர்ப்பு/பார்ப்பன ஆதிக்கம் / நிராகரிப்பு தலித் அறிவுஜீவிகள் / இடைநிலைச் சாதிகள் / இந்துத்துவ வாதிகள் / களநிலவரம் / ஜெயமோகன் / எஸ்விஆர், தொ. பரமசிவன், அ. மார்க்ஸ், சுபகுணராஜன் / அம்பேத்கர் பெரியார் படிப்பு வட்டம் / பாலியல் வன்முறை / முதல்படிநிலை / எதிர்ப்பரசியல் / சமூக மாற்றம் /இறுதிநோக்கம் / அறிவுஜீவித் தனமான ஆய்வு / பூனா ஒப்பந்தம் / திராவிடம் / பொதுவான கோரிக்கைகள் / ரவிக்குமார் / நக்கிப்பிழைத்தல் / ஜனநாயக சக்திகள் /வகுப்புவாத சக்திகள்"

– இவையெல்லாம் அவற்றில் கையாளப்பட்ட முக்கியமான வார்த்தைகள். இவற்றில் எங்கேனும் ஆணவப் படுகொலை பற்றிப் பேசுவது இருக்கட்டும். அந்த வார்த்தையாவது இருக்கிறதா? அது மட்டுமல்ல, தலித்துகள் மீதான வேறெந்த சமகாலச் சிக்கல்களைப் பற்றியோ இன்றைய சமூக நடைமுறையில் அது பெற்றிருக்கும் இடம் பற்றிய சிறு பதிவுகளோகூட அவற்றில் இல்லை.

நாங்கள் சமகால எதார்த்தத்தை வைத்துப் பேசுகிறோம். அவர்களோ கடந்தகால வரலாற்றைப் பிடித்துக்கொண்டு அறிவுஜீவித எக்ஸஸைஸ் செய்கிறார்கள். நன்றி ராஜன்குறை கிருஷ்ணன், விடைபெறுகிறேன்.

ஸ்டாலின் ராஜாங்கம், ஏப்ரல் 29
[முதன்மைப் பதிவு]

உங்கள் பார்வையைப் புரிந்துகொள்வதில் எனக்கு ஒரு சிக்கலு மில்லை. உங்களுடன் சேர்ந்து தி.மு.க ஜாதி ஆணவக்கொலையைக் கண்டிப்பதை முக்கிய அரசியல் அம்சமாக மேற்கொள்ள வேண்டும் என்று வலியுறுத்துவதில் எனக்கு ஒருவிதக் கருத்து வேறுபாடுமில்லை. ஆனால் அதைப் பார்ப்பனீய / பார்ப்பன எதிர்ப்புக்கு ஒப்பீடாக, எதிராக நிறுத்திப்பேசும் சம்வாதத் தொனியில்தான் நாம் மாறுபடுகிறோம். என்னுடைய சமூக அடையாளம் பார்ப்பன அடையாளம் என்பதால், இன்று கொலைகளில் முடியும் ஜாதி ஆணவத்தை உருவாக்கியதில் இன்றும் அகமண முறையை ஆதரித்து நிற்பதில் பார்ப்பன

சமூகத்தினருக்கு இருக்கும் பங்கை கவனிக்காமல் என்னால் பேசமுடியாது. இன்றைக்கு இரண்டு பெரிய கட்சிகளாக வடிவம் கொண்டிருக்கும் திராவிட இயக்க ஆற்றல் அடைந்திருப்பது ஒரு தேக்கம். அந்த தேக்கத்தை உடைப்பதற்கான வழி பார்ப்பனீய/ பார்ப்பன எதிர்ப்பைக் கேள்விக்குள்ளாக்குவதோ அது உள்ளீடற்றது என்பதோ கிடையாது. தேக்கத்தை உடைப்பதற்கான வழி எதிர்ப்புரட்சி உருவாகும் சமூகத் தளங்களை – அதற்கான காரணிகளை அடையாளம் கண்டு விமர்சிப்பதுதான்.

ராஜன்குறை கிருஷ்ணன், ஏப்ரல் 29

இது ஒரு நீண்ட விவாதம்; நீங்கள் இருவரும் பலமுறை இதுகுறித்து விவாதித்து வந்ததின் தொடர்ச்சி என்பது தெரியும். எனக்கு மிக ஆச்சரியமாக இருப்பது என்னவென்றால், தி.மு.க.வை ஆதரிப்பவர்கள் இந்த தேர்தலில் முதல்முறையாக சாதி ஆணவக் கொலை ஒரு முக்கிய பிரச்சினையாக இருக்கும் நிலையில் கூட தி.மு.க அது பற்றி வாயே திறக்காமல் பிரச்சாரம் செய்து வருவதைப் பற்றி ஏன் பேசுவதில்லை எனும் கேள்வி எப்படி தவறாக இருக்க முடியும்? “உங்களுடன் சேர்ந்து தி.மு.க ஜாதி ஆணவக் கொலையைக் கண்டிப்பதை முக்கிய அரசியல் அம்சமாக மேற்கொள்ள வேண்டும் என்று வலியுறுத்துவதில் எனக்கு ஒருவிதக் கருத்து வேறுபாடுமில்லை”. *This sounds like a DMK normativity to me. What about all the other issues on which the DMK and the ADMK have been pro casteist forces and have maintained a convenient silence?*

ப்ரேமா ரேவதி, ஏப்ரல் 29

Also while I understand that one's tone need not be one of 'brahmin apology' why isn't that nobody talks about the utter contempt and disgustingly casteist tone the pro DMK people are taking in their responses to Stalin and others who raise their critique on the 'anti-brahmin' dravidian paradigm? shouldn't we also worry about the casteism of some pro DMK voices?

ப்ரேமா ரேவதி, ஏப்ரல் 29

தமிழ்ச் சூழலில் விவாதிக்கும் சாத்தியங்கள் இல்லை என்றுதான் எனக்கும் தோன்றுகிறது. எதிர்த்தரப்புடன் சண்டை கூட போடலாம். “உங்களை முழுமையாகப் புரிந்துகொள்கிறேன். ஆனால் நீங்கள் அப்படி பேசுவது மிகவும் பிரச்சனைக்குரியது. ஏனெனில் என் பிரச்சனை இது . . .” என்று சுயமுரண்களைத் தர்க்கமாக்குபவர்களிடம் பேசும் சாத்தியம் இல்லை. மிச்சம் இருப்பது நீயா நானா தரப்பு. உங்கள் கருத்துக்களைத் தயக்கமின்றி

வெளிப்படுத்துவதையும் செயல்படுவதையும் மட்டுமே தொடர முடியும்.

ரோசா வசந்த், ஏப்ரல் 29

ஆம். அப்படி நினைத்துதான் நானும் விடை பெறுவதாகக் கூறி முடித்துக்கொண்டேன்.

ஸ்டாலின் ராஜாங்கம், ஏப்ரல் 29

III

திரு. ராஜன்குறை அவர்களுக்கு, 'politics is nothing, if not realistic' என்ற அம்பேத்கர் சிந்தனையின் தொடர்ச்சியாகத்தான் தலித் அறிவுஜீவிகள் இன்றைய சமூக யதார்த்தத்தையும் அரசியல் யதார்த்தத்தையும் கருத்தியல் தளத்தில் விமர்சனம் செய்துவருகிறார்கள். சாதி ஒழிப்பு, பிராமண எதிப்பு, திராவிட இயக்கச் சாதனைகள், கொள்கைகள் என்று கருத்தியல் தளத்தில் பேசும் திராவிட இயக்க அறிவுஜீவிகள் குறித்தும், நடைமுறையில் சமூகத்தில் நிலவும் சாதிய ஒடுக்குமுறை, சாதிய வன்முறை, சாதி ஆணவக் கொலைகளுக்கு எதிராக திராவிட இயக்கம் மற்றும் திராவிடக் கட்சிகளின் செயல்பாடுகள் குறித்தும் தலித் அறிவுஜீவிகள் கேள்வி எழுப்பினால், அவர்கள் மீது வீசப்படும் அவதூறுகள் திராவிட இயக்க அறிவுஜீவிகளின் மொழியாகவும் இல்லை; அது அறிவாகவும் இல்லை.

திராவிட இயக்கத்தையும் திராவிடக் கட்சிகளையும் அதன் பங்களிப்போடும் இன்றைய பொருத்தப்பாடுகளுடனும் விமர்சிக்கும் தலித் அறிவுஜீவிகளை எடுத்த எடுப்பிலேயே பார்ப்பன அடிவருடிகள், பார்ப்பனக் கைக்கூலிகள், பார்ப்பனர்களை நக்கிப் பிழைப்பவர்கள், இந்துத்துவ சக்திகள் என்று திராவிட இயக்க அறிவுஜீவிகள் வசைபாடுவது எந்த வகையில் நியாயம்? இந்த வகை வசைகள் பற்றித் தமிழ் அறிவுஜீவிகள் யாரும் வாய் திறப்பதே இல்லை.

தலித் அறிவுஜீவிகள் திராவிட இயக்கத்தை நோக்கி, திராவிடக் கட்சிகளை நோக்கி மிகவும் எளிமையாக, நேரடியாக சில கேள்விகளைக் கேட்கிறார்கள். தமிழகத்தில் சாதி ஆணவக் கொலைகள், சாதிய ஒடுக்குமுறைகள், சாதிய வன்முறைகள் அதிக அளவில் நடந்து வருகின்றன. இதனைத் தடுக்க நடவடிக்கை எடுக்காமல் திராவிடக் கட்சிகள் மௌனம் காப்பது ஏன்? இனியாவது இவற்றைத் தடுக்க நடவடிக்கை எடுப்பீர்களா? சாதி ஒழிப்பில் உங்களின் செயல்திட்டம் என்ன என்பதுதான் அந்தக் கேள்விகள். எத்தனை முறை கேட்டாலும் எவ்வளவு

உரக்கக் கேட்டாலும், கனத்த பாறையைப்போல திராவிட இயக்கத்தவர்களின் மௌனம் தொடர்கிறது.

அதே போல, தலித் அறிவுஜீவிகள் திராவிட இயக்கத்தை வரலாற்றியல் ரீதியாகவும் அதன் பங்களிப்போடும் விமர்சனம் செய்கிறார்கள். இதிலும் அவர்கள் வைக்கும் விமர்சனங்கள் மிகவும் எளிமையானவை, நேரடியானவை. திராவிட இயக்கம் தோன்றுவதற்கு முன்பே இந்தியாவில் வேறெந்த மாநிலத்தையும் விட தமிழகத்தில் அன்றிருந்த ஒடுக்கப்பட்ட தலைவர்கள் திராவிட அரசியலையும் பிராமண எதிர்ப்பையும் வலியுறுத்திச் செயல்பட்டார்கள். திராவிட அரசியலுக்கு வித்திட்டவர்கள் தொடக்க கால ஒடுக்கப்பட்ட சமூகத் தலைவர்களே. அவர்களின் திராவிட அரசியலைப் பிற்படுத்தப்பட்ட சாதிகள் கைக்கொண்ட பின்னர், அவர்கள் தலித்துகளையும் தலித் தலைவர்களையும் அதிலிருந்து நீக்கம் செய்தார்கள். கொள்கை அளவில் முற்போக்கு இயக்கமாகவும் தலித்துகளின் கருத்தியலோடு உடன்பாடுடையதாகவும் கூறிக்கொள்ளும் திராவிட இயக்கம் தலித்துகளின் பிரச்சினையில் நடைமுறையில் அவர்களுக்கு ஆதரவாகச் செயல்படவில்லை. வரலாற்றில் திராவிட இயக்கம் தலித்துகளை ஆதரவுக் குரல்களாகவே பயன்படுத்தி வந்திருக்கிறது. இந்த விமர்சனங்களைத் தலித் அறிவுஜீவிகள் ஆதாரப்பூர்வமாக முன்வைத்து வருகிறார்கள். இந்த விமர்சனங்களை நியாயமாகவும் ஆதாரப்பூர்வமாகவும் எதிர்கொண்டிருக்க வேண்டிய திராவிட இயக்க அறிவுஜீவிகள் அவர்களின் குரலையே கொச்சைப்படுத்துதலையும் நிராகரிப்பதையும்தான் செய்துவருகிறார்கள்.

இவற்றையெல்லாம் திரு. ராஜன்குறை அவர்களே! என்றாவது திராவிட இயக்க அறிவுஜீவிகளிடமும் ஆதரவாளர்களிடமும் பேசியிருப்பீர்களா? தலித் அறிவுஜீவிகளின் சில விமர்சனங்களோடு உடன்படுவதாகக் கூறும் தாங்கள் அந்த உடன்பாடான விமர்சனங்களைத் திராவிட இயக்கத்தை நோக்கி வைத்திருக்கிறீர்களா? அதற்கு அழுத்தம் கொடுத்திருக்கிறீர்களா?

தங்களின் சமீபத்திய ஃபேஸ்புக் நிலைத் தகவலில் “திராவிட இயக்கத்தின் நீட்சியும் மீட்சியும்தான் தலித்துகளுக்கு உதவுமே தவிர, அதன் வீழ்ச்சி ஒருபோதும் உதவப்போவதில்லை” என்று சொல்லியிருக்கிறீர்கள். இதன் மூலம் தாங்கள் திராவிட இயக்கம் வீழ்ச்சியடைந்து கொண்டிருப்பதாகக் கருதுகிறீர்களா? அல்லது, திராவிட இயக்கத்தின் வீழ்ச்சிக்கு தலித்துகள்தான் காரணம் என்று கூறுகிறீர்களா? அல்லது திராவிட இயக்கத்தின் வீழ்ச்சியை தலித் அறிவுஜீவிகள் விரும்புகிறார்கள் என்று கூறுகிறீர்களா?

திரு. ராஜன்குறை! திராவிட இயக்கத்தின் வீழ்ச்சிக்கு யாரையும் நீங்கள் குற்றம் சாட்டவே முடியாது. ஏனென்றால் அவர்களின் வீழ்ச்சிக்கு அவர்கள்தான் காரணம். தாங்கள் தலித் அறிவுஜீவிகளின் வலுவான ஒரு விமர்சனத்தைக் குறிப்பிட்டு, ஆமாம், திராவிட இயக்கத்தினர் இதில் தவறிழைத்திருக்கிறார்கள் என்று சொல்லிப் பாருங்கள்; தாங்கள் திராவிட இயக்க அறிவுஜீவி களால் எப்படி எதிர்கொள்ளப்படுவீர்கள் என்பது தெரியவரும். திரு. ராஜன்குறை, தங்களைத் திராவிட இயக்கத்தை ஆதரிக்கும் முற்போக்கு பிராமணராக முன்னிறுத்திக்கொள்ளுங்கள்; அதில் தவறு ஒன்றுமில்லை. அதற்காக தலித் அறிவுஜீவிகளின் விமர்சனக் குரல்வளையை அறுத்துவிடாதீர்கள். பிற்படுத்தப்பட்ட திராவிட இயக்க அறிவுஜீவிகளைப் போல . . .

பாலாஜி, ஏப்ரல் 29

V

சிந்தனை செய் மனமே![*]

இங்கே கேள்வி ஆணவக் கொலைகளைப் பற்றிய மௌனம் என்கிற யதார்த்ததைப் பற்றி மட்டுமே; கவனிக்கவும். வேறு எந்தப் பிரச்சனையையும் ஸ்டாலின் எழுப்பவேயில்லை. எங்கோ கணினி முன்னால் உட்கார்ந்திருக்கும் பிஏகே சிரிப்பாரா அழுவாரா என்று கவலைப்பட்டு தலித்கள் தங்கள் விமர்சனத்தை முன்வைக்க வேண்டுமா? ராஜன்குறையின் மனப்பிரச்சனைகளை முன்வைத்து ஆணவக் கொலைகள் பற்றிய விவாதத்தை தலித்கள் முன்னெடுக்க வேண்டுமா? ஸ்டாலின் எழுப்பிய கேள்வி "நீங்கள் பேசுவதாகப் பாவனை செய்துகொள்ளும் பார்ப்பன எதிர்ப்பின் பொருள்தான் என்ன?" என்பது. ஆனால் அதை பார்ப்பன எதிர்ப்பு என்பதையே எதிர்வாக ஆக்கும் சம்வாதத் தொனியை எடுப்பதாக, சொல்லாத ஒன்றை "திராவிட இயக்க வரலாற்றுப் பங்களிப்பை ஏற்கிறோம்' என்றபின்னும் திரிக்கிறார். உண்மையில் பிஏகே மகிழ்வார் என்று போலிமிக்ஸ் செய்வது ராஜன்குறைதான்; தன் சுயமுரண் சுத்தமாக ஒரு மானுடவியல் பேராசிரியருக்குப் புரியாதது வியப்பல்ல.

"உங்கள் பார்வையைப் புரிந்துகொள்வதில் எனக்கு ஒரு சிக்கலுமில்லை . . ." என்று தொடங்கும் ராஜன்குறையின்

---

* ஸ்டாலினின் பதிவு, அதற்கான ராஜன்குறையின் பின்னூட்டம் ஆகியவற்றை மட்டுமே தொகுத்து இடையிடையே தம் கருத்துகளைச் சொல்லி தம் முகநூல் பக்கத்தில் இக்கட்டுரையை ரோசா வசந்த் இட்டிருந்தார். ஏற்கெனவே சொல்லி யிருப்பதன் தொகுப்பாக இருந்ததால் கூறியது கூறலாகிவிடும் என்பதால் ரோசா வசந்தின் கருத்துகள் மட்டுமே புதிது என்பதால் அவை மட்டும் இடம்பெற்றுள்ளன.

பின்னூட்டப் பதிவைக் காட்டிவிட்டு அடைப்புக்குறிக்குள் தம் கருத்தைச் சொல்லியிருக்கிறார் ரோசா வசந்த் – ஸ்டாலின் . . .” (ஸ்டாலின் வலியுறுத்தவில்லை, பேசவில்லை என்று விமர்சிக்கிறார். அடுத்து ‘திமுக ஊழலைக் குறைத்துக்கொள்ள வேண்டும் என்று வலியுறுத்துவேன்’, என்றும்கூட ராஜன்குறை சொல்லலாம். அரவிந்த நீலகண்டன் கூட பாஜகவை நான் வலியுறுத்துவேன் என்று சொல்லலாம். காசா பணமா எல்லோரும் எல்லோரையும் வலியுறுத்தலாம்.) (மீண்டும் ஸ்டாலின் கேட்டது “ஆணவக் கொலையைத் தீவிரமாக எதிர்த்துப் பேசவில்லையெனில் உங்கள் பார்ப்பன எதிர்ப்பிற்கு என்ன அர்த்தம்?” என்பதை மட்டுமே. ஒரு நியாயமான கேள்வியைப் பார்ப்பனீய/பார்ப்பன எதிர்ப்புக்கு ஒப்பீடாக, எதிராக நிறுத்திப்பேசும் சம்வாதத்தொனி என்று திரிக்கிறார்.) . . .

(“நான் பார்ப்பனன், என் கவலை இது” என்று சொன்னால் என்னை மாதிரி ஆள் வாயடைத்துப் பேச்சை நிறுத்த வேண்டும் சரி; தலித்களுக்கு ஏன் அந்த தலை எழுத்து? இவருடைய இந்தச் சிக்கலைப் பற்றித் தலித்கள் எதற்காகக் கவலைப்பட வேண்டும். ஒருவேளை ஸ்டாலின், ராஜனின் பதிவில் வந்து “நீங்கள் ஏன் திமுகவை விமர்சிக்கவில்லை” என்று ஒரு கேள்வி கேட்டிருந்தால் இந்தக் கிளிப்பிள்ளைப் பதிலுக்கு ஒரு பொருள் உண்டு. தலித்கள் செய்யும் விமர்சனத்தில் புகுந்து “என் சிக்கல் இது” என்று சம்பந்தமில்லாமல் பேசுவதை எப்படி எடுப்பது? மற்றபடி எதிர்ப்புரட்சி தேக்கம் போன்ற ஜல்லிகளுக்கு எந்த அறிவு மதிப்பும் என் பார்வையில் இல்லை.)

திராவிட இயக்கத்தின் தவிர்க்கவியலா சமூகத் தேவையையும் வரலாற்றுப் பங்கையும் சாதிய எதிர்ப்புத் தரப்பில் இருந்து யாரும் மறுக்கமுடியாது. இன்றைக்கு அது எங்கே நிற்கிறது, இன்னமும் அதைப் பிடித்துத் தொங்குவதன் உசிதம், பொருத்தம், அவசியம் என்னவென்று விவாதிப்பது வேறு. விவாதம் தொடங்கும் முன்னரே விமர்சிக்கவே கூடாது என்று முரட்டுத்தனமாக மற்றவர்கள் சண்டியர் தனம் செய்வதற்கும், அறிவுஜீவித் தோரணையில் திரித்துப் பேசி அதையே சொல்வதற்கும் எந்த வித்தியாசமும் கிடையாது. பிற்படுத்தப்பட்ட மக்களிடையே அதிகாரப் பரவலைச் செய்ததுடன், தலித் அரசியலுக்கான அரசியல் வெளியை (தன் வீச்சைத் தாண்டி தவிர்க்க இயலாமல்) திராவிட அரசியல் அளித்தது என்பதுதான் என் பார்வை. ஆனால் அதைத் தலித்கள் பொருட்படுத்த வேண்டிய அவசியமே இல்லை. இன்று திராவிட இயக்கம் தங்களுக்கான அதிகாரப் பரவுதலுக்கு எதிராக உள்ளது என்று தலித்கள் நிச்சயம் விமர்சனம்

செய்யலாம். அதைப் பரிசீலிக்கும் பொறுமையும் பரந்த மனமும் இல்லாதவர்களைத்தான் நாம் கண்டிக்க வேண்டும்.

மற்றபடி அசோகமித்திரன், திராவிட இயக்கத்தால் நாங்கள் யூதர்கள் போலானோம் என்று சொல்வதை எல்லாம் தீவிரமாக எதிர்க்கத்தான் வேண்டும் என்பதில் சந்தேகமே இல்லை. ராஜன்குறை, அசோகமித்திரன் நிகழ்ச்சியை இணைந்து நடத்திய நண்பர் கல்யாணராமன் அண்மையில் திராவிட இயக்கம்தான் தலித்கள் மீதான ஒடுக்குமுறைக்கு காரணம் என்று (தன் சட்டகத்தில்) தர்க்கபூர்வமாகவும் தகவல்பூர்வமாகவும் எழுதியிருந்தார். அதை அதே போல் விரிவாக தகவல்பூர்வமாகவும் தர்க்கபூர்வமாகவும் எதிர்கொண்டு பதில் அளிப்பதுதான் திராவிட இயக்க ஆதரவு அறிவுஜீவித்தனத்தின் இலக்கணம்; தலித் சிந்தனையாளர்கள் மென்மையாக வைக்கும் விமர்சனத்தில் போய் அதிகாரத் தோரணையில் கலாட்டா செய்வது அல்ல.

ரோசா வசந்த், ஏப்ரல் 30

VI

தமிழ் அறிவுஜீவிகள் விடுவித்துக்கொள்ள விரும்பாத புதிர்*

முகநூலில் உலவச் செல்லும்போது பலரையும் போலவே நட்பில் இருப்போர் மட்டுமல்லாமல் இல்லாதோரின் குறிப்பிடத்தக்க பதிவுகளையும் படிப்பதுண்டு. அண்மையில் அவ்வாறு சென்றபோது கோகுல்ராஜ் என்ற தலித் இளைஞர் கொலை, அதைத் தொடர்ந்து சேலம், சோமம்பட்டியில் தாக்கப்பட்ட தலித் வீடுகள் தொடர்பாக கொந்தளிப்பான பதிவுகளைப் பார்க்க முடிந்தது. அவற்றில் எதேச்சையான ஒற்றுமையென சிலவற்றைப் பார்க்க முடிந்தது. அதாவது தலித்துகள் மீதான இன்றைய வன்முறைகள் சாதி இந்து இடைநிலைச் சாதிகளால் நடத்தப்படுகின்றன என்றும், இதை அறிவுத்தளத்திற்குக் கொணர்ந்து விவாதிக்க முனையும்போது இதற்கெல்லாம் பார்ப்பனியம் மட்டுமே காரணமாக இருக்கிறது என்றும் ஒற்றையாகச் சாதிப்பது என்பதோ அவ்வகை ஒற்றையான பார்ப்பனிய எதிர்ப்பு என்பதெல்லாம் போதாது என்றும் கூறுகிற பெரும்பான்மையான பதிவுகளைக் காண முடிந்தது. இப்பதிவிட்டோரில் பெரும்பாலோர் தலித்து களாக இருப்பதும் அதிலும் இன்றைய தலைமுறை இளைஞர்களே அதிகமென்பதும்

---

* இதுவரையிலான பதிவுகளுக்கு முன்பு எழுதப்பட்ட தனிப்பதிவு இது. இதோடு தொடர்புடையது என்பதால் அனுபந்தமாகச் சேர்க்கப்படுகிறது.

கவனிக்க வேண்டிய செய்தி. இதே போன்ற கருத்தையே நேரிலும் வேறுவழிகளிலும் பகிர்ந்துகொள்ளும் ஒடுக்கப்பட்ட வகுப்பினரை இப்போதெல்லாம் நிறைய சந்திக்க முடிகிறது.

தலித் சிந்தனையாளர்களோ நானோ மற்றும் என்னையொத்த நண்பர்களோ இதே கருத்தை அரசியல் பொருளில் விரிவாகப் பேசுகிறபோது வாதத்தை எளிமைப்படுத்தி விவாதத்தைக் குறுக்கி 'பார்ப்பன சூழ்ச்சி' என்ற குற்றச்சாட்டை மட்டுமே கூறிவிட்டு யாரும் இனியும் தப்ப வேண்டியதில்லை. மற்றபடி இன்றைய சமூக எதார்த்தத்தை நேரடியாகப் பிரதிபலிக்கும் இக்குரல்களைத் தக்கபடிப் புரிந்துகொள்வதற்கான தருணமாக இதைப் பார்க்க வேண்டும். சாதி பற்றி நம்பப்பட்டு வரும் கருத்தியல் நம்பிக்கைகளுக்கு மாற்றாக ஒடுக்கப்படும் தலைமுறையினரிடம் களஎதார்த்தத்தினூடாக வேறொரு எண்ணப்போக்கு உருவாகி வருகிறது. இது சமூக செயற்பாட்டாளர்களுக்கும் தமிழ் அறிவுஜீவி களுக்கும் விடுக்கப்பட்டிருக்கும் முக்கிய செய்தி மட்டுமல்ல, சவாலும் கூட. இவற்றை நாம் எவ்வாறு புரிந்துகொள்ளப் போகிறோம்? இன்றைய சமூகம் பற்றிய விரிந்த சித்திரத்தில் இப்புரிதலை எங்கு வைக்கப்போகிறோம் அல்லது பொருத்தப் போகிறோம்?

இரண்டு நேரெதிர் முரண்கள் இங்கு முன்னெழுந்திருக்கின்றன. ஒடுக்கக்கூடிய சாதிகள் தம்மை ஆதிக்க / அதிகார / பெரியசாதி என்று கருதுகின்றனவே ஒழிய அவை ஒருபோதும் தம்மைப் பிராமணரல்லாத அரசியல் சமூகமாக உணர்வதில்லை. இந் நிலையில் ஒடுக்கப்படும் சாதிகள் பிராமணரல்லாதோர் என்ற அடையாளத்தைச் சுமந்திருந்த அரசியல் அனுபவத்திலிருந்து பிராமணர் அல்லாதார் அடையாளத்தை நோக்கி இப்போது கேள்வி எழுப்ப ஆரம்பித்திருக்கிறது. இவ்வாறு சமூகத்தில் வினையாற்றாமல் அரசியல் முழக்கமாக மட்டுமே தேங்கிவிட்ட ஒரு அடையாளம் இருமுனையிலிருந்து வெவ்வேறு காரணங்களுக் காக எதிர்கொள்ளப்படுகிறது.

இருவேறு தரப்பும் இவற்றைத் திட்டமிட்டுச் செய்யவில்லை. ஒரு தரப்பாரிடம் எப்போதும் இந்த அடையாளம் உணரப் பட்டதில்லை. மற்றொரு தரப்பு இதன் போதாமையைச் சொல்ல வேண்டிய நிர்ப்பந்தத்திற்குத் தள்ளப்பட்டுள்ளது. அதாவது பிரமணரல்லாத அடையாளத்திற்காகத் துரும்பையும் கிள்ளிப்போடாமல் அதன்வழி உண்டான அரசியல் நலன்களை மட்டும் நேரடியாகவும் மறைமுகமாகவும் எடுத்துக்கொண்டு அப்படியொரு பிரக்ஞை இல்லாமலே சூத்திரப் பெரும்பான்மைச் சாதிகள் கோலோச்சுகின்றன; ஆனால் தலித் தரப்பின் நிலை அவ்வாறன்று.

உள்ளூர் அளவில் எளிய தலித் மக்கள் தம்மை ஒடுக்குகிற நேரெதிர் ஆதிக்கச் சாதியைத் தவிர வேறுயாரையும் ஒடுக்கிறவர்களாக நினைப்பார்களா என்று தெரியவில்லை. ஆனால் அரசியல் ரீதியாகவும் வரலாற்று ரீதியாகவும் மற்றெந்த வகுப்பினரையும் விட ஒடுக்கப்பட்ட வகுப்பினர்தான் பிராமணர் எதிர்ப்பு அரசியலோடு நெருக்கம் காட்டியிருக்கிறார்கள். இதுபோன்ற அனுபவத்திலிருந்துதான் ஒடுக்கப்பட்டோரின் கேள்விகள் இன்றைக்கு உருவாகியுள்ளன. கடந்தகாலத்தின் பிராமண எதிர்ப்புப் போராட்டம் தவறானதென்றோ தற்காலத்தில் அந்த ஆதிக்கம் அழிந்துவிட்டதென்றோ இந்தப் புதிய குரல்கள் முற்றான நிலையை எடுக்கவில்லை என்பதையும் கவனிக்க வேண்டியுள்ளது. அத்தகைய ஓர்மையோடுதான் இப்போதைய புதிய கேள்விகளையும் இணைக்கின்றனர்; அதாவது பிராமணரல்லாத அரசியல் அடையாளத்தின் பெயரால் ஏமாற்றப்பட்டதோடு அவற்றை மட்டுமே தொடர்ந்து தக்கவைக்க முயற்சிப்பதன் மூலம் தங்கள் மீதான சமூக ஒடுக்குமுறை மறைக்கப்படுகிறது என்ற உணரத் தொடங்கியுள்ளனர். அந்த அடையாளம் சமூக எதார்த்தமாக இல்லை என்ற அதிருப்தியின் வெளிப்பாடே இக்குரல்கள்.

விஷயத்தை ஆழமாக அலசிப்பார்க்கும் போக்கு இக்குரல்களில் இல்லை என்றோ உடனடி கோபம் என்றோ இவற்றை நம் அறிவுஜீவிகள் யாரேனும் சொல்லக்கூடும். அது உண்மையாகவும் இருக்கலாம். ஆனால் இந்தக் கேள்விகள் ஏன் எழுகின்றன, இவை அதிகரித்து வருவது ஏன், அவற்றின் சமூக உளவியல் என்ன, இவற்றில் உண்மையே இல்லையா என்கிற கேள்விகளே இன்றைக்கு முக்கியம். இதுதான் இன்றைய அறிவுச் சமூகத்திற்கு விடுக்கப்பட்டிருக்கும் செய்தி.

ஆனால் நம் அறிவுச்சமூகத்தின் நிலை என்ன? அவர்களில் யாரும் வன்முறைகளை ஆதரிப்பவர்கள் இல்லை. அவற்றை கண்டிக்கவே செய்கிறார்கள். ஆனால் கண்டிப்பதுதான் அறிவுஜீவியின் வேலையா? உண்மையறியும் அறிக்கை, கண்டனக் கூட்டம், கட்டுரை மற்றும் நூல் என்றே இந்தப் பணிகள் அமைகின்றன. ஒரு எழுத்தாளனோ அறிவுஜீவியோ அரசியல் வாதி அல்ல. மக்களை உணர்ச்சிகரமாகத் திரட்ட அவனால் முடியாது என்பதையெல்லாம் புரிந்துகொள்ள முடிகிறது. அரசியல்வாதியைப் போல் செயற்பட முடியாது என்பது உண்மையெனில் அரசியல்வாதியின் மொழியும் சிந்தனையும் மட்டும் அறிவுஜீவிகளுக்கு ஏனிருக்க வேண்டும்?

எழுத்துக்களிலும் நடத்தும் கூட்டங்களிலும் "கண்டிக்கின்றோம்; சனநாயக சக்திகள் ஒன்றுசேர வேண்டும்" என்கிற

அரசியல் கோரிக்கைகளை எழுப்புவதை தவிர அறிவுஜீவிகளால் வேறெதைச் செய்ய முடிந்திருக்கிறது? இவற்றை அரசியல்வாதியும் செய்கிறபோது அறிவுஜீவியின் தனித்துவம்தான் என்ன? அறிவுஜீவிகளின் இக்குரல்களால் என்ன விளைவு ஏற்பட்டுவிட முடியும்? அதற்கான மக்கள் திரட்சியோ ஆற்றலோ அவர்களுக்கேது? பாமகவைத் தனிமைப்படுத்துவோம் என்று ஒருவர் கூறிவிடுவதாலேயே அரசியல்வாதிகள் புறக்கணித்துவிடுவார்களா? அவர்களுக்குத் தேவை அதிகாரம். அவர்கள் எதற்கும் தயாராக இருப்பார்கள். எனவே இப்படியொரு குரலை அறிவுஜீவி ஒருவர் எழுப்புவதால் எந்தப் பயனும் இல்லை. அது அறிவுஜீவியின் வேலையாக இருக்க முடியாது.

இன்றைய சமூக இருத்தல் எவ்வாறிருக்கிறது அது எவ்வாறு மாறியிருக்கிறது? அம்மாற்றத்தின் வளர்ச்சியும் வரையறையும் என்ன? இம்மாற்றங்களுக்கும் இன்றைய சமூகப் பிரச்சனைகளுக்குமான உறவும் முரணும் என்ன? அவற்றின் உளவியலும் உள்சக்திகளும் எவை? இம்மாதிரிக் கேள்விகளை எவ்வாறு புரிந்துகொள்வது என்பவற்றையெல்லாம் வெவ்வேறு தளம் மற்றும் பார்வை சார்ந்து ஆராய்ந்து விவாதிக்கும் செயல்பாட்டையே அறிவுஜீவி சமூகம் முதன்மையாகச் செய்ய வேண்டும். ஆனால் இன்றைய சமூக எதார்த்தம் பற்றித் தமிழில் இப்படி எந்தவொரு ஆய்வும் இல்லை. இத்தகைய தீவிரமான ஆய்வு அரசியல் தளத்தின் மீது நேரடியாகவோ மறைமுகமாகவோ தாக்கம் செலுத்துவதாக மாற்றப்பட வேண்டும். ஆனால் இங்கு அறிவுஜீவிகளின் நிலைமை என்ன?

தான் நம்பும் கருத்தியல் கேள்விக்கு உள்ளானாலும், எழுத்து மற்றும் பேச்சு சார்ந்த தர்க்கத்தின் மூலம் அக்கருத்தியலைத் தக்க வைப்பது, அதற்கான ஆதரவாளர் கூட்டத்தைத் தொடர்ந்து பேசித் தக்கவைப்பது, மாற்றுக் கருத்துடையோரை முற்றிலுமாக எதிர்நிலைக்குத் தள்ளுவது என்பதே தமிழ் பிராமணரல்லாத அறிவுக் குழுவினர் பெரும்பாலானோரின் செயல்பாடுகளாக இருக்கின்றன. அரசியல்வாதிகளுக்குரிய வீம்பு, ஈகோ, முன்முடிவு ஆகியவற்றைக் கருத்தியல் விவாதத்திற்கும் விரித்துப் புதிதான விவாதமேதும் நடைபெறாமல் பார்த்துக்கொள்ளப்படுகிறது. இதுவொரு தரப்பு. இங்கு பிரச்சனையைவிட அவரவர் தரப்பு வாதம் ஜெயிக்க வேண்டுமென்பதுதான் முக்கியமாக இருக்கிறது.

தாங்கள் விரும்பாத தலித் நிலைப்பாடுகளை பார்ப்பனியம் என்று முற்றிலும் எதிர்மறையாக்கும் அறிவுலக நடைமுறைகளைப் பார்க்கும்போது அரசியல் உலகம் பரவாயில்லை என்று தோன்றுகிறது. 2014 நவம்பரில் *இந்தியா டுடே* இதழில் திராவிடர் விடுதலைக் கழகத் தலைவர் கொளத்தூர் மணியின் சிறிய நேர்காணல் ஒன்று

வெளியாகியிருந்தது. தலித் அறிவுஜீவிகளின் பிராமணரல்லாத சாதியைக் கேள்விக்குட்படுத்தும் பொருளிலான கேள்வி ஒன்றிற்கு (நேர்காணல்: கவின்மலர்) பதிலளித்த அவர் அந்நிலைப்பாட்டை முற்றிலும் ஏற்கமுடியாதென்றும், அதேவேளையில் அவற்றில் உண்மை இல்லை எனவும் கூறமுடியாது என்றும் கூறியிருந்தார். பிராமணரல்லாத அரசியலைப் பேசும் கட்சியின் தொடர்ச்சி உடையவர் என்ற முறையில் இந்நிலைப்பாட்டை முற்றிலும் அவர் ஏற்காமலும் இருந்திருக்க முடியும். ஆனால் தலித்துகளின் குரலில் பரிசீலிப்பதற்கு இடமுண்டு என்று அவர் கூறியிருப்பது முக்கியமானது. அவருடைய ஏற்பு எது, மறுப்பு எது என்பதில் விவாதம் இருக்கலாம். ஆனால் இத்தகைய பதிவு தமிழ் அறிவுஜீவி சமூகத்திடமிருந்து இதுவரை வெளிப்படவில்லை.

ஒரு வகையில் சமூகத்தில் சாதிசார்ந்து பெரும் கொந்தளிப்பு நிகழும்போதெல்லாம் பிராமணரல்லாத அரசியல் தரப்பிலிருந்து ஆதரவாகத் தோன்றும் இத்தகைய அறிவுஜீவிகளைக் காட்டி, அவர்கள்தான் ஒட்டுமொத்த பொதுச் சமூகத்தின் பிரதிநிதிகள் போன்று நிறுத்தி இன்றைய சமூக எதார்த்தத்தை ஆராயும் முனைப்பைத் தெரிந்தோ தெரியாமலோ தடுத்துக்கொள்கிறார்கள் என்பது கசப்பான உண்மை. அறிவுஜீவிக் குழுவினர் குரலானது, எப்போதும் ஒட்டுமொத்தச் சமூகத்தின் குரல் அல்ல. (அதேவேளையில் தனி நபர்களின் அக்கறையையும் இங்கு முற்றிலுமாக மறுக்க முடியாது.) ஒட்டுமொத்தச் சமூகத்தின் செயல்பாட்டிற்கும் அதன் உளவியலுக்கும் இக்குழுவினரின் எண்ணிக்கையும் தாக்கமும் ஒரு பொருட்டே அல்ல. இங்கே தலித்துகளின் விமர்சனம் எழுகிறபோதெல்லாம் தாங்கள் கொண்டிருக்கும் கருத்தியல் அபிமானம் காரணமாக அவற்றை முரட்டுத்தனமாக மறுக்க முனைவோர் ஏற்கனவே புழங்கி வருகிற 'தற்காப்பு' கருத்தியலுக்குள் புதிய எதார்த்தத்தை உள்ளடக்கிக்கொள்ளவே விரும்புகிறார்கள். ஆனால் எதார்த்தங்களோடு கடந்தகால கருத்தியல் எந்தளவிற்குப் பொருந்திப் போகிறது என்பதை ஆராய அவர்கள் விரும்புவதில்லை.

இத்தகைய அறிவுஜீவித சவாலை எதிர்கொள்ளும் ஆற்றல் தான் இன்றைய தேவை.

ஸ்டாலின் ராஜாங்கம், மார்ச், 2015

முகநூல் பக்கத்திலிருந்து

இமையத்தின் மூன்று கதைகள்

இமையம் சிற்சில ஆண்டு இடைவெளிகளில் எழுதிய மூன்று சிறுகதைகள் பற்றிய கட்டுரை இது. எழுதப்பட்ட தருணத்திலும், கதையில் விவரிக்கப் பட்டதைப் போன்றே சமூக வன்முறையொன்று (தர்மபுரி வன்முறை) நடந்த பின்னணியிலும் கவனத்தை ஈர்த்த 'பெத்தவன்' (*உயிர்மை*, அக்டோபர் 2012), பிறகு வெளியான 'சாவுசோறு' தொகுப்பில் இடம்பெற்ற 'சாவுசோறு' (*க்ரியா* வெளியீடு, அக்டோபர் 2014) 'வீடியோ மாரியம்மன்' (*கிரியா* வெளியீடு, டிசம்பர் 2008) தொகுப்பில் இடம்பெற்ற 'சத்தியக்கட்டு' என்கிற மூன்று கதைகளே அவை. தேர்ந்துகொண்ட கதைகளம் உள்ளடக்கம் ஆகியவற்றால் மூன்று கதைகளும் ஒத்த பண்புள்ளவையாய் இருப்பதால் இங்கு ஒப்பிடப் படுகிறது.

மூன்றுகதைகளின் சுருக்கத்தையும் கீழ்க்கண்ட வாறு சொல்லிவிடலாம். 'தாழ்ந்த' தலித் சாதிப் பையனை காதலித்த காரணத்தால் தங்களை உயர் சாதியாகக் கருதிக்கொள்ளும் ஊரார் ஒன்றுகூடி ஊர்–சாதி–கட்சி மானத்தைக் காப்பாற்ற வேண்டி அக்குறிப்பிட்ட பெண்ணின் தந்தையை வைத்தே ஆணவக் கொலை செய்துவிட நிர்ப்பந்திக்கின்றனர். ஊராரின் விருப்பத்தை மீறமுடியாமலும் தன் மகள் விரும்பிய வாழ்க்கையை அமைத்துத் தர முடியாமலும் தவிக்கும் தந்தை தன் மகளை ரகசியமாக அவள் காதலனோடு திருமணம் செய்து கொள்ள அனுப்பிவைத்துவிட்டுத் தற்கொலை செய்துகொள்கிறான். இது 'பெத்தவன்' கதை.

தாழ்ந்த சாதி இளைஞனைக் காதலித்து ஓடிப்போன தன் மகள் சென்ற இடத்தில் நன்றாக வாழ்ந்துவிட வேண்டுமென்று மகளுக்காகச் சேர்த்துவைத்த நகைநட்டுகளையும் படித்த சர்டிபிகேட்டுகளையும் எடுத்துக்கொண்டு சாதிவெறியோடு அலைந்து திரியும் ஊரார் – சாதியினர் – குடும்ப ஆண்கள் ஆகியோருக்குத் தெரியாமல் ஊருக்குப் பக்கமாயிருக்கும் நகரங்களிலும் அந்நகரங்களின் பள்ளிக்கூடங்களிலும் தேடித் திரிவதுதான் 'சாவுசோறு' கதை.

பண்ணையில் வேலையாளாக இருந்த காலனிக்கார பெண்ணோடு (தலித்) காதல்வயப்படும் பண்ணைக்காரரின் பேரன் அவள் கர்ப்பமானதும் கைவிடத் துணிகிறான். பின்னர் காலனிக்காரர்களின் 'மிரட்டலுக்கு அஞ்சி' திருமணம் செய்து கொள்வதாகக் கூறி ரகசியமாக அழைத்துச் சென்று குளத்தில் தவறிவிழுந்ததாகக் கூறிக்கொலைசெய்து விடுகின்றனர். பிறகு ஊரில் நடக்கும் அசம்பாவிதங்களுக்கு அக்கொலையே காரணம் என்று கருதி பாவமன்னிப்பு கேட்கும்வகையில் அவளைச் சாமியாக்கி வருடந்தோறும் மழை வேண்டி பொங்கல் வைக்கின்றனர் என்பது 'சத்தியக்கட்டு' கதையாகும்.

மூன்று கதைகளிலும் சாதி கடந்த காதல், திருமணம் இவற்றை ஊராரும் உறவுகளும் எதிர்கொள்ளும் விதம் ஆகியவை மிக நுட்பமாகச் சித்திரம் கொள்கின்றன. சமகாலத்தின் சமூகப் பரப்பில் மேலோங்கிவரும் குறிப்பிட்ட போக்கு ஒன்றைப் பிரதிபலித்த வகையில் இக்கதைகள் அரசியல் மதிப்பை அடைந்துள்ளன. ஆனால் இக்கதைகள் விவரிக்க புகுந்த விஷயத்தைச் சம்பவமொன்றின் விவரணையாகவோ பதிவாகவோ இருத்திவிடாமல் அவற்றின் வெவ்வேறு பரிமாணங்களைப் பேசுவதன்மூலம் அரசியல் பிரதி என்கிற அர்த்தத்தையும் தாண்டுகிறது.

வெவ்வேறு பரிணமங்களைச் சித்தரிக்கும் விதத்தில் ஒரே விஷயம் மூன்று கதைகளாக ஒரே எழுத்தாளரால் எழுதப் பட்டுள்ளது. அதாவது இவற்றுக்குள் இருக்கும் தொடர்பைக் கருதினால் மூன்றும் ஒரே கதைதான். ஒருவரை அல்லது ஒரு தரப்பைக் குற்றப்படுத்துவது, மற்றொரு தரப்பைக் காப்பாற்றுவது என்கிற அரசியல் நிலைப்பாட்டையெடுக்காமல் எதிர்த்தரப்பிலிருக்கும் 'மற்றவற்றின்' குரலை இக்கதைகள் உரையாடவிடுகின்றன. ஆணவக் கொலைகள் பெருகி அரசியல்ரீதியான கறுப்பு வெள்ளைப் பார்வைகள் சமூக எதிர்வுகளாகித் திடப்பட்டுக்கொண்டிருக்கும் வேளையில் முற்றிலும் எதிர்மறையான அடையாளங்களிலிருந்து விலகி

அரசியல் சரித்தன்மைகளுக்காக அல்லாமல் மிக இயல்பாகவே விடுபடல்களை இடைவெளிகளை இடப்படுத்தும் விதத்தில்தான் இக்கதைகள் கலைப்பிரதிகளாகியிருக்கின்றன. இக்கதைகளில் கொலையும் கொலைசெய்யப்படும் விதமும் தொழிற்நுட்ப நேர்த்தியோடு விவரிக்கப்படவில்லை. ஆனால் அதற்கு முந்தியும் பிந்தியுமான பின்னணிகளையும் விளைவுகளையும் விவரிக்கும் விதத்தில் இவை சமூகமொன்றின் கலாச்சாரப் பிரதிகளாக விரிகின்றன. அத்தகைய கலாச்சார நுட்பம் இருப்பதாலேயே எதிர்மறைகளிலிருந்து விலகிய குரல்களையும் கவனப்படுத்த முடிகிறது. அந்த வகையில் ஆணவக் கொலைகள் நிகழும் சமூகத்தின் கலாச்சாரக் குறுக்குவெட்டுத் தோற்றமே இமையத்தின் இக்கதைகள்.

மூன்று கதைகளும் பெண்களின் காதலையே மையப்படுத்து கின்றன. இதில் 'பெத்தவ'னும் 'சாவுசோறு'ம் ஆதிக்கச் சாதி பெண்களின் தரப்பிலிருந்து பேசுகிறது. இக்கொலைகள் பற்றிப் பாதிக்கப்பட்டவர்களின் தரப்பிலிருந்து பேசுவதே நியாயமாகக் கருதப்படும். அவ்வாறு பேசுவதே அரசியல் சரித்தன்மையாகக் கருதப்படும். ஆனால் இக்கதைகள் பாதிப்பை ஏற்படுத்தியவர்களின் தரப்பிலிருக்கும் விலகிய குரல்களைக் காட்டுகின்றன. அவ்வாறு அவர்கள் விலகி நிற்பதற்கு அரசியல் புரிதல் காரணமல்ல. மாறாகக் கொலைசெய்வதற்குச் சாதி, குடும்பம், குழுவாதம் போன்றவை எவ்வாறு காரணமாகின்றனவோ அதே போன்றே குடும்பம் உறவு போன்றவையே விலகுவதற்கும் காரணமாகின்றன. மொத்தத்தில் இரண்டு தரப்பிலுமே சமூகப் பண்பாட்டு உறவு நிலைகளே காரணமாக இருக்கின்றன. இவற்றை அரசியல்ரீதியாகச் சொல்லும்போது உருவாகும் தட்டையாகிவிடும் புரிதலே கலைப்பிரதிகளாக முன்வைக்கும்போது அதற்குரிய நியாயத்தைத் தானாகவே ஈட்டிக்கொள்கிறது. சாதியமைப்பு தன் தொடர் இருத்தலுக்காகக் கொலைசெய்கிறது அல்லது கொலைசெய்யத் தூண்டுகிறது. இந்நிலையில் கொலைசெய்யத் தூண்டும் தரப்பிலிருக்கும் ஒரு தந்தை மற்றும் ஒரு தாய் ஆகியோரின் மனநிலையிலிருந்து 'பெத்தவ'னும் 'சாவுசோறு'ம் எழுதப்பட்டிருப்பதன்மூலம் எதிரும்புதிருமான ஆவேசத்தில் தன்னை இருத்திக்கொள்ளாமல் இப்பின்னணியை விரிந்த உரையாடல் வழியாக நிதானமாக விசாரணை செய்கிறது. 'பெத்தவ'னில் சொந்த சாதிய நெருக்குதல் இருந்தாலும் தன்னை இழந்து மகளை வாழ அனுப்பத் துணிகிறான் தந்தை. இதற்கு மாறாகச் 'சாவுசோறில்' தந்தையும் சகோதரர்களும் ஓடிப்போன தன்வீட்டுப் பெண்ணை வெறிகொண்டு தேடுகிறார்கள். ஆனால் பெத்தவள் ஓடிப்போனவள் ஓடிப்போனவளாகவே

இருக்கட்டும். அவள் நன்றாகப் பிழைத்துக்கொள்ள வேண்டுமென நினைக்கிறாள். அவள் எட்டுபவுனு நக, இருவதாயிரம் பணம், அப்பறம் அவ படிச்ச இந்தச் சீட்டுவோ, இது இருந்தா இதைக் காட்டி ஒரு எடத்தில வேல செஞ்சி பொழச்சிக்குவா இல்லெ? / பெத்த தாயி நானு? இன்னது இப்படின்னு எங்கிட்ட ஒரு வாத்த சொல்லியிருக்கக் கூடாது? சண்டாளி. போனவ எந்த எடத்தில இருக்கன், இப்படி இருக்கன். உசுருக்கு ஒண்ணும் பாதகமில்லை. சோறு தின்னன். தண்ணி குடிச்சன். இந்த எடத்துல படுத்தி எயிந்திரிச்சன்னு சொன்னா என்னோட ஆவி அடங்கிப்போவாது? . . . / . . . கோவத்தில இந்தச் சீட்டுவுள கொளுத்திப்புட்டா அவ பொழப்பு அநாத பொழப்பா ஆயிடுமேன்னு இந்தச் சீட்டுவுள மறச்சிவைக்க நான் படுற பாடு கொஞ்சமில்லே என்று அவளின் எண்ணங்கள் அவளாலேயே சொல்லப்படுகின்றன. தாயின் துயரம் துல்லியமான மொழியோடு இக்கதையில் வரையப் பட்டிருக்கிறது. இத்தகைய உணர்ச்சிக்கு முன்னால் குடும்ப ஆண்களும் ஊராரும் கற்பித்துக்கொண்டியங்கும் சாதிகௌரவம் என்பது ஒன்றுமில்லாமல் போகிறது. அதுதான் அவர்கள் தரப்பி லிருந்தே சாதியை கேள்வி கேட்கிறது.

சாதி – ஊர் – மானம் – நெருக்கடி என்கிற தொடர்ச்சியில் ‘பெத்தவன்’ கதையில் தந்தையின் தற்கொலை நடக்கிறது. தர்மபுரி வன்முறைக்குக் காரணமாக்கிக்கொள்ளப்பட்ட திவ்யாவின் தந்தை நாகராஜின் சாவை இது நினைவுபடுத்துகிறது. மானம் போனது என்றே மனமுடைந்து தற்கொலை செய்துகொண்டார் என்றே வன்னியர் தரப்பு கூறி வன்முறையில் ஈடுபட்டது. அவர்களின் தாக்குதலுக்கான ‘நியாயமாக’ அவரின் சடலம் மாற்றப்பட்டது. இந்நிலையில் தாக்கப்பட்ட தலித் தரப்புக்கு நாகராஜ் எதிர் தரப்பாகவே தெரிவார். அது உண்மையும்கூட. உண்மையில் அங்கு எதுவும் நடந்திருக்கலாம். அத்தகைய ஊகத்திற்கான சாத்தியத்தை அவர் சாவைப் பயன்படுத்திக்கொண்ட வன்னியர் தரப்பும் அவர்தான் காரணம் என்கிற எதிர்மறை வருத்தம் கொண்ட தலித் தரப்பும் சேர்த்தே அடைத்துவிடுகிறது. இந்த அடைப்பிற்கு அரசியல் நிலைப்பாடுகள் மட்டுமே காரண மாகும். இதுபோன்ற நிலைப்பாட்டையே இக்கதையும் எடுத்திருக்கு மானால் அதுவொரு அரசியல் பிரதியாகவே மிஞ்சியிருக்கும். நேர்மறை எதிர்மறை என்கிற எதிர்வுகளிலிருந்து விலகி இயலாமையின் முடிவாகச் சாவைக்காட்டும்போது கதை மனித உறவுநிலைகளின் கொந்தளிப்பை விவரிப்பதாக மாறுகிறது. மேலும் குழுவைச் சார்ந்து வாழும் மனிதனுக்கு அவ்வாறு வாழ்வதற்கு விலையாக அக்குழு உருவாக்கும் நெருக்கடிகளையும் அது உருவாக்கப்படும் விதங்களையும் விவரிக்கிறது. இத்தகைய

நெருக்கடியின் பின்னணியிலும் திவ்யாவின் தந்தை சாவை இருத்திப் பார்ப்பதற்கான சாத்தியத்தை இப்பிரதி தருகிறது. இத்தகைய சாத்தியங்களை நிகழ்த்தியிருப்பது இமையம் கதைகளின் பலம் எனலாம். அவ்வாறான சில அம்சங்களைப் பார்க்கலாம்.

ஒரு சாதிக்கென வரையறுக்கப்பட்ட அடையாளங்களும் நம்பிக்கைகளும் பண்பாடென்று உணர்ச்சிபூர்வமாகக் கட்டமைக்கப்படுகிறது. பிற குழுவின் தாக்குதலிலிருந்து காப்பதற்குப் போராடுவது அல்லது அழிப்பது என்பதன் மூலமே அது தன் அடையாளத்தைக் காப்பாற்றுகிறது. அதற்கான காரணங்களுள் ஒன்றாகவே சாதி மானம் என்ற ஒன்றை வரையறுக்கிறது. இம்மூன்று கதைகளிலும் பரவலாக புழங்கும் மானம் என்னும் சொல்லாடல்கள் சாதி மானம் அன்றி வேறல்ல என்பது துலக்கமாகிறது. மானம் அல்லது கவுரவம், வாக்கு, சபதம் அல்லது சத்தியம் என்று இவை விரிகொள்கின்றன. இத்தகைய சாதி ஆணவக் கொலைகளில் அவை செயல்படும் விதம் இக்கதைகளில் நுட்பமாக விரிவுகொள்கின்றன.

நான் ஒருத்தனுக்கு முந்தாணி போட்டவளா பலபேருக்கு போட்டவளா / ஆயிரம் தலக்கட்டுக்காரனும் வேட்டி கட்டிக்கிட்டுப் போவணுமில்ல / சாதி மானத்த வாங்கிப் புட்டு / அவள கொன்னாத்தா நீ ஆம்பள / இந்த சாதிய ஒரு பயலும் மதிக்க மாட்டங்கிறான் / பொட்டப் பயலவோன்னு நெனைச்சிட்டாளா? /நம்ம சாதிக்கு மரியாதியே இல்லாமப் போவது / ஊரு மானம் போவணுமா / சாதி மானம் போவக் கூடாது / கட்சியோட மானம் போயிடக் கூடாதின்னு / ஒங்கப்பனுக்கே முந்தாணி போட்டிருந்தா / சத்தியம் பண்ணு/ சத்தியம் மாறாத / வாக்கு தவறாத சாமி / ஊருக்காரனுக்கு வெக்க மானம் இல்லே / குழதெய்வத்து மேல ஆன / என் வாக்கு தப்பாது.

இவையெல்லாம் 'பெத்தவன்' கதையில் வெவ்வேறு பாத்திரங்கள் ஒவ்வொரு உணர்வு நிலையிலிருந்து பேசிச்செல்கிற வார்த்தைகள். கிராம சமூக அமைப்பில் மானமும் சத்தியமும் பெறுமிடத்தை இங்கு பார்க்கலாம். இதே நிலையைச் 'சாவுசோறு' கதையிலும் பார்க்கலாம். தமிழ்நாட்டு வெகுஜன மேடைப் பேச்சுகளில் கூவி விற்கப்படும் தமிழ் மானம் பற்றிய பேச்சுகள் இவ்வாறு உள்ளூர் வாழ்முறையில் கெட்டித்தட்டி போயிருக்கும் (சாதி) மானம் பற்றிய உணர்ச்சிகளை வேறு பெயரில் பயன்படுத்துபவையேயாகும். இவற்றை வீம்பு இயல்பு என்று எப்படிக் கருதினாலும் அடிப்படையில் இவை நம்முடைய

கலாச்சார வாழ்வின் அங்கங்களாக இருந்து மனித வாழ் நிலையை ஊடறுத்துத் தீர்மானிக்கின்றன. 'மானம்' என்கிற கற்பிதம் எவ்வாறு சண்டைகளின் / கொலைகளின் மைய இழையாகச் செயலாற்றுகிறது என்பதை மூன்று கதைகளிலும் ஆசிரியனின் விவரிப்பாக இல்லாமல் உரையாடும் பாத்திரங்களின் வழியாக விவரித்திருக்கின்றன இக்கதைகள்.

இதன் தொடர்ச்சியாகவே எதிர்தரப்புமீது வன்முறையும் மானமழிப்பும் நடத்தப்படுகிறது. தென்னாற்காடு வட்டாரத்தைக் கதைப் பரப்புகளாகக் கொண்டிருக்கும் இக்கதைகள் கடந்த சில பத்தாண்டுகளில் சாதிக் கட்சி துணையுடன் தலித்துகள் மீது நடத்தப்பட்ட தாக்குதல்களைப் புனைவாக மாற்றியிருக்கிறார்.

'பெத்தவன்' கதையில் காதலிக்கும் தலித் இளைஞன் தரப்புக்கு உருவாக்கப்படும் அழிமதிகள் கூறப்படுகின்றன. பஸ் ஸ்டாண்டிலியே அடிச்சாச்சி / ஊட்ட ரெண்டு வாட்டி கொளுத்தி யாச்சி / ஆடு மாடுவுள அவுத்துவுட்டாச்சி / ரெண்டு ஆட்ட அறுத்தும் திண்ணாச்சி / கருப்பக் கொல்லையிலயும் நெருப்ப வச்சிப் பாத்தாச்சி / சாதி பஞ்சாயத்து வச்சாச்சி /அவராதம் போட்டிருக்கு /அடிச்சி துவச்சி பாத்தாச்சி/ வாயாலெயும் சொல்லி பாத்தாச்சி ஊரே கூடி அடிச்சிப் பாத்தாச்சி / ரெண்டு வாட்டி பொனமா பொரட்டி எடுத்தாச்சு என்றெல்லாம் கூறப் படுகிறது. இதே அனுபவங்கள் 'சாவுசோ'றிலும் உண்டு.

இது மட்டுமல்லாமல் இக்கதைகளில் சொல்லப்படும் அழிமதிகள் இரண்டு முக்கியமானவையாகும். தங்களின் மானம் காப்பதாக நினைத்து எதிர் தரப்பின் மானத்தை அழிக்கும் கலாச்சார வன்முறை சம்பந்தப்பட்டவையே இவை. ஒன்று முடி அறுத்தல். மற்றொன்று முலை அறுத்தல். 'பெத்தவன்' கதையில் ஓடிப்போன பாக்கியத்தைக் கொணர்ந்து சாணியைக் கரைத்து வாயில் ஊற்றினார்கள், தலை மயிறை அறுத்தார்கள். அடுத்து 'சாவுசோறு' கதையில் முலையறுத்தல் எனும் வன்முறை சொல்லப்படுகிறது. காதலித்த காலனிக்கார இளைஞனின் அம்மாவை ஊரே திரண்டு தாக்குகிறது. அக்கூட்டம் அவளின் முலையை அறுத்துவிடுகிறது. அன்றிரவு அவள் தூக்கு மாட்டி இறந்துபோகிறாள். இதைச் சொல்லும் பெண்ணைப் பெற்ற அம்மாவின் குரல் மேலும் விவரிக்கிறது "எம் மவ முலய அறுக்கத்தான் எம் புருஷனும், எம் மவனுவுளும் சாதினத்தோட ஊர் ஊரா தேடிகிட்டு அலயுறாங்க / கீழ்ச்சாதிக்காரன் கூட ஓடிப்போனா முலய அறுப்பாங்க. ஏற்கனவே ரெண்டு போரோட முலய அறுத்திருக்காங்க. எம் மவளுவதையும் சேத்தா மூணு ஆச்சி / முலை அறுப்பாங்கின்னு தெரிஞ்சும் ஒருத்தி ஓடிப்

போயிட்டாளே (அதுதான் காதலின் தன்மை. காதல் எதிர்ப்பு அரசியல் வாதிகள் தோற்க போகிற இடமும் இதுதான்) உற்பத்தி, இனப்பெருக்கம், தாய்மை, பாலியியல் வேட்கை என்றெல்லாம் நம் மரபில் பொருள்படும் முலையைச் சிதைத்தல் இங்கு சாதி வன்முறையின் அங்கமாக இருக்கிறது. நம் கலாச்சார நினைவுகளிலும் பெண்ணின் மார்பு அறுக்கப்படல் அல்லது இழத்தல் என்பது பெண்ணைப் பெண் தன்மையிலிருந்து விடுவித்துக்கொள்வதாகவே இருந்திருக்கிறது. ஒரு முலை இழந்த திருமாவுண்ணி, கணவனை இழந்தபின் முலையைத் திருகி ஊரை எரித்த கண்ணகி, நீ தழுவுவதற்கு இல்லாத கொங்கையைப் பறித்து எறிவேன். நம் கலாச்சார நினைவுகளில் சொல்லும் ஆண்டாள் போன்ற பாத்திரங்களை இவ்வாறு கூறலாம். செவ்விலக்கியங்களில் மட்டுமல்லாது கிராமப்புறத் தாய்தெய்வ சிற்பங்களின் கனத்த மார்பு பால்தரும் தாய்மையின் குறியீடாக அமைவதையும், முலை இழந்த கண்ணகி ஒற்றை முலைச்சியம்மனாக வழிபடப்படுவதையும் காணலாம். ஒரு குழுவின் கலாச்சார அடையாளமாகப் பெண்களை இருத்துகிற போது எதிரான குழு அவர்களைக் களவாடுதல். மானபங்கப் படுத்தல் போன்றவற்றை நிகழ்த்துகிறது. அது உடனடி அவமானமாக நில்லாமல் அக்குழுவின் ரத்த தூய்மையிலும் தலையிடுவதாகிறது. நம் செவ்விலக்கியங்களில் போரென்பது மிகுபுனைவாக்கப்பட்டுவிட்டதால் அதிலிருந்திருக்கக் கூடிய வன்முறை தெரியாமல் போய்விட்டன. அதனால் போரில் ஒரு குழு மற்றொரு குழுவின் பெண்கள்மீது நிகழ்த்தியிருக்கக்கூடிய வன்முறைகள் நமக்குக் கிடைப்பதில்லை. அதன் தொடர்ச்சிதான் நம் கிராம அமைப்பில் ஒரு சாதி மற்றொரு சாதிமீது வன்முறை நடத்தும்போது முலை அறுத்தலாகவும் அதுவே 'மானபங்கப் படுத்துதலாக' நீடிக்கிறது என்று ஊகிப்பதில் தவறில்லை. இதைதான் முலதான பொட்டச்சிக்கு மூஞ்சி / பொட்டச்சிக்கு மாரும் மயிரும்தான் பெருசு என்று சொல்லப்படுகிறது. இதன்படி மாறெயும் முடியையும் அறுப்பது அவமானத்துலாக மட்டுமின்று காதல்கொள்வதற்கான 'அழகையும்' சிதைக்கிறார்கள். அதாவது அவளின் அடையாளத்தை அழிக்கிறார்கள். 13ஆம் நூற்றாண்டு சோழர்கால செங்கம் கல்வெட்டு ஒன்றில் நாட்டுத் தலைவனின் எதிரிகளாகக் கூறப்பட்டோரை ஆதரித்து ராசதுரோகம் செய்யும் ஆண்களுக்கான தண்டனைகள் கூறப்படுவதை நொபுரு கரோஷிமா எடுத்துக்காட்டியுள்ளார். அதில் அந்த ஆண்களின் குடும்பப் பெண்களைக் கூற வரும்போது மட்டும் அவர்களின் மூக்கும் முலையும் அறுப்போம் என்ற கூற்று வருகிறது. அந்த வகையில் இப்போது நம்முடைய கிராமங்களில் 'சாதித் துரோகம்'

செய்யும் பெண்களைச் சிதைக்கிறார்கள். இது ஆண்களின் உளவியல் வன்முறையாகவும் இருக்கிறது. சில ஆண்டுகளுக்கு முன்னால் தென்னாற்காடு வட்டாரத்தில் பொன்னருவி என்ற தலித்பெண் வல்லுறவு செய்யப்பட்டு பிறப்புறுப்பு சிதைக்கப்பட்ட சம்பவத்தை இங்கு நினைவு கூறலாம். நம் புனைகதைப் பரப்பில் சாதி வன்முறையும் அதில் முலை அறுத்தலும் இமையம் கதையில் தான் பதிவாகியிருக்கிறது.

அதுமட்டுமல்ல கீழ்ச்சாதிகாரனோடு ஓடிப்போயிட்டா ளென்று பெண்ணுக்குக் குடும்ப ஆண்களெல்லாம் மொட்டை யடிச்சி, சாவு பந்த போட்டு, மோளம் அடிச்சி, பாலு தெளிப்பும் நடத்துகிறார்கள். அதில் பெத்த அம்மாவைவும் ஒரு அங்கமாக்கிக் கொண்டார்கள். எம்மவளோட கருமக் காரிய சோத்தத் தின்னவதான்ம்மா நானு என்று புலம்பு கிறாள் தாய். இதிலிருந்துதான் கதையின் தலைப்புகூடச் ‘சாவுசோறு’ என்று வைக்கப்பட்டுள்ளது. மகள் உயிரோடு இருக்கும்போது தனக்கு அடிக்கப்பட்ட மொட்டையைக்கூட அவள் அவமானப்படுத்தலாகவே நினைக்கிறாள். உள்ளூர்க் கதைகளில் தண்டனைகளுக்கும் அவமானப்படுத்துதலுக்கும் குறியீடாக மொட்டையடித்துக் கரும்புள்ளி செம்புள்ளி குத்துதல் இருப்பதை இங்கு நினைவுபடுத்திக்கொள்ளலாம். அவற்றின் மூக்கறுப்புப்போர் இங்கு கூறத்தக்கது. பௌத்தத்திற்கு எதிரான வரலாற்றுரீதியான வன்முறைகளில் புத்தர் சிலைகளின் மூக்கு பரவலாக சிதைக்கப்பட்டுள்ளதைப் பார்க்க முடிகிறது.

இதன் தொடர்ச்சியாகச் சாதி எங்ஙனம் பொருள் பெறுகிறது என்பதைப் பற்றிச் சில நுட்பமான விவரணைகள் இக்கதை களில் புலப்படுகின்றன. அதாவது சாதி என்பது கும்பல் பலத்தில் தான் பொருள் பெறுகிறது. கும்பலாகத் திரளும்போது எழும் கூட்டுணர்ச்சியாகவே அது இருக்கிறது. கும்பலாகச் சென்று தாக்குகிறது: ஆர்ப்பரிக்கிறது. ஊரே சாதி பஞ்சாயத்தாகத் திரளும்போது ஊர் மானம் சாதிமானம் என்கிற பெயர்களில் அத்தகு உணர்ச்சி கட்டமைக்கப்படுகிறது. பிறகுதான் ஊர் திரண்டு சென்று தாக்குதல் நடத்துகிறது. முலைகளை அறுக்கிறது. இரண்டு வீட்டுப் பிரச்சினை ரெண்டு தெருவுக்கும் பரவி ஊர் சிக்கலாயிச்சு என்றும் அப்பறம் சுத்துவட்டாரச் சிக்கலாயிப் பல ஊரு கச்சிகட்டிக்கிட்டு வந்து நிக்கும் என்றும் சாதிசண்டையின் தன்மை சொல்லப்படுகிறது.

இந்தப் பாரம்பரிய உணர்ச்சிக்குப் பலம் தருவது மூலமே சமகால சாதி அரசியல் தன்னைப் பலப்படுத்திக் கொள்கிறது. ‘பெத்தவன்’, ‘சாவுசோறு’ என்கிற இரண்டு கதைகளிலும்

பிரச்சினை வரும்போது உள்ளூரார் கட்சியை நாடிச்செல்வதும், அவர்களுக்கு உதவுவதன் மூலம் கட்சி தன்னைத் தக்கவைக்க முயல்வதும் நடக்கிறது. ‘பெத்தவன்’ கதையில் தலைவர் கேட்டப்பக்கூட அதனாலதான் ஊருலியே பாத்துக்கிறம்ன்னு சொல்லிட்டன் அவுரும் வெளிய தெரியாம காரியத்த முடிங்கன்னு சொல்லிட்டாரு / தலவருக்கு தெரியறதில தப்பில. நாளக்கி ஒரு வம்புவழக்கு ஆயிப் போச்சின்னா அவுருகிட்டதான போயி நிக்கனும் / கீழ்ச்சாதி பயகூட படுக்கதான அலயுறா. அதுக்கு மின்னாடி நம்ப காரியத்த முடிக்கணும்ன்னு சொல்லி ஏயி எட்டு எளவயசுப் பயலுவோ சுத்துறானுவ. கட்சிக்காரன்தான் இதுல மின்ன நிக்குறான் என்றெல்லாம் சொல்லப்படுகின்றன.

சாவுசோறு கதையில் தங்கள் வீட்டுப் பெண்ணை அழைத்துச் சென்றவன் வேலை செய்த கடையை அடித்து நொறுக்கி போலீஸ் வழக்கில் சிக்கி கட்சிக்காரர்கள் உதவியால் வெளியே வர முயல்கிறார்கள். கட்சி மூலம் கடைக்காரரோடு பஞ்சாயத்து பேசி பணம் வாங்கி தந்து பிரச்சினையை முடிக்கிறார்கள். பணம் செலவழிஞ்சாலும் ‘சாதிமானம்’ முக்கியம் என்று நினைக்கிறார்கள்.

தர்மபுரி வன்முறைக்கு முன்பு ‘பெத்தவன்’ பின்பு ‘சாவுசோறு’ என்று எழுதப்பட்டது. இந்த இரண்டு கதைகளிலும் விவரிக்கப்படும் கட்சி எது என்பதை இங்குத் தனித்து சொல்லவேண்டியதில்லை. தர்மபுரி வன்முறைக்குப் பின்னால் பாமக என்கிற கட்சி இருந்ததும், பிறகு அது வெளிப்படையாகவே காதலுக்கு எதிராக பேசியதும் உள்ளூரின் தங்கள் ‘பாராம்பரிய’ சாதி பஞ்சாயத்துகளை மறைத்து நவீன அரசியல் களத்தில் இயங்கும் தலித் கட்சி ஒன்றைக் கட்டைபஞ்சாயத்து கட்சி என்று சாடியதும், தலித் அல்லாதோர் கூட்டமைப்பு ஒன்றை உருவாக்கியதும் நடந்தது. இதெயெல்லாம் தர்மபுரி வன்முறைக்குப் பின்னர்தான் ராமதாஸ் பேசினார். ஆனால் அதற்கு முன்பே எழுதப்பட்ட ‘பெத்தவன்’ கதையில் இந்தச் சித்திரம் சொல்லி வைத்தாற்போன்று இமையத்தால் எழுதப்பட்டுவிட்டது. தர்மபுரி வன்முறைக்குப் பிறகே ராமதாஸ் இவ்வாறு மாறிப்போனார் என்று சொல்வது ஒருவித வசதியான அரசியல் விளக்கம். இவ்வாறு சொல்வது அவரோடு கூட்டுவைத்திருந்த தலித் கட்சி உள்பட பல கட்சிகளுக்கும் தங்களைக் காப்பாற்றிக்கொள்ளத் தேவைப்படலாம். ஆனால் உண்மை அதுவல்ல. பாமக அரசியல் ரீதியாக எவ்வாறு தன்னைக் காட்டிக்கொள்ள முயற்சித்து இருந்தாலும் களஅளவில் அது வேறு மாதிரியே இருந்துகொண்டது. இந்த அரசியல் அடையாளங்களைத் தாண்டி சமூக எதார்த்தங்களை

அவதானித்து எழுதியதால்தான் இமையத்தின் கதை பின்னால் நிகழ்த்தப்படவிருந்த வன்முறைக்கான வரைபடம் போன்று இதை எழுத முடிந்திருக்கிறது. தான் வாழும் சமூகம் மீதான கலைஞனின் அகப்பார்வைதான் இக்கதை. எல்லா இடத்திலும் போலவே இப்பிரதிகளிலும் கல்வி, அரசு பதவி, நகரத்திற்குச் சென்று திரும்புதல் போன்ற நவீன விஷயங்களின் ஊடாட்டம் பதிவாகியுள்ளது. அவற்றை இப்பிரதிகள் எதிர்மறையாக்கவில்லை. மாறாகப் பாரம்பரிய சாதிப் பிடிப்பில் இருப்பவர்கள் அவற்றைத் தொல்லையாகப் பார்ப்பதைப் பிரதி சொல்லுகிறது. 'பெத்தவன்' கதையில் அவர்கள் கிராமத்தை விட்டுப் பக்கத்து நகரத்திற்குச் சென்று வருவதன் மூலமே சந்திக்க முடிகிறது. காதலிக்கிறார்கள். கீதாரவியாகச் சொல்லப்பட்டிருக்கும் கண்ணகி முருகேசன் ஆகியோரும் படித்தவர்கள்தாம். 'பெத்தவன்' கதையில் பையன் போலீசாக இருக்கிறான். ஒருவகையில் அவனை அதுவே (நவீனமே) காப்பாற்றிவைத்திருக்கிறது. அந்தப் பயலும் படிச்சவன்; வேலைக்கும் போயிட்டான்; அவனப் பார்த்து ஊரே பயப்படுது; கட்சிக்காரனே அஞ்சுகிறான் என்கிறார் பெண்ணின் தந்தை. 'சாவுசோறு' கதையில் ஓடிப்போன பெண் டீச்சருக்குப் படித்தவள். போன இடத்தில் அவள் பிழைத்துக்கொள்ள வழியிருக்கிறதென்று கருதியே பெண்ணின் அம்மா படித்த சர்ட்டிபிகேட்டுகளை எடுத்துக்கொண்டு அவளைத் தேடுகிறாள்.

இரண்டு சாதிகளுமே படிக்கவைக்கவே விரும்புகின்றன. ஆனால் ஒடுக்கப்பட்ட சாதிக்குப் படிப்பு என்கிற நவீனத்தின் வழியாகப் பிடிப்பு கிடைக்கிறது. அது பாரம்பரிய சாதியமைப்பைக் காதல் போன்ற வழிகளால் எதிர்கொள்கிறது. இவ்விடத்தில் ஒடுக்கும் சாதிகள் நவீனத்தை விரும்பினாலும் பாரம்பரிய சாதிப் பெருமையைச் சிதைக்கிறது என்று ஒருவகையில் கல்வியைக் கண்டு அஞ்சுகிறார்கள். 'பெத்தவன்' கதையில் பெண்ணை நோக்கிப் பேசும் தந்தை நீ மேம்படிப்பு படித்து வாத்தியாராக ஆகணும் என்று விரும்பினேன். ஆனால் நீயோ இப்படிக் காதலித்துவிட்டு ஊரில் தன் மானத்தை வாங்குகிறாய் என்கிற தொனியில் பேசுகிறார்.

'சாவுசோறு' கதைகயில் காதலித்து ஓடிப்போன பின்னால் மகளைச் செத்துவிட்டதாகத் தலைமுழுகும் தந்தையும் சகோதரர் களும் அவள் நன்றாகப் படிக்கும்போதும் ஒவ்வொரு முறை அதிக மதிப்பெண் எடுத்து பாஸாகி வரும்போதும் தூக்கிவைத்துக் கொண்டாடுகிறார்கள். ஏனெனில் அதுவரை அவளின் படிப்பு என்கிற நவீனம் இவர்களின் சாதி பாரம்பாரியத்திற்குத் தொல்லையாக மாறவில்லை. ஆனால் அவர்கள் பின்னால்

வருந்தியிருப்பார்கள். அது பிரதியில் சொல்லப்படவில்லை. ஆனால் அந்த அர்த்தம் இழையோடுகிறது. அவளின் தாய் ஓடிப்போன பெண்ணைப் பற்றிச் சொல்லும்போது ஊராங்க பேச்சைக் கேக்காம படிக்க வச்சாங்க என்ற குறிப்பைத் தருகிறாள். 'பெத்தவன்' கதையில் இதே போன்ற தருணத்தைச் சாடும் பாத்திரமொன்று முந்திரிகாட்டுல போட்டு அடிச்சா தானா மதம் அடங்கிபோவுது என்று பேசுகிறது. இது வீம்புக்கு சூரிகத்திய முழுங்கிற சாதி என்கிற பாத்திரமொன்றின் விமார்சனம்தான் இதற்கும் பொருந்திப்போகிறது.

இதற்கேற்ப கதை நிகழும் நிலப்பரப்பான தென்னார்க்காடு வட்டாரத்தில் நடந்த பல்வேறு உண்மைச் சம்பவங்களைக் கதைத் தரவுகளாகக் கொண்டிருக்கிறார் இமையம். 2003ஆம் ஆண்டு விருத்தாசலம் அருகே புது கூரைப்பேட்டையில் நடந்த கண்ணகி முருகேசன் கொலையைப் 'பெத்தவன்' கதையில் நல்லூரைச் சேர்ந்த கீதா ரவி ஆகியோரை ரெண்டு பெத்தவர்களின் சம்மதத்தோடு ஊரே கூடி ரெண்டு பேரு காதிலும் மருந்தை ஊத்தி பட்டப்பகல்ல கொன்னாங்க என்று விவரிக்கிறார். இவ்வாறு கடந்த சில வருடங்களில் நடந்த பல்வேறு சம்பவங்களைக் கதைக்குள் கொணர்கிறார்.

இவ்வாறு 'சாதி மானத்தின்' பெயரால் காதலை மறுத்தாலும், கீழ்ச்சாதியினர் மட்டுமே 'மேல் சாதிப்பெண்'களைக் காதலிக்கிறார்கள் என்பதைப்போல அரசியல் நிலையில் சொல்லப்பட்டாலும் எதார்த்தங்கள் வேறுமாதிரியாகவே இருக்கிறது. இது தம் மக்களைப் பாதிக்கப்பட்டவர்களாகக் காட்டி எதிர்த் தரப்பினரிடமிருந்து சாதி மானத்தை மீட்பதற்கான ரட்சகர்களாகத் தங்களைக் காட்டுவதற்கேற்ப கட்டமைக்கப்படும் திட்டமிட்ட அரசியல். இந்த அரசியல் குரலைச் சமூக அனுபவங்களைப் பிரதிபலிப்பதன் மூலம் இக்கலைப் பிரதிகள் கட்டுடைக்கின்றன.

'பெத்தவன்' கதையில் இவன் சாதிக்காரப் பய ஒருத்தன்தான் கீழ்ச்சாதிகாரிய இட்டாந்து மோட்டாரு கொட்டாயில வச்சி குடும்பம் நடத்துறான். ரெண்டு புள்ளயயும் பெத்துட்டான். மூணு நாலு வருசமா இந்தக் கூத்து நடக்கிறது. இந்த ஊரு நாயிவுகளுக்குத் தெரியாது?... ஆம்பள செஞ்சா ஒண்ணு, பொட்டச்சி செஞ்சா ஒண்ணா?... என்று சொல்லும் பெண்ணின் அம்மா துளசி உள்ளூரிலும் அசலூரிலும் எந்தெந்த சாதிகாரி முறைகெட்டுப்போய் எந்தெந்தச் சாதிக்காரனோடு படுத்தார்கள் என்று பட்டியலிட்டாள் என்ற பகுதி வருகிறது.

கிழக்குத் தெரு தொட்டிக் குப்பத்தார் மவன் மணி நாலு வருசத்திற்கு முன்னால் சித்தப்பா மகள் மல்லிகாவைக் கூட்டிக் கொண்டு போய்விட்டான் என்று சொல்லும் துளசி "சாதியல சாண்டதான் ஊத்தியடிக்கணும். அக்கா தங்கச்சின்னு மொற இல்லாமல் போறவனுக்கு எதுக்குச் சாதி?" என்று ஆவேசமாகக் கேட்கும் கேள்வி கட்டமைக்கப்படும் சாதிமானத்தின் மீது உள்ளேயிருந்து எழும் விமர்சனம். இந்தத் துல்லியத்தைக் கண்டு தருவதால்தான் இமையத்தை முக்கிய படைப்பாளியாக்குகிறது. இவ்வாறு ஒரு பாத்திரம் சொல்வது எந்தச் சாதியின் மீதான குற்றச்சாட்டல்ல. மனசாட்சியின் குரல்.

சொந்த சாதியினருக்கே அதே சாதியைச் சேர்ந்த பெண்கள் மதிக்கதக்க உயிரிகளாய் இருப்பதில்லை. இந்த உளவியலைச் சொல்லும் நுட்பமான இரண்டு வரிகள் 'சாவுசோறு' கதையில் வருகின்றன. பெண்ணைக் கூட்டிச் சென்றுவிட்ட கீழ்ச் சாதிக்கார பையன் போட்டோ கடையொன்றில் கூலியாக இருந்து கல்யாணம் கருமாதியில போட்டோ எடுக்கிறவன். அது எவ்வாறு நிகழ்ந்திருக்குமென பெண்ணின் தாய் சொல்கிறாள். அதாவது "பொட்டச்சிக்குப் பணம் காசா பெருசா தெரியுது? நகநட்டா பெருசா தெரியுது? நாலு நல்ல வாத்தத்தான பெரிய மலயாத் தெரியுது. அதை நம்பிப் போயிடுறாளுவ" என்கிறாள். காதலை நாடகம் என்று சாடும் அரசியல் வாசகத்தின் மீது வைக்கப்படும் முக்கியமான விமர்சனம் என்று இதைக்கொள்ள முடியும்.

சொந்த சாதிக்குள்ளேயும்கூட காதல் மணத்தால் சண்டையே வராது என்பதில்லை. ஆனால் அதில் மெல்ல மெல்ல சமாதானம் ஆகிவிடுவதற்கு வழியிருக்கிறது. அதாவது சொந்த சாதியினரோடு காதல் மணம் செய்து பிரச்சினை வந்தாலும் அது அரசியலாக்கப்படுவதில்லை. வெவ்வேறு சாதிக்குள் காதல் மணம் நடந்து பிரச்சினை வந்தால் அது அரசியலாக்கப்படுகிறது. இதுதான் சாதியின் நுட்பம். 'சாவுசோறு' கதையில் பெண்ணின் அம்மா ஓரிடத்தில் "மேம்பட்ட சாதிக்காரன் கூட ஓடிப்போயிருந்தாக்கூட சரின்னு போயிடலாம். கீழ்ச்சாதிக்கார பய. அதனாலதான் ஊரே கர்வம் கட்டிக்கிட்டு திரியுது . . . அந்த சண்டாளப் பய வெளியூர் பயலா இருந்தாக்கூட இம்மாம் அமளிதுமளி நடந்திருக்காது" என்றுக் கூறுவது முக்கியமான குறிப்பு. அவள் சொல்வதைக் கேட்டுக் கொண்டிருக்கும் பள்ளிக்கூட பியூன் கமலாவும் ஓரிடத்தில் "இந்த மாதிரி கதை நடக்காத ஊருன்னு ஒலகத்திலெ ஒரு ஊரு கிடையாது. மாசத்திலெ ரெண்டு மூணு புள்ளிவோ இந்த

பள்ளிக்கூடத்திலிருந்து ஓடிப்போதுவோ” என்று சொல்லும் போது இவை சமூகத்தின் பொது அனுபவமாக இருப்பதையே நாமறிகிறோம்.

மானம், வாக்கு, சத்தியம், சாபம், பாவம் போன்று கதைகளெங்கும் விரவிக்கிடக்கும் கலாச்சாரக் குறியீடுகள் மட்டுமல்லாது சாதிகடந்த காதலாலும் திருமணங்களாலும் கதைகளாகவும் சாமிகளாகவும் நிலைத்துவிட்ட தொன்மங்கள் பற்றிய சித்தரிப்பு இமையத்திடம் முக்கியத்துவம் பெறுகின்றது. இவ்விடத்தில் ‘சத்தியக்கட்டு’ கதை வருகிறது. ‘பெத்தவ’னும் ‘சாவுசோறு’ம் ஏறக்குறைய ஒரே காலத்தில் ஒரே மனநிலையில் எழுதப்பட்டுள்ளன. ஒருவகையில் இமையம் ‘பெத்தவனை’ எழுதிய மனநிலையால்தான் ‘சாவுசோறை’ எழுதியிருக்க வேண்டும். இவைபோன்ற கதைகளை எழுதுவோம் என்று தெரிவதற்கு முன்பே (அதுதானே படைப்பு) சத்தியக்கட்டு கதையை அவர் எழுதிவிட்டிருக்கிறார். ‘பெத்தவ’னும் ‘சாவுசோறு’ம் பாதிப்பை ஏற்படுத்திய தரப்பின் விலகியக் குரல்களின் மூலம் உள்ளார்ந்த விமர்சனம் ஒன்றை நிகழ்த்துகின்றன. ஆனால் ‘சத்தியக்கட்டு’ கதையில் பாதிக்கப்பட்ட தரப்பின் குரல் பதிவாகியிருக்கிறது. மூன்று கதைகளும் பெண் பற்றியும் அவர்களின் பெற்றோர் தரப்பு சார்ந்து பேசுவதாகவுமே அமைந்திருக்கிறது. ‘பெத்தவன்’ கதையிலும் ‘சத்தியக்கட்டு’ கதையிலும் சாதிதொடர்பான வேறுபாடு ஒன்று நுட்பமாகத் தொழிற்படுகிறது. ‘பெத்தவன்’ கதையில் பெண்ணின் தந்தை தம் மகளை அவள் விரும்பும் ‘கீழ்ச்சாதிகாரனோடு’ சேர்த்துவிடும்படி ஒப்படைக்கிறான். அவள் சேர்ந்திருப்பாள் என்ற நம்பிக்கையோடு அவன் சாகிறான். அதற்கான நம்பிக்கையை அப்பிரதியும் தருகிறது. ஆனால் ‘சத்தியக்கட்டு’ கதையில் மேம்பட்ட சாதிக்கார குடும்பத்தின் பேச்சை நம்பி தன் மகளைத் திருமணம் செய்துகொள்வார்கள் என்று ‘கீழ்ச்சாதிக்கார’ தாய் அனுப்பிவைக்கிறாள். ஆனால் அவள் மகள் மறுநாள் குளமொன்றில் செத்துக் கிடக்கிறாள். ஓரிடத்தில் நம்பிக்கை கைகூடுவதிலும் அதுவே மற்றோரிடத்தில் ஏமாற்றமாவதிலும் செயற்படுகிறது சாதிய உளவியல்.

ஓடிப்போன தன் மகளைத் தேடியலையும் ‘சாவுசோறு’ தாய், மர்மமான முறையில் கொல்லப்பட்ட தன் மகளின் உடலைப் பார்த்தது முதல் பித்துப் பிடித்தவள் போலாகிவிட்ட ‘சத்தியக்கட்டு’ தாய் ஆகியோர் இருவேறு சாதிகளைச் சேர்ந்தவர்களாயினும் இரண்டு பெண்களின் துயரக்கதைகளாக ஒரே கண்ணியில் நிறுத்துவதன் மூலம் இக்கதைகள் ஏதாவதொரு சாதியின் பக்கம் நின்றுகொள்ளும் தன்மையிலிருந்து தன்னை

விடுவித்துக்கொள்கிறது. சாதியென்பது ஒடுக்கப்படுகிற சாதிக்கு மட்டுமல்ல ஒடுக்கும் சாதிக்கும் துயரமானதே என்கிற பொது மனித உணர்ச்சியை முன்வைக்கிறது. மூன்று தனிமனிதர்களின் துயரத்தை சமூக துயரமாக மாற்றுவதால்தான் இக்கதைகள் முக்கியமான பிரதிகளாகின்றன.

வாக்கு போலவே நம்பவைப்பதும் கலாச்சார நம்பிக்கை யாகவே இருக்கிறது. நாகம்மாளிடம் நம்பிக்கையைத் தந்து அழைத்துசென்ற ஆறுமாத கர்ப்பிணியான பொன்னருவியைக் கொன்றுவிடுகிறார்கள். நம்பவைத்துக் கழுத்தறுத்தல் மட்டு மல்ல அவள் கர்ப்பிணியாகவும் இருந்து இறந்தாள். கன்னி கழியாத பெண்ணும் நிறைசூலியாய் உள்ள பெண்ணும் இறந்து போவது பற்றிப் பல்வேறு நம்பிக்கைகள் உண்டு. அவங்க பேயா, சாமியா மாறிவிடுவாங்க. பழிவாங்குவாங்க. அது சம்பந்தப்பட்ட குடும்பத்திற்கும் ஊருக்கும் நல்லதில்லை என்று நம்புவார்கள். செத்தபிறகு ஊருக்குள் பல கதைகள் உருவாயின. குளக்கரையில் நடுசாமத்தில் ஒரு பெண்ணின் அழுகுரல் கேட்பதாய்த் தொடங்கும் கதை பேய் சாபம் என்று விரிகிறது. அவள் தகராறில் முன்னின்ற 'மேம்பட்ட சாதிக்கார' மூன்று பேரும் அடுத்தடுத்து வயிற்றுப்போக்கு, தூக்கு, விஷம் தீண்டுதல் போன்ற காரணங்களால் இறக்கிறார்கள். பெண்களுக்குக் கர்ப்பம் கலைதல், செத்தே குழந்தை பிறத்தல் என்றெல்லாம் நடக்கிறது. பிறகே சாபத்திலிருந்து விடுபட்டு பாவமன்னிப்பு கேட்கும் விதத்தில் பொங்கல் வைக்கிறார்கள்; பிறகு அவள் மெல்ல மெல்லச் சாமியாக வணங்கப்படுகிறாள். மழை வேண்டி அம்மன் பொங்கல் வருடம்தோறும் எட்டு ஊரால் வைக்கப்படுகிறது. பறைச்சிய எப்படியோ சாமி ஆக்கிட்டீங்க என்று முதலில் புலம்பினாலும் பின்னர் எல்லோரும் வணங்கும் சாமியாக அவள் மாறுகிறாள்.

இதேபோன்று பல கதைகள் நம்மூர்களில் உண்டு. பேய், சாபம், தண்டனை, மன்னிப்பு என்பவை அவைபோன்ற கதைகளின் பொதுத்தன்மைகள். பெரும்பாலும் அம்மன் கதைகளுக்கு இத்தகு பொதுத் தன்மைகள் உண்டு. அம்மன் உள்ளூரில் சாமிகளுக்கு வழங்கப்படும் கதைகளில் சாதிமீறி காதலித்ததால் குடும்பத்தாராலோ ஊராலோ சொந்த சாதியினராலோ கொல்லப்பட்டு பிராயச்சித்தமாக சாமியாக வணங்கப்படும் அம்சம். சிற்சில வேறுபாடுகளோடு பொதுவாகப் புழங்கும். இதனாலேயே அம்மன் கதைகளோடும் சடங்குகளோடும் 'கீழ்ச்சாதி'யினரைத் தொடர்புபடுத்தும் அம்சங்கள் பரவலாக இருக்கின்றன. நடைமுறை அளவிலும் அரசியல் விளக்கத்திலும்

வேறாக வாழும் 'மேல்சாதியினர்' இத்தகைய பண்பாட்டு அளவில் 'கீழ்ச்சாதி' சாமிக்குப் பயப்படுகிறவர்களாகவும் பொங்கல் வைப்பவர்களாகவும் மாறிக்கொள்கின்றனர். சாதி ஒரே மாதிரி எல்லா நிலையிலும் செயற்படுவதில்லை. இப்பின்னணியில்தான் இமையத்தின் சத்தியக் கட்டுகதை முக்கியத்துவம் பெறுகிறது. அரசியலில் கட்டமைக்கப்படும் இடைவெளி பண்பாட்டுத் தளத்தில் இணைவுகொள்ளும் தருணம் இது. இதை அவரறிந்த உள்ளூர் கதையொன்றை மறுஆக்கம் செய்ததின் மூலம் படைப்பாளி எதிர்கொண்டிருக்கிறார்.

முழுக்க கொன்றுவிட்ட 'கீழ்ச்சாதி பெண்'ணுக்குப் பயந்து மேம்பட்ட சாதியினரும் சுத்துப்பட்டு ஊரார்களும் சாமியாக வணங்குவதைச் 'சத்தியக்கட்டு' கதையில் சொன்ன இமையம் அதற்கிணையான வேறு சம்பவமொன்றைச் 'சாவுசோறு' கதையில் கொணருகிறார். அதாவது சாதிமீறிய காரணத்திற்காகச் சொந்த சாதியிலும் கொலைகளை நிகழ்த்திவிட்டு அவளைச் சாமியாக வணங்கும் நிலையைக் காட்டுகிறார். இருபது வருடத்திற்கு முன்னால் எங்கள் இனத்து பெண்ணொருத்தி காலனிக்காரன் கூட சேர்மானம் ஆகிவிட்டாள். அதனால் ஊர் மானமும் சாதி மானமும் போனது. உன்னைக் கட்டிக்கொடுக்கவும் முடியாது. வைத்துக்கொள்ளவும் முடியாது. அதனால் நீயே போய் செத்துவிடு. இல்லையெனில் ஊரே சேர்ந்து உன்னைச் செங்கல் காளவாசலில் வைத்துக் கொளுத்துவோம் என்றார்கள். என்னை யாரும் எரிக்க வேண்டாமென்று அவளே சூளையில் இறங்கிச் சாம்பலாகிவிட்டாள். தானாக இறங்கி இறந்ததினால் ஊரே அசந்துபோனது. சாதி மானத்தையும் ஊர் மானத்தையும் காப்பாற்றியவள் என்று ஊரே கூடி கோவில் கட்டி மானங்காத்த சாமின்னு பெயர் வைத்தார்கள். விருப்பத்தைச் சாதி மானத்தின் பெயரால் தடுக்கிறார்கள் என்பதால் வேறுவழியில்லாமல் செத்துப்போனவளைத் தங்கள் விருப்பத்திற்காகவும் சாதி மானத்தைக் காப்பதற்காகவும் செத்துப்போனவளென்று மாற்றி வழிபட்டுக்கொள்கிறது சாதியும் ஊரும் (ஆனால் இதுவும் ஒரு வகையில் ஆணவக்கொலையே. கொலையில் உதித்த தெய்வங்கள் பலவும் ஆணவக் கொலையிலிருந்து பிறந்தவையேயாகும்). இவ்விடத்தில் சாதிமீறியவர்களைக் கொன்றதற்கு மன்னிப்பு கேட்டுக்கொள்ளும் விதமான சாமிகள் மட்டுமல்ல சாதி மானத்தைக் காத்தமைக்காக வணங்கப்படும் சாமிகளும் உள்ளன. இரண்டையும் கொண்டிருப்பதே நம் கலாச்சாரத்தின் பலமும் பலவீனமும். பாவமன்னிப்புக்காகச் சாமி உண்டாக்கிக் கொண்டாலும் சமூகம் அத்தகைய பாவங்களைச் செய்வதற்கு தயங்குவதில்லை. திரும்ப திரும்பச் செய்கிறது.

சாதி வன்முறைகளென்பவற்றைக் கிராம அமைப்பின் நடைமுறைகள் சார்ந்தும், கலாச்சார உளவியல் சார்ந்தும் வாசிப்பதற்கான விரிந்த உரையாடல்களை இமையத்தின் கதைசொல்லல் முறையும் ஆசிரியனை மீறி கதாபாத்திரங்கள் கைக்கொள்ளும் சுதந்திரமும் இப்பிரதிகளை அரசியல் பிரதிகள் என்பதாக மட்டுமே புரிந்துகொள்ளும் அபாயத்திலிருந்து விடுவிக்கின்றன. பாதிப்பைச் சந்தித்த ஒடுக்கப்பட்டோர் தரப்பு பேசுவதாக இக்கதைகளை அமைத்திருந்தால் சாதி அமைப்பு பற்றிய இத்தகைய விமர்சனத்தை நிகழ்த்தியிருக்க முடியாது. அதை முடிவு செய்துவிடுகிறபோதே படைப்பு செயல்பாட்டின் பாதிவேலை முடிந்துவிடுகிறது. ஆணவக்கொலைகளின் இயங்கியலை அரசியலால் மட்டுமே புரிந்துகொள்ள முடியாதென்பதை இக்கதைகளை வாசித்து முடிக்கிறபோது நமக்குத் தெரியவருகிறது. அதுதான் இப்பிரதிகளின் முக்கியத்துவம்.

பின்னிணைப்புகள்

1

நவம்பர் 7, 2012 அன்று தர்மபுரியின் மூன்று தலித் கிராமங்கள் மீது நடத்தப்பட்ட வன்முறை குறித்த உண்மை அறியும் குழுவின் அறிக்கை

தர்மபுரி மாவட்டம் தர்மபுரி ஊராட்சி ஒன்றியத்தைச் சேர்ந்த வெள்ளாளப்பட்டி பஞ்சாயத்து கிருஷ்ணாபுரம் காவல்நிலைய எல்லைக்குட்பட்ட நத்தம் காலனி, அண்ணாநகர் கொண்டம்பட்டி ஆகிய தலித் கிராமங்கள் நவம்பர் 7 அன்று மாலை தொடங்கி முன்னிரவு வரையிலும் சுமார் 20க்கும் மேற்பட்ட அப்பகுதி வன்னிய கிராமத்தினரால் கொள்ளையிடப்பட்டுக் கொளுத்தப்பட்டன. இத்தாக்குதல் தொடர்பாக உண்மை அறியும் களஆய்வு மேற்கொள்ள நவம்பர் 10 அன்று கல்வியாளர்கள், எழுத்தாளர்கள், பத்திரிகையாளர்கள் அடங்கிய குழு நேரில் சென்றது. மூன்று கிராமங்களில் தாக்கப்பட்ட ஒவ்வொரு வீட்டையும் கண்ணுற்றதோடு, பாதிக்கப்பட்ட தலித் மக்களையும், அமைப்புகள் சிலவற்றின் பிரதிநிதி களையும், சில அரசு ஆவணங்களையும் கண்டு இக்குழு தயாரித்த அறிக்கை இது:

களஆய்வில் பங்கேற்றோர்

1. *முனைவர் சி. இலட்சுமணன்*
2. *எழுத்தாளர் ஸ்டாலின் ராஜாங்கம்*

3. எழுத்தாளர் ஆதவன் தீட்சண்யா

4. பேராசிரியர் கி. பார்த்திபராஜா

5. கவிஞர் சுகிர்தராணி

6. எழுத்தாளர் யுவபாரதி மணிகண்டன் (தமிழ்ப் படைப்பாளிகள் உணர்வாளர்கள் கூட்டமைப்பு)

7. பத்திரிகையாளர் ஜெய்கணேஷ்

8. மருத்துவர் திராவிடன் அம்பேத்கர்

9. செந்தில்

10. ரகுராம்

11. சரத்

12. ரமீஷ்

பெங்களூரு சுதந்திர மென்பொருள் இயக்கம் சார்ந்த சமூகச் செயற்பாட்டாளர்கள்.

காரணமும் தாக்குதலும்

நத்தம் காலனியைச் சேர்ந்த இளவரசன் (23) என்ற தலித் இளைஞனும் செல்லங்கொட்டாய் கிராமத்தைச் சேர்ந்த திவ்யா (21) என்ற வன்னியர் சாதிப் பெண்ணும் காதலித்துத் திருமணம் செய்துகொண்டதற்கு எதிராக உருவான பிரச்சினை. மூன்று தலித் கிராமங்களுக்கு எதிரான பெருந்தாக்குதலாக வடிவெடுத்திருக்கிறது. 'தங்கள் சாதிப் பெண்ணைப் பறையன் காதலிக்கக் கூடாது' என்று கடந்த ஜனவரி மாதத்திலேயே இளவரசன் வீட்டின் மீது வன்னியர்கள் தாக்குதல் தொடுத்தனர். தொடர் அச்சுறுத்தலையும் தாக்குதலையும் மீறி 14.10.2012 அன்று இளவரசனும் திவ்யாவும் சட்டப்படி பதிவுத் திருமணம் செய்து கொண்டனர். பிறகு தங்கள் உயிருக்குப் பாதுகாப்பில்லை என்று கூறி சேலம் கோட்ட டி.ஐ.ஜி.யிடமும் தர்மபுரி மாவட்ட காவல்துறையிலும் புகார் அளித்திருந்தனர்.

இந்நிலையில் திவ்யா குடும்பத்தினர் இத்திருமணத்தை ஏற்றுக்கொள்ளவில்லை என்றாலும், அதற்குமேல் ஒன்றும் செய்ய முடியாத நிலையிலிருந்தனர். ஆனால் இப்பிரச்சினையில் திவ்யாவின் உறவினர்களும் அவர்களைச் சேர்ந்த வன்னியர்களும் தொடர்ந்து நெருக்கடி ஏற்படுத்தி வந்தனர். அக்டோபர் 25 அன்றிலிருந்தே இப்பகுதியில் இது தொடர்பாகப் பதற்றம் நிலவிவந்தது. இதன் தொடர்ச்சியாக 04.11.2012 அன்று நாயக்கன்

கொட்டாயில் தர்மபுரி மாவட்ட பா.ம.க. இளைஞரணித் தலைவர் மதியழகன் தலைமையில் வன்னியர்களின் கூட்டம் ஒருங்கிணைக்கப்பட்டது.

இக்கூட்டத்தில் பிற பா.ம.க. நிர்வாகிகளும், மாவட்ட வன்னியர் சங்கத்தினரும் நாயக்கன்கொட்டாயைச் சுற்றியிருந்த 20க்கும் மேற்பட்ட கிராமங்களைச் சேர்ந்த வன்னியர்களும் கலந்துகொண்டனர். அக்கூட்டத்தில் 'சாதி மீறித் திருமணம் செய்யும் போக்கை வளரவிடக்கூடாது. இதற்குத் தக்க பாடம் கற்பிக்க வேண்டும்' என்று உணர்ச்சிவசமான பேச்சுகள் பேசப்பட்டன. பஞ்சாயத்து முடிவின்படி '7ஆம் தேதிக்குள் திவ்யாவைக் கொண்டுவந்து தங்களிடம் ஒப்படைக்க வேண்டும். இல்லையெனில் காலனியில் ஒரு வீடுகூட இருக்காது' என்று நத்தம் காலனியைச் சேர்ந்த சேட்டு என்பவரிடம் கூறி அனுப்பப் பட்டுள்ளது. இதற்குப் பிறகு 7ஆம் தேதி திவ்யாவின் குடும்பம் சார்பாக ஐந்து பேர் சென்று திவ்யாவைத் தங்களோடு வரும்படி கேட்டபோது, அவர் "நான் என் கணவரை விட்டு வரமாட்டேன். வந்தால் என்னைக் கொன்றுவிடுவீர்கள்" என்று கூறி வரமறுத்துவிட்டார். இதற்குப் பிறகே, முழுபோதையிலிருக்க வைக்கப்பட்டிருந்த திவ்யாவின் தந்தை ராகராஜ் அன்று மாலை இறந்துள்ளார்.

மாலை 4 மணியளவில் நாகராஜின் பிணத்தைச் செல்லங் கொட்டாயிலிருந்து தர்மபுரி – திருப்பத்தூர் நெடுஞ்சாலைக்குக் கொணர்ந்த வன்னியர்கள், தர்மபுரி மாவட்ட பா.ம.க இளைஞரணித் தலைவர் மதியழகன், வெள்ளாளப்பட்டி ராஜா, கொட்டாவூர் மாது ஆகியோர் தலைமையில், அப்பிணத்தோடு சாலை மறியலில் ஈடுபட்டனர். பிறகு பிரதான சாலையின் வடக்கே சீராம்பட்டியில் பெரிய புளியமரம் ஒன்று அறுத்து சாலையின் குறுக்கே போடப்பட்டது. அதேபோல பிரதான சாலையின் தெற்கே எஸ்.கொட்டாவூரிலும் மரம் வெட்டி சாலை மறிக்கப்பட்டது. சாலைக்கு அருகே செங்கல் சூளைக்காக வெட்டிப் போடப்பட்டிருந்த பனைமரங்களையும் சாலையின் குறுக்கே போட்டுச் சாலையை முழுமையாக மறித்தனர். போலீசார் அம்மரங்களைத் தாண்டி வராமல் அங்கேயே நின்றுகொண்டனர்.

இந்நிலையில்தான், திட்டமிட்டபடி ஆங்காங்கிருந்து வரத் தொடங்கியிருந்த வன்னியர்களும் மறியலில் ஈடுபட்டிருந்த வன்னியர்களும் சேர்ந்து நத்தம் காலனியில் புகுந்து எல்லா வீடுகளையும் தாக்கத் தொடங்கினர். காலனியின் பெரும்பாலான ஆண்கள் வேலை காரணமாக வெளியூர்களில் இருந்தனர்.

ஆணவக் கொலைகளின் காலம்

ஊரிலிருந்த பெண்கள் உள்ளூரில் வேலைக்குச் சென்றிருந்தனர். குழந்தைகள் பள்ளிகளை விட்டு வீட்டுக்குத் திரும்பும் நேரம். நத்தம் காலனியைத் தாக்கி முடித்த பின்பு அங்கிருந்து சில கிலோமீட்டர் தொலைவிலுள்ள அண்ணாநகர், அங்கிருந்து உள்ளடங்கியுள்ள கிராமமான கொண்டம்பட்டி ஆகிய தலித் கிராமங்களுக்கும் வாகனங்களில் தேடிச் சென்று தாக்குதல் நடத்தினர். மாலை 4:30 மணிக்கு மேல் தொடங்கிய தாக்குதல் ஒவ்வொரு ஊராக, இரவு 9:30 மணி வரை நீடித்துள்ளது. மேற்குறிப்பிடப்பட்ட ஊர்களில் எல்லா வீடுகளும் தவறாமல் தாக்கப்பட்டுள்ளன. ஒவ்வொரு வீட்டையும் மறுபடி செப்பனிட முடியாத அளவிற்குத் தீயிட்டு அழித்துள்ளனர். ஒவ்வொரு வீட்டிலும் பீரோ கதவுகள் உடைக்கப்பட்டு, அதிலிருந்த பணம், நகைகள் மற்றும் சில உணவுப் பொருட்கள் கொள்ளையிடப் பட்டுள்ளன. பிறகு பீரோ முழுமையாக உடைக்கப்பட்டிருக்கிறது அல்லது எரிக்கப்பட்டிருக்கிறது. கணிசமான வீடுகளிலிருந்த மோட்டார் சைக்கிள்கள், வாஷிங் மெஷின்கள் போன்றவையும் தீவைத்து எரிக்கப்பட்டுள்ளன. எல்லா வீடுகளிலுமிருந்தும் கொள்ளையடிக்கப்பட்ட கியாஸ் சிலிண்டர், ஆடுகள் போன்ற வற்றை வன்னியர்கள் தாம் கொண்டுவந்திருந்த வாகனங்களில் ஏற்றிச் சென்றுள்ளனர். 4 கார்கள் மற்றும் 72 பைக்குகள் எரிக்கப்பட்டுள்ளன. கடப்பாரை, தடி, வெயிட் லிஃப்டிங் இரும்புத் தண்டு, பெட்ரோல் நிரப்பப்பட்ட பாட்டில்கள், திறந்துவிடப்பட்ட சில சிலிண்டர்கள் போன்றவை மூலம் தாக்குதலும் தீவைப்பும் நடந்துள்ளன. வன்னியர்கள் இத்தகைய தாக்குதலைச் சிறு எதிர்ப்பின்றி நடத்தியுள்ளனர்.

தலித்துகளின் சமூக – பொருளாதார நிலையும் அதன் மீதான தாக்குதலும்

தாக்குதல் நடந்த மூன்று ஊர்களிலுமுள்ள 98 சதவீதம் தலித்துகளுக்கு நிலம் இல்லை. இரண்டொருவர் தவிர வேறு எவருக்கும் அரசு வேலையோ நிரந்தர உத்தியோகமோ கிடையாது. கூலிகளாகவும் முறைசாரா தொழிலாளர்களாகவும் உள்ளனர். ஆண்கள் பெரும்பான்மையும் பெங்களூரில் கட்டிட வேலையிலும், சுமை தூக்கும் தொழிலாளர்களாகவும் கோயம்புத்தூர், திருப்பூர் போன்ற நகரங்களில் பிறவேலைகளும் செய்துவருகின்றனர். கடந்த பல ஆண்டுகளாக உழைத்துச் சேர்த்த பணத்தில்தான் வீடு, ஓரளவு வீட்டு உபயோகச் சாமான்களை ஈட்டியுள்ளனர். சாதி இந்துக்களின் சார்பின்றித் தன்னிறைவுடன் சுயமாகப் பொருளாதாரரீதியாகச் சிறிதளவு

முன்னேறியுள்ளனர். இந்நிலையில்தான் இக்கிராமங்களில் முழுக்க முழுக்க இந்த வீடுகளும் வீட்டுச் சாமான்களும் குறிவைத்து அழிக்கப்பட்டுள்ளன. ஊரில் வெகு சில குடிசைகளைத் தவிர மற்றவை காங்கிரீட், மாடி மற்றும் ஓட்டு வீடுகள். இவற்றில் பெரும்பாலானவை அரசு உதவியோடு தம் பணத்தையும் கொண்டு கட்டிய விடுகள். இத்தாக்குதலில் வன்னியர் தரப்பில் 2,000 பேர் ஈடுபட்டதாக அம்மக்கள் தெரிவித்தனர். ஏராளமான பைக்குகளும் வேன்களும் பயன்படுத்தப்பட்டுள்ளன. ஏறக்குறைய இத்தாக்குதலில் ஈடுபட்ட 20க்கும் மேற்பட்ட வன்னியர் கிராமங் களின் பெயர்கள் நம் குழுவினரிடம் தரப்பட்டன.

அவை:

1. செல்லங்கொட்டாய்
2. வாணியன்கொட்டாய்
3. கதிர்நாயக்கனஹள்ளி
4. புளியம்பட்டி
5. மொளகானூர்
6. நாயக்கன்கொட்டாய்
7. வெள்ளாளப்பட்டி
8. கொண்டம்பட்டி
9. சீராம்பட்டி
10. கிருஷ்ணாபுரம்
11. வன்னியக்குளம்
12. திம்பம்பட்டி
13. கம்மையநல்லூர்
14. சவுக்குத்தோப்பு
15. கொல்லம்பட்டி
16. குப்பூர்
17. செங்கல்மேடு
18. மாரவாடி
19. செம்மாந்தகுப்பம்
20. குறும்பட்டி
21. கொட்டாவூர்
22. செட்டியூர்
23. சோலைக்கொட்டாய்

ஆணவக் கொலைகளின் காலம்

மொத்தத்தில் 7ஆம் தேதி இத்தாக்குதலை முதலில் தொடங்கி வைத்தவர்களில் ஒருவரான முருகன் என்பவர் ஏற்கனவே தலித் பெண் ஒருவரைப் பாலியல் வன்முறை செய்து கொன்ற வழக்கில் தொடர்புடையவர். மற்றொருவர் வாணியன்கொட்டாயைச் சேர்ந்த பா.ம.க. நிர்வாகி சீனிவாசன் ஆவார்.

ஏற்கனவே, தலித் மக்களோடு பழகுவதோடு, அவர்தம் வீடுகளுக்கு வந்து செல்லும் வன்னியர்களாலேயே இத்தாக்குதல் நடத்தப்பட்டது என்று தலித் மக்கள் கூறும்போது சாதியின் ஆகிருதி எந்தப் பூச்சுகளாலும் மறைந்துவிடுவதில்லை என்பதையே அறிய முடிந்தது. 'ஒண்ணா மண்ணா பழகினால் சாதி ஒன்றாகிவிடுமோ?' என்று கேட்டு தாக்கியதாக அழுதார் ஒரு பெண். 'சேர்த்து வைச்சிருந்ததெல்லாம் வெந்துபோச்சு. இனி எங்களைத்தான் வேகவைக்கணும்' என்று அழுதார் இன்னொரு பெண். மகளிர் சுயஉதவிக்குழு மூலம் திருமணம் மற்றும் தீபாவளிப் பண்டிகைக்காக முன்பணமாக எடுக்கப்பட்ட 20,000 ரூபாயும், சிறு வியாபாரமாக இயங்கிவந்த கடை, மருந்து விற்பனைப் பிரதிநிதி ஒருவரின் ஒரு வார வசூல்நிதி போன்றவையும் கொள்ளையில் பறிபோனதை அறிய முடிந்தது. மொத்தத்தில் தலித்துகளின் பொருளாதார மேம்பாடு இத் தாக்குதலில் குறிவைத்துத் தகர்க்கப்பட்டுள்ளது. இதேபோன்று 31.08.1995இல் தூத்துக்குடி மாவட்டம் கொடியங்குளத்தில் 300 தலித் குடியிருப்புகள் தாக்கப்பட்டபோதும், அம்மக்களின் பொருளாதாரத் தற்சார்பே குறிவைத்துத் தகர்க்கப்பட்டது. இத்தாக்குதலிலும் அதுவே நடந்துள்ளது. ஏறக்குறைய பத்து கொடியங்குளத்திற்கு இணையாக இச்சம்பவம் அமைந்துவிட்டது.

கண்டறிந்தவை

1. இப்பகுதியில் தலித் – வன்னியர் சாதிக் கலப்பு மணங்கள் மட்டுமின்றி, பிற சாதிக் கலப்பு மணங்களும் கடந்த காலங்களில் நடந்துள்ளன. அவற்றிற்கு ஆதிக்கச் சாதித் தரப்பின் ஏற்பின்மையோ, அவ்வப்போதான எதிர்ப்போ மட்டுமே இருந்துவந்துள்ளன. மாறாக, இதுபோன்ற பெருந்தாக்குதல்கள் நடத்தப்பட்டதில்லை. ஆனால், இந்த முறை இத்தகைய வன்முறை நடத்தப்பட்டதற்குப் பின்னணியாய் அரசியல் காரணம் இருந்திருக்கிறது. அதாவது, 2012 சித்ரா பௌர்ணமியன்று வன்னியர்களின் சாதி உணர்ச்சியை வருடந்தோறும் புதுப்பித்துக்கொள்ளும் வகையில் நடத்தப்படும் வன்னியர் இளைஞர் பெருவிழாவில் பா.ம.க. நிறுவனர் மருத்துவர் ராமதாஸ் முன்னிலையில் வன்னியர் சங்கத் தலைவர் ஜெ. குரு "வன்னியர் பெண்களைக்

காதலித்து மணக்கும் பிற சாதியினரை (தலித்துகளை) அடக்க வேண்டும். அவ்வாறு அடக்குபவர்களுக்குக் கட்சி துணை நிற்கும்" என்று பேசினார். இதுவரையிலும் சாதிக் கலப்பு மணத்திற்கு எதிராகப் புழுங்கிக்கொண்டிருந்த வன்னியர்களுக்குக் குருவின் இப்பேச்சு, உற்சாகத்தையும் ஊக்கத்தையும் அளித்திருக்கிறது. தர்மபுரி தாக்குதலுக்கும் இப்பேச்சே முக்கியக் காரணமாய் இருந்திருக்கிறது.

2. மேலும் நவம்பர் 4 அன்று நாயக்கன்கொட்டாயில் திவ்யா – இளவரசன் திருமணத்திற்கு எதிராகக் கூடிய வன்னியர்களின் கூட்டத்திலும், 7ஆம் தேதி 3 தலித் கிராமங்கள் மீதான தாக்குதலிலும் தாக்குதலுக்குப் பிறகு வன்னியர்களை வழக்குகளிலிருந்து காப்பாற்றவும், பா.ம.க. முன்னாள் எம்.பி., கட்சியின் முன்னணித் தலைவர்கள் உள்ளிட்ட பா.ம.க. நிர்வாகிகளே ஈடுபட்டு வருகின்றனர் என்பதிலிருந்து இந்தப் பின்னணியை எளிதாகப் புரிந்துகொள்ளலாம். வன்னியர்களின் இந்த வெறிச் செயல்களுக்குக் குருவின் இப்பேச்சு நேரடியாகவும் மறைமுகமாகவும் உளவியல் பலத்தைத் தந்திருக்கிறது. இளவரசன் – திவ்யா திருமணத்திற்கு மட்டுமல்ல, நாயக்கன்கொட்டாய்ப் பகுதியில் கடந்த காலங்களில் இதுபோன்ற சாதிக் கலப்பு மணங்கள் மீதான கோபத்தைத் தீர்த்துக்கொள்ளவும் இந்தத் தருணத்தையே வன்னியர்கள் பயன்படுத்தியுள்ளனர்.

3. நத்தம் காலனி, அண்ணா நகர் ஆகிய பகுதிகளுக்கு வெகு தொலைவிலிருந்த கொண்டம்பட்டியைத் தேடிச் சென்று தாக்கிய காரணம் எதுவென்றும் அறிய முடிந்தது. அதாவது, கடந்த ஆண்டு கொண்டம்பட்டியைச் சேர்ந்த நேதாஜி என்ற தலித் இளைஞர், வன்னியர் சாதியைச் சேர்ந்த ஒரு பெண்ணைக் காதல் திருமணம் செய்துகொண்டு வெளியூரில் குடியமர்ந்துவிட்டார். அப்போது நேதாஜி வீட்டை மட்டும் தாக்கிவிட்டுச் சென்ற வன்னியர் கூட்டம், இப்போது இதுபோன்று திருமணம் நடந்த ஊர்களையெல்லாம் நினைவுபடுத்திச் சென்று தாக்கியிருக்கிறது. அந்த வகையில்தான் கொண்டம்பட்டி முழு ஊரையும் துவம்சம் செய்திருக்கிறது. குறிப்பிட்ட ஒருவர் மீதான கோபத்திற்காகக் கூட்டு வன்முறையைத் தலித் சமூகம் எதிர்கொண்டிருக்கிறது. வயல்களில் தானியக் கதிர்களை எந்தப் பறவைகளும் நெருங்கிவிடக்கூடாது என்று அச்சுறுத்துவதற்காக, ஒரு காகத்தைக் கொன்று வயலின் நடுவே கட்டித் தொங்கவிடுவார்கள் விவசாயிகள்.

அதுபோன்று தனித்தனியே அச்சுறுத்தி இதுபோன்ற காதல் மணங்களைத் தடுப்பதைவிட, ஒரு ஊரையே அழிப்பதன் மூலம், அதுபோன்ற எண்ணமே இனி தலித்துகளுக்கு எழக்கூடாது என்ற நோக்கத்தோடு இத்தாக்குதல் நடத்தப் பட்டிருக்கிறது.

4. இத்தாக்குதல் திவ்யாவின் தந்தை நாகராஜ் இறந்ததை ஒட்டி நடந்த உணர்ச்சிவசப்பட்ட நிகழ்வு போன்று காட்டுவதற்கான முயற்சிகள் மேற்கொள்ளப்பட்டுவருகின்றன. மாறாக, நாகராஜின் சாவை ஒரு சாக்காகக் கொண்டு இத்தாக்குதல் நடத்தப்பட்டிருக்கிறது. அதற்கேற்ப நாகராஜ் மரணத்திற்குத் தூண்டப்பட்டிருக்கலாம் என்று எங்கள் குழு கருதுகிறது. நாகராஜின் பிணத்தோடு மறியல் செய்யப்பட்டது என்பது தான் உண்மையே தவிர, அவரது மரணம் தற்கொலைதானா என்று ஆராய வேண்டியுள்ளது. எனவே, நாகராஜின் பிரேதப் பரிசோதனை, அவர் இறப்பதற்கு முன்பு அவருக்குச் சொந்த சாதியினரால் தரப்பட்ட நெருக்கடிகள், அவமானங்கள் பற்றியெல்லாம் தீவிரமாக விசாரிக்கப்பட வேண்டும். நவம்பர் 4 அன்று வன்னியர்களின் கூட்டம் கூட்டப்பட்டு, நவம்பர் 7ஆம் தேதிக்குள் திவ்யாவைக் கொண்டுவந்து ஒப்படைக்க வேண்டுமென்று, தலித்துகளை நோக்கிக் கெடு விதிக்கப்பட்டது. நவம்பர் 7 அன்று திவ்யா வரமறுத்த நிலையிலும், நாகராஜின் மரணத்தினாலும் இத்தாக்குதல் திட்டமிடப்பட்டது. முதலில் நாகராஜின் மரணமே தற்கொலைதானா? என்று ஆராய வேண்டி யிருக்கிறது. நவம்பர் 4 அன்று வன்னியர்களின் கூட்டம் நடந்ததிலிருந்தே அவருக்கு மனரீதியான நெருக்குதல்கள் கொடுக்கப்பட்டன. அந்த நிலையில்தான் 7ஆம் தேதி தன் மகள் திரும்பி வரமறுத்த நிலையில் அவர் இறந்திருக்கிறார். இந்த மரணம் ஊர்க்காரர்களின் நெருக்கடிகளுக்குப் பயந்துகூட நடந்திருக்கலாம். மேலும் அவர் கடைசி நான்கு நாட்களாகத் தொடர்ந்து குடிபோதையில் வைக்கப் பட்டிருந்தார் என்று கூறப்படுகிறது. ஒருவேளை, அவர் இறந்திருக்காவிட்டாலும்கூட அன்று மாலை தாக்குதலுக்கு வாய்ப்பிருந்தது என்றே அந்த ஊர்க்காரர்களில் சிலர் நம்மிடம் தெரிவித்தனர். ஆனால், நாகராஜின் சாவு அவர்களுக்குக் கூடுதல் வாய்ப்பாகிப் போனது. அதனால்தான் கடப்பாரை உள்ளிட்ட ஆயுதங்கள், மூன்று கிராமங்களை எரிக்கக்கூடிய அளவிற்குப் பல லிட்டர் பெட்ரோல், தின்னர் முதலியவை சேகரிக்கப்பட்டு, அதற்கான ஜனத்திரட்சியும் அங்கே மையம் கொண்டது. நத்தம் காலனியில் மட்டும் 150 பெட்ரோல்

குண்டுகள் பயன்படுத்தப்பட்டுள்ளன. முன்கூட்டியே திட்டமிடப்பட்டிருந்தாலொழிய இவ்வளவு பெட்ரோல், பாட்டில்கள், திரிகள், ஆயுதங்கள் கொண்டு இத்தகைய பெருந்தாக்குதல் நடத்தப்பட்டிருக்க முடியாது. இரண்டொருவர் தாக்கப்பட்டதைத் தவிர்த்து, யாதொரு உயிர்ச் சேதமும் ஏற்படாவண்ணம் தலித்துகளின் பொருளாதாரம் திட்டமிட்டு அழிக்கப்பட்டுள்ளது.

5. இத்தாக்குதலைத் தடுப்பதில் காவல்துறையும் அதன் உளவுப்பிரிவும் மாவட்ட நிர்வாகமும் பெரிய அளவில் தோல்வியடைந்திருக்கின்றன. நாகராஜின் பிணத்தை வைத்துக்கொண்டு வன்னியர்கள் மறியல் செய்யும்போது, சாலையில் வெட்டிப்போட்ட மரத்தைத் தாண்டி போலீஸ் வராமல் நின்றுகொண்டது. சாலையில் மரங்களைப் போட்டிருந்தபோதே அங்கே 300 போலீஸ் வந்துவிட்ட போதிலும், அவற்றைத் தாண்டிவந்து, சில மணிநேரங்கள் நீடித்த தாக்குதலைத் தடுப்பதற்கான எந்த நடவடிக்கையையும் எடுக்கவில்லை.

6. தர்மபுரி மாவட்டத்தில் 1987இல் பிசிஆர் சட்டத்தின்கீழ் ஒரு புகார் மற்றும் 1989 முதல் 2012 வரையில் எஸ்.சி./எஸ்.டி. வன்கொடுமைத் தடுப்புச் சட்டத்தின் கீழ் 291 புகார்கள் எனப் பதிவானவை மொத்தம் 292 புகார்கள். இவற்றில் காவல்துறையால் தள்ளுபடி செய்யப்பட்டவை 166 மற்றும் நீதிமன்றத்தால் தள்ளுபடி செய்யப்பட்டவை 81 என்ற நிலையில் வெறும் 10 புகார்களில் மட்டுமே குற்றவாளிகள் தண்டிக்கப்பட்டுள்ளனர். பதிவான புகார்களில் 3.3. சதவீதப் புகார்களில் மட்டுமே குற்றவாளிகள் தண்டனை பெற்றுள்ளனர் என்ற புள்ளிவிவரம் எஸ்.சி./எஸ்.டி. வன்கொடுமைத் தடுப்புச் சட்டத்தின் மீதான காவல்துறையின் அக்கறையின்மைக்குச் சான்றாக அமைகிறது.

7. இப்பகுதி முன்பு நக்சல்பாரிகள் இயக்கம் செயறபட்ட பகுதி என்ற முறையில், கியூ பிரிவு போலீசாரின் கட்டுப்பாட்டிலுள்ள பகுதி என்ற முறையில் கடந்த ஒரு மாதமாகப் புகைந்து வந்துள்ள இப்பிரச்சினை அது அறியத் தவறி யிருக்கிறது. மேலும், இப்பகுதியில் தொடர்ந்து ஏழு பேர் கொண்ட போலீஸ் காவல் இருந்துவந்தும் முன்கூட்டியே அறிந்து அத்தாக்குதலைத் தடுக்கத் தவறியிருக்கிறது காவல்துறை. ஏறக்குறைய மூன்று டி.எஸ்.பிக்களுடைய கவனத்தின்கீழ் இப்பகுதி இருந்தபோதிலும் இத்தாக்குதல் தடுக்கப்படவில்லை என்பது குறிப்பிடத்தக்கது.

8. இரவு 9:30 மணிவரையிலும் தாக்குதல் நடத்தப்பட்ட பின்பு இரவு 11 மணியளவில் லாரி ஒன்றை எடுத்துவந்து அண்ணா நகர் தலித் குடியிருப்புகளிலிருந்த ஆடுகளை வன்னியர்கள் தூக்கிச் சென்றதாகக் கூறப்படுகிறது. இதை வைத்துப் பார்க்கும்போது, தாக்குதல் நடந்து முடிந்த நெடுநேரம் வரையிலும்கூடக் காவல்துறை நடவடிக்கையில் ஈடுபடவில்லை என்பதையே அறிய முடிகிறது. மறுநாள் கைதுசெய்யப்பட்ட 92 பேரையும்கூட, வெளியூர்ப் பணியிலிருந்து திரும்பிய மாவட்ட எஸ்.பி. அஸ்ரா கர்க் வந்துதான் கைதுசெய்திருக்கிறார். அஸ்ரா கர்க்கின் பணியைப் பாதிக்கப்பட்ட மக்கள் நன்றியோடு நினைவுகூர்ந்ததைப் பார்க்க முடிந்தது.

பரிந்துரைகள்

1. கற்பனைக்கெட்டாத தாக்குதல் என்ற வகையில் இக்கிராமங்களின் சேதங்களைப் பார்வையிடத் தமிழக முதலமைச்சர் அங்கு நேரடியாகச் செல்ல வேண்டும். அவரது வருகையினால் அரசு எந்திரம் துரிதமாகச் செயல்படுவதோடு, பாதிக்கப்பட்ட மக்களுக்கு மனரீதியான ஆறுதலும் கிடைக்கும்.

2. தாக்குதலில் ஈடுபட்ட அனைவர் மீதும் எஸ்.சி./ எஸ்.டி. வன்கொடுமைத் தடுப்புச் சட்டத்தின் (1989) கீழ் வழக்குப் பதிவுசெய்யப்பட்டுக் குற்றவாளிகளுக்கு முழுமையான தண்டனை வழங்கப்பட வேண்டும். பாதிக்கப்பட்ட தலித் மக்களுக்கு இச்சட்டத்தின்கீழ் இழப்பீடு வழங்கப்படுவதோடு, தாக்குதல் நடத்தியோரின் சொத்துகள் பறிமுதல் செய்யப்பட்டு, பாதிக்கப்பட்டவர்களுக்கு வழங்கப்பட வேண்டும்.

3. அரசு உடனடியாக அதிவிரைவு தனிநீதிமன்றத்தை இம்மூன்று கிராமங்களில் ஏதேனுமொன்றில் அமைத்து, நீதிவிசாரணை மேற்கொண்டு, குற்றவாளிகளுக்கு விரைவில் தண்டனை கிடைக்கச் செய்யவேண்டும். (உ.ம்) ஆந்திர மாநிலம் சுண்டூர்ப் படுகொலைகளை விசாரிக்க அமைக்கப்பட்ட தனிநீதிமன்றம்.

4. 2012ஆம் ஆண்டு சித்ரா பௌர்ணமியன்று மாமல்லபுரத்தில் நடந்த வன்னிய இளைஞர் மாநாட்டில் வன்னியர் சங்கத் தலைவர் காடுவெட்டி ஜெ. குரு கலப்புமணத்திற்கு எதிராக வன்முறையைத் தூண்டும் விதத்தில் பேசிய பேச்சே, இத்தகைய தாக்குதலுக்கு ஊக்கமளிக்கிறது. எனவே, காடுவெட்டி குரு மீது எஸ்.சி./எஸ்.டி. வன்கொடுமைத் தடுப்புச் சட்டத்தின்கீழ் நடவடிக்கை எடுக்கவேண்டும்.

5. கொங்கு வேளாளக் கவுண்டர்கள் பேரவையும் அண்மைக் காலமாக இதேபோன்று கலப்பு மணத்திற்கு எதிரான பிரச்சாரத்தை முன்னெடுத்துள்ளது. சட்டத்திற்குப் புறம்பான இதுபோன்ற பேச்சுகளையும், அமைப்புகளையும் தடைசெய்ய வேண்டுமென்று கோருகிறோம்.

6. கடும் தாக்குதலுக்கு இலக்காகியுள்ள இம்மூன்று கிராமங் களையும் பேரிடர் அழிவாக அறிவித்து, புதிய வீடுகளை முழுமையான அளவில் கட்டித்தர வேண்டும். மறுகுடியமர்வு நடத்தப்படும் வரை அம்மக்களுக்கான மாற்று வாழிடத்தை அரசே உறுதி செய்து தர வேண்டும். சேதங்களை உரிய முறையில் மதிப்பிடும் வகையில், தகுதிவாய்ந்த இழப்பு மதிப்பீட்டுக் குழுவை நியமித்து, அதன் பரிந்துரைகளை நடைமுறைப்படுத்த வேண்டும்.

7. தாக்குதலாலும் தீயாலும் மாணவர்களின் சான்றிதழ்களும் மக்களின் குடும்ப அட்டை, சொத்துப்பத்திரம் உள்ளிட்ட பல்வேறு ஆவணங்களும் அழிக்கப்பட்டுள்ள நிலையில், புதிய சான்றிதழ்கள் மற்றும் ஆவணங்களைத் தரும் வகையில் தனி அதிகாரிகளை அந்தந்த ஊர்களிலேயே அமர்த்தி வழங்க அரசு ஏற்பாடு செய்ய வேண்டும்.

8. பொருளாதார ரீதியான தாக்குதல் என்ற முறையில் சேத மதிப்பு ரூ. 15 கோடிக்கு மேல் இருக்குமென்று இக்குழு கருதுகிறது. அதனால் அரசு வழங்கியுள்ள ரூ. 50,000 போதுமான தல்ல. எனவே வீட்டிற்கு ரூ. 5 லட்சம் நிவாரண நிதியும், நிலமும் வழங்க வேண்டும்.

9. தர்மபுரி மாவட்டத்தில் உள்ள பஞ்சமி நிலங்களை இனங் கொண்டு அவற்றைத் தலித் மக்களுக்கு வழங்க வேண்டும்.

10. இத்தாக்குதலைத் தடுக்க மாவட்டக் காவல்துறையும் நிர்வாகமும் தவறின என்ற முறையில் அவர்கள் மீது தனி விசாரணை மேற்கொள்ள வேண்டும். மேலும் எஸ்.சி./எஸ்.டி. வன்கொடுமைத் தடுப்புச் சட்ட அடிப்படையில் கடமை செய்யத் தவறிய அதிகாரிகள் மீதும் நடவடிக்கை எடுக்கப்பட வேண்டும்.

11. பாதிக்கப்பட்ட தலித் குடும்பங்களைச் சேர்ந்த குழந்தைகளுக்கு இப்பாதிப்புகளிலிருந்து உளவியல்ரீதியாக அவர்களை மீட்டெடுக்கும் வகையில், உரிய ஆற்றுப்படுத்தலுடன் கூடிய ஆலோசனைகளை வழங்கத் (Guidance and Counselling) தேவை யான நடவடிக்கைகளை அரசு மேற்கொள்ள வேண்டும்.

2

சேலம் ஓமலூர் தலித் இளைஞர் கோகுல்ராஜ் கொலை பற்றிய உண்மை அறியும் குழு அறிக்கை

சேலம் ஓமலூரைச் சேர்ந்த 23 வயது தலித் இளைஞர் கோகுல்ராஜ் அண்மையில் கொல்லப் பட்டார். அது சாதி ஆணவக்கொலை என்கிற புகார் எழுந்துள்ள நிலையில் இக்குழுவின் உண்மை யறியும் முயற்சி தொடங்கியது. இக்கொலைக்குப் பின்னாலுள்ள காரணங்களைக் கண்டறிந்து கிடைக்கும் தகவல்களை ஒப்பிட்டும் ஆராய்ந்தும் பார்த்து மேலதிகமான புரிதலை ஏற்படுத்துவதன் மூலம் பிரச்சினையைப் பற்றி ஏற்கத்தக்க பார்வையை அளிக்கும் பொருட்டு தலித் செயற்பாட்டிற்கான சிந்தனையாளர் வட்டத்தைச் சேர்ந்த அறுவர் ஜூலை 4 & 5 (2015) தேதிகளில் குறிப்பிட்ட ஊர்களுக்குச் சென்று ஆராய்ந்தனர். அதனடிப்படையிலான அறிக்கை இது:

ஜூலை 23 அன்று (2015) நாமக்கல் மாவட்டம் பள்ளிப்பாளையத்திற்கு அருகிலுள்ள ரயில் தண்டவாளத்தில் தலை துண்டிக்கப்பட்டுக் கொலைசெய்யப்பட்டிருந்த கோகுல்ராஜின் உடல் கண்டுபிடிக்கப்பட்டது. தலித் வகுப்பைச் சேர்ந்த இவர் பொறியியல் பட்டதாரி. தந்தையை இழந்த இவருக்கு அம்மா அண்ணன் ஆகிய இருவர் மட்டுமே உண்டு. சேலம் ஓமலூரைச் சேர்ந்த இவர் திருச்செங்கோடு கல்லூரியில் நான்காம் ஆண்டு பயின்றார். எங்கள் குழு முதலில் நண்பர்களெனக் கூறப்படுகிற ஆதிக்கச் சாதிப் பெண்ணுக்கும் கோகுல்ராஜுக்கும் இடையிலான நட்பு மற்றும் உரையாடல் மட்டுமே தலித் இளைஞனின் தலை

துண்டிக்கப்படுவதற்கான காரணமாகியிருக்க முடியுமா என்கிற கேள்வியிலிருந்து தன்னுடைய ஆய்வைத் தொடங்கியது. அதாவது இக்கொலைக்கான உண்மையான காரணமாக வேறெதுவும் இருக்கக் கூடுமா? இதில் ஆய்வுக்குரியன இருக்கின்றனவா? என்கிற நோக்கிலிருந்து பார்க்கத் தொடங்கியது. இக்கொலை தொடர்பாகப் பொதுவாகவும் ஊடகங்கள் மத்தியிலும் உலவிய முன்னுக்குப் பின் முரணான தகவல்களையும் ஆய்வுக்கு எடுத்து விவாதிக்கப்படாத எளிய கேள்விகளையும் இக்குழு கணக்கிலெடுத்துக்கொண்டது.

சுவாதி என்ற பெண்ணும் (அவர் கவுண்டர் சாதிப்பெண். அவரை கோகுல்ராஜுக்கு நண்பர் என்று மட்டுமே எல்லோரும் சொல்ல விரும்புகின்றனர்) கோகுல்ராஜும் திருச்செங்கோடு மலை உச்சியிலிருந்த அர்த்தநாரிஸ்வரர் ஆலயத்திற்குச் சற்று மேலே அமர வாய்ப்பாய் இருந்த இடத்தில் அமர்ந்து பேசிக் கொண்டிருந்தனர். அப்போது தீரன் சின்னமலைப் (கவுண்டர்) பேரவையைச் சேர்ந்த யுவராஜ் என்பவர் காரிலிருந்து வந்து இறங்கி அப்பெண்ணை மட்டும் கண்டித்து அனுப்பிவிட்டுச் சில ஆட்களோடு கோகுல்ராஜை அழைத்துக்கொண்டு சென்றார் என்பது வரையிலான தகவல்கள் சொல்லப்படுகின்றன. ஏறக்குறைய இத்தகவல்கள் உண்மையானதாகத் தெரிகிறது. (அதன் பிறகு கோகுல்ராஜின் உடல்தான் கிடைத்தது).

இதன் பிறகு கோகுல்ராஜ் குடும்பத்தார் அவரைத் தேடத் தொடங்கினர். அவர் சகோதரர் கலைச்செல்வன் சுவாதியை தொடர்புகொண்டு கேட்டபோதுதான் கோகுல்ராஜ் சிலரால் அழைத்துச் செல்லப்பட்டார் என்ற தகவல் அவர்களுக்குத் தெரியவந்தது. சுவாதிக்கும் கலைச்செல்வனுக்கும் இடையிலான பதிவுசெய்யப்பட்ட உரையாடல் தற்போது சமூக ஊடகங்களிலேயே கிடைக்கிறது. இவற்றில் ஆய்வுக்குரியன எவையென்றால் நாம் கோகுல்ராஜின் குடும்பத்தினருடன் நடத்திய தகவல்களிலிருந்து சுவாதியும் கோகுல்ராஜும் காதலுறவில் இருந்தனர் என்பதற்கான சாட்சியங்கள் கிடைத்தன. காதலித்ததை ஒத்துக்கொண்டால் கோகுல்ராஜைக் கொன்றது நியாயமாகிவிடுமோ என்கிற அச்சம் இக்குடும்பத்தினருக்கு இருப்பதாக ஊகிக்க முடிந்தது. அதனால்தான் காதல் என்பதை அவர்கள் நேரடியாக எங்களிடம் குறிப்பிடவில்லை. ஆனால் கோகுல்ராஜ் காணாமல்போனதும் இக்குடும்பத்தினர் சுவாதியிடம் ஏன் கேட்டிருக்க வேண்டும்? ஒரு வாரத்திற்கு முன்புதான் கோகுல்ராஜ் சேலம் ஸ்ரீகுமரன் தங்க மாளிகையிலிருந்து வைர மோதிரமொன்றைத் தவணை முறையில் வாங்கியிருக்கிறார். அது இருவரும் விரைவில் திருமணம் செய்துகொள்வதற்கான ஏற்பாடு சார்ந்தது என்று நம்புவதற்கு வழி ஏற்படுகிறது. அம்மோதிரத்தைக் குடும்பத்தினரிடமோ

நண்பர்களிடமோ அவர் தரவும் இல்லை, சொல்லிக்கொள்ளவும் இல்லை என்பது இவற்றை மேலும் உறுதிப்படுத்துகிறது. அத்தகைய ஏற்பாட்டின் தொடர்ச்சியாகவே அவர்களிருவரும் கோயிலில் சந்தித்துக்கொண்டனர் என்று தெரிகிறது. ஏற்கனவே பெண் தரப்பில் இதுபற்றித் தெரியவந்திருப்பதன் தொடர்ச்சியாகவே இருவரும் கோயிலுக்குச் சென்றிருந்த தருணத்தில்தான் யுவராஜ் வந்து கோகுல்ராஜை அழைத்துச் சென்றிருக்கிறார். யுவராஜ் அப்பகுதியில் சாதியத் தலைவராக வலம்வருவதில் இதுபோன்று கவுண்டர் சாதி வீடுகளில் நடக்கும் காதலையோ, கல்யாணத்தையோ பணம் வாங்கிக்கொண்டு தடுப்பவராக இருப்பவர் என்கிற வாய்ப்பிருந்தது என்பதை ஊரின் பரவலான வெகுஜன தகவல்கள் மூலம் அறிய முடிந்தது. ஒருவேளை சுவாதி வீட்டின் ஏவுதலாகவும் யுவராஜின் இக்கொலை முயற்சி இருக்கக்கூடும் என்று தோன்றுவதற்கான முகாந்திரம் இவற்றிலுள்ளது. இந்தப் பின்னணியை முழுமையாக அறிய இதுவரை ஊடகங்களிடமும் நீதிமன்றத்திடமும் நிறுத்தப்படாமல் மறைக்கப்பட்டிருக்கும் சுவாதியும் வெளியே வந்து பேச வேண்டும். சுவாதி, சுவாதியின் பெற்றோர், கோகுல்ராஜின் நண்பர்கள் குறிப்பாகக் கார்த்திக், கல்லூரி வட்டாரம், உள்ளூரின் நண்பர்கள் ஆகியோரிடம் கவனமாக விசாரணை மேற்கொள்ள வேண்டும். ஆனால் காவல்துறையின் விசாரணை இந்தத் திசையில் செல்லவில்லை என்பது வழக்கின் நிலையைக் கேள்விக்குரியதாக்கியுள்ளது.

ஏதோ இருவர் பேசிக்கொண்டிருந்தனர், திடீரென ஒருவர் வந்தார் உணர்ச்சிவசப்பட்டுக் கொலைசெய்துவிட்டார் என்பது போன்ற தோற்றம் இச்சம்பவத்தின் மீது தரப்படுகிறது. ஆனால் பொதுவாகவும் குறிப்பாகவும் இச்சம்பவம் குறிப்பிட்ட பின்னனியிலிருந்து உருவாகியிருக்கிறது. ஒரு வருடத்திற்கு முன்பே சுவாதியுடனான தொடர்புக்காக கோகுல்ராஜ் மிரட்டப்பட்டார் என்பது கோகுல்ராஜ் குடும்பத்தினருடன் பேசியதிலிருந்து தெரிய வந்தது. அப்போது கோகுல்ராஜ் சிறிது மனக்கலக்கத்துடன் இருந்தார் எனவும் தெரியவருகிறது. கோகுல்ராஜ் யாரால் ஏன் மிரட்டப்பட்டார் என்பதும் அதன் தொடர்ச்சிக்கும் இன்றைய கொலைக்கும் தொடர்பிருக்கிறதா என்பதும் விசாரிக்கப்பட வேண்டும். குற்றம்சாட்டப்பட்டிருக்கும் யுவராஜ் சாதாரணமானவரல்ல. உதனியரசு தலைமையிலான கொங்கு இளைஞர் பேரவையிலிருந்து முரண்பட்டு வெளியேறியதால் தன்னை நிலைநிறுத்திக்கொள்ளத் தீரன் சின்னமலைப் பேரவையை ஆரம்பித்த அவர் தன்னைக் கவன ஈர்ப்புக்குரியராகக் காட்டிக்கொள்ளப் பிறரைவிடச் சாதிசார்ந்த செயற்பாடுகளில் தீவிரமாகச் செயற்படுகிறவராகக் காட்டிக்கொண்டார்.

குறிப்பாகச் சமூக அளவில் சாதி அமைப்பில் ஏற்பட்டுவரும் மாற்றங்களால் வருத்தமடையத் தொடங்கியிருக்கும் சனாதன சாதி இந்துக்களின் எண்ணப்போக்கைப் பிரதிபலிப்பதாக இவர் நடவடிக்கைகள் அமைந்திருந்தன. கொங்கு வேளாளக் கவுண்டர் சாதிப் பெண்களைப் பிறசாதி ஆண்கள் குறிப்பாகத் தலித் சாதியினர் காதலிப்பது, மணம் புரிவது ஆகியவற்றைத் தடுப்பதன் மூலம் தன்னைச் சாதியக் காவலராகவும் கலாச்சார போலீஸாகவும் காட்டி வந்திருக்கிறார். காதல் கலப்பு மணங் களுக்கு எதிராகப் பிரச்சாரத்திலும் ஈடுபட்டார். இம்முயற்சி அவருக்கு கொங்கு வட்டாரத்திலுள்ள பல்வேறு கல்லூரிகளின் சுயசாதி மாணவர்களிடையே பேசவும் செயற்படவும் உதவியது. (இவரின் அமைப்பு உள்ளிட்டவற்றின் உதவியோடு காதலுக்கு எதிரான பிரசுரங்கள் இப்பகுதி கல்லூரிகளில் விநியோகிக்கப்பட்டது தொடர்பாக தி இந்து (ஆங்கிலம்) நாளிதழில் 16.07.2012 அன்று செய்தி வெளியானது) இத்தகைய வலைப்பின்னலில் சுயசாதி பெண்களோடு வேறு சாதிப் பையன்கள் தொடர்பு குறித்த தகவல்களை அங்கிருக்கும் கவுண்டர் சாதிப் பையன்கள் மூலம் திரட்டி காதலர்களை மிரட்டுவது, தொடர்புடைய குடும்பத்தாரிடம் சொல்லுவது பதற்றமடையும் பெற்றோரிடமிருந்து பிரிப்பதற்கும் பஞ்சாயத்து செய்வதற்கும் பணம் பெறுவது போன்ற நடவடிக்கைகளில் அவர் ஈடுபட்டு வந்தார் என்ற நம்பும்படியான தகவல்கள் கிடைத்தன. இவ்வாறு இந்த வட்டாரத்தின் சாதிப் பெரும்பான்மைவாத அரசியலின் குறியீடாகவும் சாதி மாண்பியாகவும் யுவராஜ் மாறியிருந்தார். இவர்தான் இப்போது கோகுல்ராஜ் கொலையில் குற்றம்சாட்டப் பட்டிருக்கிறார். யுவராஜின் மேற்கண்ட பின்னணிகளிலிருந்து இக்கொலையை ஆராய வேண்டும். கொலைக்கு முன்னும் பின்னும் நடந்தவற்றைக் கொலைக்கான பின்னணியாகக் கருதி ஆராய வேண்டும். கோகுல்ராஜுடன் பழகிவந்த கார்த்திக் என்பவர் சுவாதி – கோகுல்ராஜ் தொடர்பு பற்றி யுவராஜிடம் சொல்லியிருக்க வேண்டுமென்றும் இக்கொலை தொடர்பாக அவருக்குத் தெரிந்திருக்க வேண்டுமென்றும் எம் குழுவினர் சந்தேகப்படுகிறோம்.

தர்மபுரி வன்முறை, இளவரசன் சாவு போன்றவற்றின் தொடர்ச்சியில் சாதி கடந்த காதல் மணங்கள் பிரச்சினைக்குரிய தென்று பேசுவது, அவற்றை அரசியல் இருப்புக்கான மைய விசையாக ஆக்கிக்கொள்வது என்பவை தற்போதைய தமிழக அரசியலில் செல்வாக்குப் பெற்றுவருகிறது. தலித் இளைஞர்கள் காதல் நாடகம் போடுகிறார்கள் என்று பேசியதன் மூலம் சாதிய மனங்களை ஒருங்கிணைக்க முடியும் என்பதை பாமக தலைவர் ராமதாஸ் மூலம் தமிழக ஆதிக்கச் சாதிகள்

கண்டடைந்திருக்கின்றன. அவ்வாறு ஊக்கம் பெற்றவர்களில் ஒருவர்தான் யுவராஜ். கொங்கு வட்டாரத்தில் அம்மாதிரியைப் பின்பற்றுவதன் மூலம் தன்னையும் தலைவராக்கிக்கொள்ள இவர் முயன்றுவருகிறார். கவுண்டர் சாதிப் பெண் தொடர்பில் கோகுல்ராஜ் கொலைசெய்யப்படுதல் அவரின் உடலை ரயில் தண்டவாளத்தில் பலரும் பார்க்கும்படியாக எறிதல் போன்றவற்றின் மூலமாகச் சமூக அச்சுறுத்தலொன்றைப் பிறருக்குத் தெரிவித்தல் மற்றும் தன் அடையாளத்தை அல்லது தன்னைப் பற்றிய அச்சத்தைப் பெரிதாக்குதல் என்று யுவராஜ் செயல்பட்டிருக்கிறார். எழுத்தாளர் பெருமாள்முருகனுக்கு எதிராகத் திருச்செங்கோட்டில் திருமண மண்டபத்தில் போடப் பட்ட கூட்டத்தை ஒருங்கிணைப்பதிலும் (அக்கூட்டத்தில் பெருமாள் முருகனுக்கு எதிராக யுவராஜ் தன்னைச் சாதியக் காவலராகக் காட்டி பேசிய பேச்சு தற்போது இணையப் பக்கங் களில் கிடைக்கிறது) மாவட்ட ஆட்சியர் அலுவலகத்தில் நடந்த பேச்சுவார்த்தைக்குக் கவுண்டர் சாதி ஆட்களை வாகனங்களில் கொணர்ந்து சேர்ந்ததிலும் பெருமாள்முருகனுக்கு நேரடியாக மிரட்டல் விடுத்துப் பேசியதிலும் யுவராஜ் பங்கு வகித்திருக் கிறார். இவ்வாறு யுவராஜ் பற்றிய புலப்பாடு உள்ளூர்ப் பொதுத் தளங்களில் நிறையவே கிடைக்கின்றன. ஆனால் யுவராஜ் பற்றிய கடந்தகால வரலாற்றையும் கொலைக்கு வெளியேயான பிற தொடர்புகளையும் அகற்றிவிட்டுக் கொலைசெய்தவன் என்று ஒற்றையான வழியில் காவல்துறையின் விசாரணை அமைந்திருப்பதாகவே அவர்களிடம் பேசியதன் மூலம் எங்கள் குழு அறிந்துகொண்டது. யுவராஜின் பின்னணியைக் கவனத்தில் கொள்ளாவிடின் இது ஒரு அபாயகரமான முன்மாதிரியாக ஆகிவிடக்கூடும். இது தனியொரு கொலை என்ற முறையிலும், தமிழக அளவில் அரசியல்ரீதியாக எழுந்திருக்கும் சாதியை நியாயப்படுத்தும் செயற்முறையிலிருந்தும் கவலையோடும் அக்கறையோடும் கவனித்துச் சரிசெய்ய வேண்டியதாக இருக்கிறது என்பதே எம் குழுவின் வலியுறுத்தலாகும்.

இப்பின்னணியில் கோரிக்கைகள் என்ற முறையில் கீழ்க் காணும் அம்சங்களை எங்கள் குழு பரிந்துரைக்கிறது:

1) தீண்டாமை வன்கொடுமைத் தடுப்புச் சட்டம் 1989இன் கீழ் நடைபெறும் இந்த வழக்கை சட்டரீதியாகச் சிறப்பு நீதிமன்றம் ஏற்படுத்தி விசாரிப்பது இன்றியமையாததாகும்.

2) காவல்துறை விசாரணை மெதுவாகவும் உள்ளூர்க் கட்டுப் பாட்டால் அசட்டையாகவும் நடைபெறுவதால் இவ் வழக்கில் மறைக்கப்பட்ட மூலங்களை வெளிக் கொணர சிபிஐ விசாரணை தேவை. வழக்கமான வலியுறுத்தலாக

இல்லாமல் ஆக்கபூர்வ தலையீட்டோடு இந்த வலியுறுத்தல் அமைய வேண்டும்.

3) இக்கொலை பற்றிய விசாரணை வளையத்திற்குள் யுவராஜின் பிற சாதிய நடவடிக்கைகள், சுவாதி, சுவாதியின் பெற்றோர், கோகுல்ராஜின் குறிப்பிடத்தக்க நண்பர்கள் ஆகியோர் கொணரப்பட வேண்டும்.

4) தொடர்ந்து ஆணவக் கொலைகள் அதிகரித்துவருவதோடு அதற்கு அரசியல் கட்சிகளின் ஆதரவும் கிடைத்துவரும் இன்றைய பின்னணியில் ஆணவக் கொலைகளைத் தடுக்க தமிழக அரசு தனிச்சட்டம் ஒன்றைக் கொணர வேண்டுமெனவும் அதற்கான கருத்துருவாக்கத்திலும், கட்டமைப்பிலும் செயற்பாட்டாளர்களும் அரசியல் கட்சிகளும் விவாதத்தின் வழி ஈடுபட வேண்டுமெனவும் எம்குழு கேட்டுக்கொள்கிறது.

5) காதல் கலப்பு மணங்களுக்கு எதிரான பேச்சின் மூலம் வன்முறைக்கு வித்திடுகிற அமைப்புகளின் பேச்சைக் கட்டுப்படுத்தும் வழிவகை பற்றி அரசு யோசிக்க வேண்டும். சாதி கலப்பு மணம் புரிவோருக்குப் போதுமான பாதுகாப்பை அளிப்பது குறித்தும் அரசு பூர்வாங்க யோசனைக்கு முன்வர வேண்டும்.

6) இவ்வகையான பிரச்சினைகளின்போது அரசியல் கட்சிகளைக் குரலெழுப்பும்படி நிர்ப்பந்திக்க வேண்டுமென்று அறிவுஜீவிகளையும் ஊடகங்களையும் இக்குழு கேட்டுக்கொள்கிறது. அதே வேளையில் தலித் அமைப்புகளும் ஒருமித்தக் குரலெழுப்பி இதுபோன்ற பிரச்சினைகள்மீது தொடர்ச்சியான அழுத்தம் ஏற்படுத்த முயல வேண்டுமென்றும் கேட்டுக்கொள்கிறோம்.

குழுவில் பங்கெடுத்தோர்

1) சி. லட்சுமணன், பேராசிரியர், சென்னை.
2) ஸ்டாலின் ராஜாங்கம், எழுத்தாளர், மதுரை.
3) ஜெ. பாலசுப்பிரமணியம், பேராசிரியர், மதுரை.
4) அ. ஜெகநாதன், ஆய்வாளர், மதுரை.
5) அன்புசெல்வம், ஆய்வாளர், புதுச்சேரி.
6) கார்த்திகேயன் தாமோதரன், ஆய்வாளர் & பத்திரிக்கையாளர் எடின்பரோ, இங்கிலாந்து.

தலித் செயற்பாட்டிற்கான சிந்தனையாளர் வட்டம் (ICDA) தமிழ்நாடு – புதுச்சேரி.

3

நீதிமன்ற ஆணை

ஆணவக் கொலையும் நீதியும்

ஆணை

உயர் சாதியைச் சேர்ந்த பெண்ணைத் திருமணம் செய்து கொண்ட அதனால் இருவரும் துரத்தப்பட்டு அதன் விளைவாக அப்பெண் கொலையுண்ட ஒரு பட்டியல் சாதியைச் சேர்ந்த ஒருவரால் மேற்கூறிய ரிட் மனு தாக்கல் செய்யப்பட்டது. அந்த ரிட் மனு 11.11.2014 தேதியிட்ட எனது இறுதி ஆணையின் மூலம் குறிப்பான சில வழிகாட்டல்களோடு முடித்து வைக்கப்பட்டது. அந்த ஆணையின் பத்தி 43இல் இடம்பெற்றுள்ள செயலாக்கப் பகுதி (Operative Portion) கீழ்க்கண்டவாறு குறிப்பிடுகிறது:

“43 மேற்குறிப்பிடப்பட்ட வெளிச்சத்தில், கீழ்க் காணும் உத்தரவுகளோடு ரிட் மனு அனுமதிக்கப் படுகிறது.

(1) குற்ற எண் 308/14 குறித்து உசிலம்பட்டி காவல்நிலையத்தில் உள்ள கோப்புகளில் இடம் பெற்றுள்ள அனைத்து ஆவணங்கள் மற்றும் தற்போதைய விசாரணை அலுவலராக உள்ள மதுரைத் துணைக் காவல் கண்காணிப்பாளர் (டி.எஸ்.பி. ஜீமீஷ்) சேகரித்துள்ள விவரங்களையும் மதுரைக் காவல்துறைக் கண்காணிப்பாளரும் (எஸ்.பி.) இரண்டாவது பிரதிவாதியும் (Respondent) மூன்றாவது பிரதிவாதியிடம் (3rd respondent) ஒப்படைக்க வேண்டும். மூன்றாவது பிரதிவாதி மறு நடவடிக்கையாகக் காவல்துறைக் கண்காணிப்பாளர் (எஸ்.பி) மட்டத்திற்குக் குறைவாக அல்லாத ஒரு

அதிகாரியை நியமனம் செய்து விசாரணையைத் தொடரச் செய்து, இறுதி அறிக்கையை ஆளுகைக்குட்பட்ட நீதிபதியிடம் (Jurisdictional Magistrate) சமர்ப்பிக்கச் செய்ய வேண்டும். மேலும் சி.பி.ஐ. விசாரணை நன்முறையில் நடந்தேறுவதற்கு முழு ஒத்துழைப்பை நல்குமாறு தனது கீழ் அதிகாரிகள் அனைவருக்கும் இரண்டாவது பிரதிவாதி உத்தரவுகளைப் பிறப்பிக்க வேண்டுமென அறிவுறுத்தப்படுகிறது.

2. விமலாதேவியின் மரணத்திற்கு இட்டுச் சென்ற சூழ்நிலைகளில் அதிகாரிகளின் நடவடிக்கைகள் குறித்த தொடக்க நிலை விசாரணைக்காகக் காவல்துறை ஐ.ஜி. மட்டத்திலான அதிகாரியை நியமிக்குமாறும், விசாரணை அறிக்கை வாரங்களுக்குள்ளாக இந்நீதிமன்றத்தில் சமர்ப்பித்து தவறிழைத்ததாகக் கவனத்திற்கு வருகிற அதிகாரிகளின் மீது மேல் நடவடிக்கைகளுக்கான ஆணைகளைப் பெறுமாறும் இரண்டாவது பிரதிவாதிக்கு உத்தரவிடப்படுகிறது.

3. மனுதாரருக்கு விசாரணை முடிவுறும் வரையும், நீதிமன்றத்தின் மேல் ஆணை பிறப்பிக்கப்படுகிற வரையிலும் காவல்துறைப் பாதுகாப்பு அளிக்கப்பட வேண்டுமென்று இரண்டாவது பிரதிவாதிக்கு உத்தரவிடப்படுகிறது.

4. விமலாதேவியின் மரணத்திற்கு இழப்பீடு கோருகிற உரிமத்தைப் பொருத்தமான கட்டத்தில் புதுப்பிப்பதற்கான சுதந்திரம் மனுதாரருக்கு அளிக்கப்படுகிறது.

5. முதல், இரண்டாவது பிரதிவாதிகள் இந்த ஆணை கிடைக்கப்பெற்ற நான்கு வாரங்களுக்குள்ளாக மனுதாரருக்கு ஏற்பட்ட செலவினத்திற்காக ரூ.25,000ஐ வழங்குமாறு இதன் மூலம் உத்தரவிடப்படுகிறது."

2. பத்தி 43(2)இல் தரப்பட்ட உத்தரவுகளைப் பின்தொடர்ந்து தென்மண்டலக் காவல்துறை ஐ.ஜி. மதுரை இந்நீதிமன்றத்தில் காவல்துறை டி.ஜி.பி. அவர்களின் குறிப்பாணையுடன் (Memo) இணைந்த அறிக்கையொன்றைத் தாக்கல் செய்துள்ளார். தென்மண்டலக் காவல்துறை ஐ.ஜி. தாக்கல் செய்துள்ள தொடக்க நிலை விசாரணை அறிக்கையில் (Report of Preliminary enquiry) 17 பேர்களிடம் விசாரித்து அவர்களின் வாக்குமூலங்களைப் பதிவு செய்துள்ளதாகக் குறிப்பிட்டிருக்கிறார். அவ் வாக்குமூலங்களின் அடிப்படையில் ஐ.ஜி. சில முடிவுகளுக்கும் வந்துள்ளார். அவர் கண்டறிந்த விவரங்கள் அவ்வறிக்கையின் பத்தி 4இல் வரிசை எண் 1 முதல் 16 வரை தரப்பட்டுள்ளன.

3. பத்தி 4இல் பதிவுசெய்யப்பட்டுள்ள கண்டறிந்த விவரங்களின் அடிப்படையில் பத்தி 5இல் ஐ.ஜி. தனது குறிப்புகள்

சிலவற்றையும் பட்டியல் வடிவத்தில் தந்துள்ளார். அது காவல்துறை அதிகாரிகள் தரப்பில் இருந்த தவறுகளையும், அத்தவறுகளுக்குப் பொறுப்பான அதிகாரிகளையும் குறிப்பிடுகிறது. அப்பட்டியலை இங்கு எடுத்து இணைப்பது அவசியமானதாகும். எனவே அவ்விணைப்பு கீழ் வருமாறு:

வ. எண், தவறுகள், பொறுப்பேற்க வேண்டிய அதிகாரிகள்.

1. உசிலம்பட்டி காவல்நிலையத்தின் *22.7.2014* தேதியிட்ட பொது நாட்குறிப்பில் இந்தியத் தண்டனைச் சட்டம் *366/* குற்ற எண் *244/14*இன் படி உசிலம்பட்டி நகர் காவல்நிலையத்தின் முதல் தகவல் அறிக்கை குறித்த தகவலைப் பதிவுசெய்யாமை.

திருமதி இராணி, பெண் காவல் ஆய்வாளர், உசிலம்பட்டி நகர் காவல்நிலையம், மதுரை மாவட்டம்.

2. உசிலம்பட்டி காவல்நிலையம் பொதுநாட்குறிப்பில் *24.07.2014* தேதியன்று கேரளாவிற்கு சிறப்புப் பிரிவை அனுப்பிய விவரத்தைப் பதிவுசெய்யாமை. பிறகு காலத்தில் பதிவுசெய்தது போன்ற தோற்றத்தை உருவாக்குகிற வகையில் இடைச் செருகல் செய்தது.

உசிலம்பட்டி நகர் காவல் நிலையம் குற்ற எண் *244/14.* இந்தியத் தண்டனைச் சட்டம் *366*இன்படி வெளிமாநிலத்திற்கு (கேரளா) அனுப்பப்பட்ட சிறப்புப் பரிவுக்கு அந்நியக் கடவுச் சீட்டு *(Foreign Passport)* வழங்கத் தவறியமை.

திரு. சுகுமார் காவல் ஆய்வாளர், செக்கானூரணி வட்டம், மதுரை மாவட்டம்.

3. உசிலம்பட்டி காவல்நிலையப் பொதுநாட்குறிப்பதில் *25.07.2014* தேதியன்று கேரளா, பட்டாம்பியில் இருந்து சிறப்புப் பிரிவு திரும்பிவந்த தகவல்கள் மற்றும் அது தொடர்பான அம்சங்கள் பதிவுசெய்யப்படாமை. உசிலம்பட்டி அனைத்து மகளிர் காவல்நிலையத்தின் காவல் ஆய்வாளர் முன்பாக *25.07.2014* அன்று கேரளா சென்று திரும்பிவந்த சிறப்புப் பிரிவின் அறிக்கையையும் விமலாதேவி திலீப்குமாரை ஒப்படைத்ததையும் பதிவுசெய்யாமை.

திரு. சுகுமார், காவல் ஆய்வாளர், செக்கானூரணி பட்டம், மதுரை மாவட்டம்.

4. உசிலம்பட்டி ஆளுகை நீதிபதி முன்பு *25.07.2014* விமலா தேவியை ஆஜர் செய்தபோது வழி மறித்த கும்பல்மீது வழக்குகள் பதிவுசெய்யத் தவறியமை. திரு. சுகுமார், காவல் ஆய்வாளர், செக்கானூரணி பட்டம், மதுரை மாவட்டம்.

5. வத்தலக்குண்டு காவல் நிலையத்தின் பொது நாட்குறிப்பில் 23.09.2014 அன்று குற்ற எண் (CSR) 489/14 தொடர்பாக நடந்தேறிய விசாரணை விவரங்களைப் பதிவுசெய்யாமை.

1. திருமதி ஆனந்தி, பெண் காவல் ஆய்வாளர், வத்தலக்குண்டு காவல்நிலையம், திண்டுக்கல் மாவட்டம்.

2. திரு. வினோஜி, காவல் ஆய்வாளர், வத்தலக்குண்டு காவல்நிலையம், திண்டுக்கல் மாவட்டம்.

6. சதீஷ்குமாரின் புகார் தொடர்பாக 23.09.2014 அன்று வழக்குப் பதிவுசெய்யாமை. விமலாதேவியை ஆளுகை நீதிமன்றத்தில் ஆஜர் செய்யாமை.

1. திருமதி ஆனந்தி, பெண் காவல் ஆய்வாளர், வத்தலக்குண்டு காவல்நிலையம், திண்டுக்கல் மாவட்டம்.

2. திரு. வினோஜி, காவல் ஆய்வாளர், வத்தலக்குண்டு காவல்நிலையம், திண்டுக்கல் மாவட்டம்.

7. 23.9.2014 அன்று மாலை 4:10க்கு காவல்நிலைய விசாரணைக்குப் பிறகு வெளியே அனுப்பப்பட்ட விமலாதேவி திலீப்குமாருக்குப் போதிய பாதுகாப்பு தரத் தவறியது.

1. திருமதி ஆனந்தி, பெண் காவல் ஆய்வாளர், வத்தலக்குண்டு காவல்நிலையம், திண்டுக்கல் மாவட்டம்.

8. வத்தலக்குண்டில் 23.9.2014 அன்று விமலாதேவி, திலீப்குமார் மற்றும் ஆட்டோ டிரைவர் ரஞ்சித் ஆகியோரை வழிமறித்து விமலாதேவியைக் கடத்திய நபர்கள் அதிகாரிகள் உட்பட இருந்திப்பின் மீது நடவடிக்கை எடுக்கத் தவறியது.

2. திரு. வினோஜி, காவல் ஆய்வாளர், வத்தலக்குண்டு காவல்நிலையம், திண்டுக்கல் மாவட்டம்.

இவ்வறிக்கை பதிவுசெய்யப்பட்ட பின்னர், மனுதாரரின் வழக்கறிஞர் உ. நிர்மலாராணி, தமிழகம் முழுவதிலும் 2010 முதல் 2015 வரை தகவலளிக்கப்பட்டுள்ள 47 கௌரவக் கொலைகளின் பட்டியலைச் சமர்ப்பித்தார். அவை மீது பொறுப்பானவர்கள் என்ற வகையில் சமூகம், சட்டத்தை அமலாக்குகிற அமைப்புகள், நீதிமன்றங்கள் இத்தகைய நிகழ்வுகளைத் தடுக்க உச்சபட்சமாக என்ன செய்ய வேண்டுமென்ற நோக்கில் அப்பட்டியல் கீழே தரப்பட்டுள்ளது.

வ.எண், சம்பவத் தேரி, இறந்தவரின் பெயர் வயதும், சாதியும், வாழ்க்கைத்துணையின் வயதும், பெயர் சாதியும்., குற்ற எண் காவல்நிலையம், சட்டமும், பிரிவுகளும்

வ. எண்.	சம்பவத் தேதி,	இறந்தவரின் பெயர் வயதும், சாதியும்	வாழ்க்கைத்துணையின் வயதும், பெயர் சாதியும்	குற்ற எண் காவல் நிலையம்,	சட்டமும், பிரிவுகளும்
1	5.5.2003	முருகேசன், தலித்	கண்ணகி, வன்னியர்,	. . .	. . .
2	5.6.2008	திருச்செல்வி, இந்து	டேனியல்ராஜ் கிறித்தவர்,	90/2008	இ.த.ச. 302, 201
3	7.9.2008	சிவாஜி(29) தலித்	லட்சுமி (29) சாதி இந்து	492/200878/2008 திண்டுக்கல் வட்டம், தெக்கூர்.	இ.த.ச.147, 148, 452, 32,506(2)364 மற்றும் இ.த.ச. 302.
4	4.11.2009	ஸ்ரீபிரியா, கள்ளர்,	பத்ரகாளி, தலித்,	உடுமலைப் பேட்டை,	இ.த.ச.302.
5	23.06.2010,	சுகன்யா, சாதி இந்து,	வெற்றிவேல் (23) தலித்,	. . .	. . .
6	04.07.2010,	சிவக்குமார்	மேகலா (91)	266/2010 மானாமதுரை	இ.த.ச. 302, 307
7	05.08.2011,	இளங்கோ (25) தலித்,	செல்வலெட்சுமி (18) இந்து,	முன்னீர்ப் பள்ளம்	
8	01.09.2011	துரை(21) பழங்குடி,	தேன்மொழி (இந்து)	627/2011 தனிப்பாடி,	இ.த.ச. 302, 201.
9	08.05.2012,	சித்ரா (வன்னியர்),	மகாதேவன் (தலித்),	58/2012, 61/2012 நாகப்பட்டினம்,	இ.த.ச.176, 147, 323, 342, 506 மற்றும் எஸ்.சி.எஸ்.டி. சட்டம் 3(1) (10)
10	11.11.2012,	கோகிலா, பேரையூர்,	கார்த்திகேயன், அருந்ததியர்,	. . .	இ.த.ச. 174
11	15.12.2012,	ரோஸி, தலித்,	கந்தன், சாதி இந்து,		. . .
12	11.12.2012,	கோபாலகிருஷ்ணன், தலித்	துர்கா, இந்து,	328/2012,	இ.த.ச. 342, 364, 302, எஸ்.சி. எஸ்.டி. வன் கொடுமை தடுப்பு சட்டம்.

13	17.01.2013	நந்தினி (21) சாதி இந்து	பிரவீன், தலித்	31/2013 கும்மிடிப்பூண்டி.	இ.த.ச.3431, 307
14	21.01.2013	நந்தினி கவுண்டர்	வன்னியர்	. . .	. . .
15	31.1.2013	பூப்பாண்டி, அழகேஸ்வரி (25)	செண்பகலிங்கம்	79/2013 ஏ.முக்குளம்	சி.ஆர்.பி.சி. பிரிவு 174.
16	3.2.2013	தனலட்சுமி சாதி இந்து	பிரபு (26) தலித்	84/2013 விருத்தாசலம்	சி.ஆர்.பி.சி. பிரிவு 174.
17	6.5.2013	புனிதா (24) முத்தரையர்	வினோத் (26) நாயுடு.	111/2013 வேதாரண்யம்.	இ.த.ச. 302.
18	19.05.2013	சௌம்யா (20) நாடார்	சிவா (21) பணிக்கர்	446/2013 வடசேரி	இ.த.ச.147, 148, 394 (ஆ) 307, 302.
19	29.05.2013	பிரியங்கா (20) அருந்ததியர்.	மூர்த்தி(24) குயவர்	205/2013 மல்லூர்	சி.ஆர்.பி.சி. பிரிவு 174.
20	5.6.2013	பார்த்திபன் (21) தலித்	ஒச்சம்மாள், சாதி இந்து	117/2013 மருவத்தூர்	இ.த.ச. 302, தடுப்புச் வன்கொடுமை சட்டம் பிரிவு 3(2)5
21	26.06.2013	கஸ்தூரி (22)	சிவா (23)	2010/2013 கிருஷ்ணகிரி	இ.த.ச. 302.
22	13.9.2013	கோமதி, சாதி, இந்து	முருகன், தலித்	110/2013 சீலப்பேரி	இ.த.ச. 302
23		சத்யப்ரியா, இந்து	சுந்தரேசன், தலித்	230/2013 தேவிப்பட்டினம்	இ.த.ச.176, 120, 302
24	19.10.2013	சசிகலா, இந்து	கோட்டைசாமி, தலித்	128/2013 எமனேஸ்வரம்	சி.ஆர்.பி.சி. 174

25	11.12.2013	கார்த்திகா, சாதி, இந்து	தலித்	எரியோடு	
26	15.12.2013	வெங்கடேஸ்வரி	முத்தையா (25)	. . .	. . .
27	6.3.2014	சங்கர் கணேஷ், வலையர்	ஸ்ரீதேவி மறவர்	65/2014 கரிவலம் வந்த நல்லூர்	இ.த.ச. 302.
28		பிரியா		17/2013 சூலகிரி	சி.ஆர்.பி.சி. 174,
29		பவித்ரா		696/2013 சத்தியமங்கலம்	இ.த.ச. 307, 302
30		மீனாட்சி		331/2013 கடத்தூர்	இ.த.ச. 302, 201
31		அமுதவல்லி		26/2013 இரும்புலிக் குறிச்சி	இ.த.ச. 498 (அ)302,
32		கீர்த்தனா		227/2013 சாத்தான் குளம்	இ.த.ச. 302, 201
33		சதன்யா		53/2013 தூத்துக்குடி வடக்கு	இ.த.ச. 302,
34		ஜெயா		143/2013 பெரிய பாளையம்	இ.த.ச. 302,
35		தேவி		313/2013 உதகமண்டலம் நகர்	இ.த.ச. 302, 498 (அ)
36					
37	17.32014	வைதேகி, மறவர்	சுரேஷ்குமார், மருத்துவர்	139, 2014 கேணிக்கரை	இ.த.ச.294,(ஆ) 506,(2) 342, 369, 302,

38	3.42014	பூபதி, உடையார்	சதீஷ்குமார், மணியக்காரர்	136/2014 போடி நாயக்கனூர்	இ.த.ச. 302,
39	21.6.2014	பவானி, வன்னியர்	சதீஷ்குமார், தலித்	280/2014 கேணிக்கரை	இ.த.ச. 302,
40	7.7.2014	திவ்யா (16)	சரண்ராஜ்	முதுகுளத்தூர்	. . .
41	1.10.2014	விமலாதேவி (20) கள்ளர்	திலீப்குமார்(24) தலித்	156/2014 உசிலம்பட்டி	147, 149, 306, 176, 120 (ஜி) 201 இ.த.ச.
42	14.11.2014	முத்துக்குமார், பறையர்	புவனேஸ்வரி, கொங்கு வேளாளர்	216/2014 சொட்டப்பட்டி	பிரிவு 17(ஜி)
43	10.12.2014	அமிர்தவல்லி, தலித்	பழனியப்பன், வன்னியர்	155/2014 கோட்டூர்	இ.த.ச. 302, வன்கொடுமை தடுப்பு சட்டம் பிரிவு 3(2) (5)
44	. . .	சத்தியபாமா, மிகவும் பிற்படுத்தப்பட்டோர்	இரகுநாத், கொங்கு வேளாளர்.	155/2014 சித்தோடு	இ.த.ச. 302,
45	. . .	. . .	. . .	221/2014 புவனகிரி	இ.த.ச பிரிவு 109, 120 (ஆ) 201, 302, எஸ்.சி. எஸ்.டி. சட்டம் 3(2) (5)
46	5.3.2015	தமிழ்ச்செல்வி, சாதி இந்து	பூமிநாதன், தலித்	சிவகங்கை தாலுகா	இ.த.ச.பிரிவு 140, 120 (ஆ) 302, 201, 176, 195.
47	20.2.2015	டேவிட்ராஜா, நாடார்.	. . . தேவர்	திருநெல்வேலி ஊரக . காவல் நிலையம்	

5. பஞ்சாப் மற்றும் அரியானா உயர்நீதிமன்றத்தில் சிவில் ரிட் மனு *26734/2014* மீது *23.2.2015* அன்று நீதிபதி கே. கண்ணன் அளித்த தீர்ப்பையும் மனுதாரரின் வழக்கறிஞர் எனது பார்வைக்கு கொண்டுவந்தார். அத்தீர்ப்பின் பத்தி 10இல் நீதிபதி அளித்துள்ள சில வழிகாட்டல்கள் குறிப்பிடத்தக்கதாகும். எனவே அது கீழே எடுத்துரைக்கப்படுகிறது:

"*10.* பெற்றோர் உறவினர்கள் அதிகாரப்பூர்வமற்ற சமூகப் பஞ்சாயத்துகள் மூலம் தங்களின் உயிருக்கு அபாயம் இருப்பதாக அச்சத்துடன் தம்பதியர்களிடமிருந்து வருகிற புகார்களைப் பெற்றுக்கொள்வதற்கு ஒவ்வொரு காவல் மாவட்டத்திலும் தனிப்பிரிவு இருக்க வேண்டும். தம்பதியரில் யாரவதொருவர் தங்களுக்கு அபாயம் உள்ளதெனக் கருதும்பட்சத்தில் வயது வந்த தம்பதியரைப் பெற்றோரிடம் திருப்பி அனுப்ப காவல்துறை எந்த முயற்சியையும் எடுக்கக்கூடாது. ஒவ்வொரு கிராமத்திலும் அல்லது கிராமக் குழுமங்களுக்கும் முற்போக்குச் சிந்தனையுடைய நபர்களிலிருந்து தெரிவுசெய்யப்பட்ட 'மக்களின் நண்பர்களைக்' கொண்ட படையைக் காவல்துறை வைத்திருக்க வேண்டும். எங்கு கௌரவக் கொலைகள் அதிகம் நிகழ்கிறதோ அவற்றைத் தடுக்கிற வகையில் அப்பகுதிகளில் உணர்ச்சிபூர்வமான உதவிகளையும் கலந்தாலோசனைகளையும் அவர்கள் வழங்க வேண்டும். புகார்கள் வந்தவுடன் இவர்களுக்குக் காவல்துறையால் தகவல் தெரிவிக்கப் பட்டுக் கிராமத்தில் பதற்றத்தைக் குறைக்கிற சமாதானப் பணியை மேற்கொள்ளச் செய்ய வேண்டும். காவல்துறைக்கும் மக்களுக்குமான இணைப்பு பலவீனமுறுவது அதிகரித்துவருகிறது. மக்களை அச்சுறுத்துவதற்கோ கைதுசெய்வதற்கோ மட்டுமல்லாது அமைதியையும், நல்லெண்ணத்தையும் உருவாக்குகிற வகையில் மக்களிடம் நெருக்கம் பேண வேண்டும். கௌரவக் கொலையென ஐயம் ஏற்படும் ஒவ்வொரு புகாரையும் எஸ்.எஸ்.பி.யின் (முதுநிலைக் காவல்துறைக் கண்காணிப்பாளர்) நேரடிக் கட்டுப்பாட்டிலும் மேற்பார்வையிலும் டி.எஸ்.பி.க்குக் குறைவில்லாத தகுதி நிலையில் உள்ள உயரதிகாரியின் விசாரணைக்கு ஒப்படைக்க வேண்டும்.

சிவில் ரிட் மனு 26734/2014

அரியானா மாநில உள்துறைச் செயலாளர் உடனடியாக மாநிலத்தின் அனைத்து உயர்நிலைக் காவல் அதிகாரிகளின் கூட்டத்தை நடத்தி கௌரவக் கொலைகளை விசாரிக்கவும், வழக்காடவும் ஏற்கத் தகுதியான அதிகாரப் படிநிலை முறைமையை *(Protocol)* உருவாக்க வேண்டும். இத்தகைய நடவடிக்கை முன்மொழியப்பட்டால் அது கௌரவக் கொலை நிகழும்போது யாருடைய பொறுப்பின்மை காரணமாக இருந்த

அதிகாரிகள் யார் என்பதை நிர்ணயிப்பதற்கான வழிமுறையாக அமையும். பழமையான நடைமுறைகள் வயது வந்தவர்களின் திருமண இணையரைத் தேர்ந்தெடுக்கும் தெரிவுச் சுதந்திரத்திற்கு குறுக்கே நிற்குமேயானால் அவை அருவருப்பானவை மட்டுமின்றி அரசியல் சாசன நெறிகளுக்கு முற்றிலும் புறம்பானவையுமாகும். தனிநபர்களின் சுதந்திரம் போற்றி வளர்க்கப்பட வேண்டும். அதிகாரப்பூர்வமற்ற சமூகப் பஞ்சாயத்துகள், பெற்றோர் எதிர்ப்பு தெரிவித்தால் நன்கறிந்த வயதுவந்தோரின் பக்குவமான முடிவாகக் கருதி தனிப்பட்ட தெரிவுகளை அவர்கள் தலைவணங்கி ஏற்குமாறு செய்ய வேண்டும். சமூக நலனுக்கான சட்டங்களுக்கு முதலில் நேர்வினையாற்றுகிற முதல் நபராக சட்டத்தை அமலாக்குகிற அமைப்புகள் இருக்க வேண்டும்.

6. பஞ்சாப் மற்றும் அரியானா உயர்நீதிமன்றம் விடுத்த வழிகாட்டல்களை ஒத்த உத்தரவுகள் இங்கேயும் கௌரவக் கொலைகளை ஒழிக்க அவசியமெனக் கருதுகிறேன். எனவே கீழ்க்காணும் உத்தரவுகள் வழங்கப்படுகின்றன.

1. தென்மண்டலக் காவல்துறை ஐ.ஜி. தனது விசாரணை அறிக்கையின் நகலைக் காவல்துறைத் தலைவருக்கு (டி.ஜி.பி.), தொடக்க நிலை விசாரணையில் கண்டறியப் பட்ட தவறுகளுக்குப் பொறுப்பான அதிகாரிகள் மீது பொருத்தமான துறைவாரி நடவடிக்கை எடுப்பதற்காக அனுப்பி வைக்க வேண்டும்.

2. பஞ்சாப் அரியானா உயர்நீதிமன்ற ஆணை போன்றே, அரசாங்கம் சிறப்புப் பிரிவுகளை ஒவ்வொரு மாவட்டத் திலும் அமைக்க வேண்டும். மாவட்டக் காவல்துறைக் கண்காணிப்பாளர் மாவட்ட சமூகநல அலுவலர், மாவட்ட ஆதிதிராவிடர் நல அலுவலர் ஆகியோரை உள்ளடக்கியதாக அச்சிறப்புப் பிரிவு அமைய வேண்டும். இப்பிரிவு கலப்புத் திருமண தம்பதியர்களிடமிருந்து வருகிற துன்புறுத்தல் / மிரட்டல் தொடர்பான மனுக்கள், புகார்களைப் பெற்றுக்கொள்ள வேண்டும்.

3. இச்சிறப்புப் பிரிவுகள் 24 மணி நேர ஹெல்ப் லைன் ஒன்றை உருவாக்கி புகார்களைப் பெற்றுப் பதிவுசெய்வ தோடு உரிய உதவிகள், அறிவுரைகளை வழங்கி தம்பதியரைப் பாதுகாக்கவும் வேண்டும்.

4. மாநிலத்தின் அனைத்துக் காவல் நிலையங்களும் மின்னணு இணைய தளம் வாயிலாக (CCTNS - Crime and Criminal Tracking Network Portal and Systems) இணைக்கப்பட்டுள்ளதால்

அச்சத்தோடு தம்பதியர்களிடமிருந்து வரும் புகார்களுக்கு ஹெல்ப் லைன் மூலம் வந்தாலும், முதல் தகவல் அறிக்கையைத் தானி வெளியீடாகத் (தானி உருவாக்கத்தில்) தருவதற்கான சாத்தியங்களைத் தமிழக அரசு பரிசீலிக்க வேண்டும்.

5. ஹெல்ப் லைன் வாயிலாகவோ வேறு வகையிலோ பெறப்பட்ட புகார்கள் பதிவுசெய்யப்படுவதையும், நடவடிக்கைகள் எடுக்கப்படுவதையும் ஒவ்வொரு மாவட்டத்திலும் உருவாக்கப்பட்ட இச்சிறப்புப் பிரிவுகள் உரிய கால இடைவெளிகளில் கண்காணிக்க வேண்டும்.

6. எந்தக் காவல் நிலையத்திற்குட்பட்டுத் தம்பதியரின் நகர்வுகள் இருக்கின்றனவோ அக்காவல் நிலைய இருப்பு அலுவலர் *(Station House officer)* அவர்களுக்குப் பாதுகாப்பு தருவது கடமையாகும். ஹெல்ப் லைன் வாயிலாகவோ அல்லது வேறு வகையிலோ வருகிற புகாரை எந்தக் காவல் நிலையத்திற்குட்பட்ட பகுதியில் தங்களுக்கு ஆபத்து இருப்பதாகத் தம்பதியர் புகார் செய்கிறார்களோ அந்தக் காவல் நிலையத்திற்கு உடனடியாக அனுப்பிவைத்துப் பாதுகாப்பை உறுதி செய்திட வேண்டும். அப்புகாரை *CCTNS Portal* வாயிலாக ஆன்லைனில் சம்பந்தப்பட்ட காவல் நிலையத்திற்கு அனுப்ப இயலுமா என்பதைப் பரிசீலிக்க வேண்டும். சிறப்புப் பிரிவால் தம்பதியரின் வேண்டுகோள் சம்பந்தப்பட்ட காவல் நிலையத்திற்கு அனுப்பப்பட்டவுடன், அத்தம்பதியருக்குப் பாதுகாப்பு அளிப்பது காவல் நிலைய இருப்பு அலுவலரின் கடமையாகும்.

7. பாதிக்கப்படுகிற தம்பதியர்க்குப் பாதுகாப்பு தருவது, அவர்களைத் துரத்துகிற குடும்ப உறுப்பினர்கள் மற்றும் நண்பர்கள் மீது நடவடிக்கைகள் எடுப்பதோடு நின்றுவிடாமல் சிறப்புப் பிரிவு செயலாக்கத்தோடு தம்பதியரின் பெற்றோருக்கு உளவியல்ரீதியான ஆலோசனைகளையும் வழங்க வேண்டும்.

8. அரசாங்கம் கௌரவக் கொலைகள் எனும் அநீதியை ஒழிப்பதற்குரிய போதுமான நிதியை ஒதுக்குவதோடு மாவட்டச் சிறப்புப் பிரிவின் பயன்பாட்டிற்கும் ஒப்படைக்க வேண்டும். சிறப்புப் பிரிவு இந்நிதியைத் தம்பதியர்க்குத் தற்காலிகப் புகலிடம் தருதல், அவர்களின் மறுவாழ்வுக்கு உதவுதல் ஆகியவற்றுக்குத்

தேவையேற்படும்போது பயன்படுத்தலாம். மனநல ஆலோசகர்களின் சேவையையும் சிறப்புப்பிரிவு பயன் படுத்திக்கொள்வதற்கான சுதந்திரம் வழங்கப்பட வேண்டும்.

9. கெடுவாய்ப்பாகச் சம்பவங்களேதும், நிகழும் பட்சத்தில் தம்பதியரைக் காப்பாற்றத் தவறிய அதிகாரிகள் மீதான பொறுப்புகளை நிர்ணயிக்கிற பணியைச் சிறப்புப் பிரிவு செய்ய வேண்டும். பாதுகாப்பு தரத் தவறுதல் என்பது மிக மோசமான நடத்தையாகக் கருதப்பட வேண்டும். அரசாங்கம் சிறப்புப் பிரிவுகள் உருவாக்கப் படுவதையும் மேற்கூறிய நடவடிக்கைகளையும் மூன்று மாதங்களுக்குள்ளாக மேற்கொள்ள வேண்டும்.

13.4.2016

பெறுவர்

1. அரசு செயலாளர், உள்துறை, தமிழக அரசு சென்னை–9
2. தலைவர் (D.G.P) மைலாப்பூர், சென்னை
3. இணை இயக்குநர், மத்தியப் புலனாய்வு அமைப்பு (C.B.I), இராஜாஜி பவன், பெசன்ட் நகர், சென்னை 90.

● ● ●